வேங்கை நங்கூரத்தின் ஜீன் குறிப்புகள்

தமிழ்மகன்

விலை : ரூ. 175

மின்னங்காடி

பதிப்பக வெளியீடு 2

வேங்கை நங்கூரத்தின் ஜீன் குறிப்புகள் / நாவல்

ஆசிரியர்	: © தமிழ்மகன்
முதல் பதிப்பு	: 2017
மூன்றாம் பதிப்பு	: 2021
வெளியீடு	: மின்னங்காடி பதிப்பகம்
	24, அண்ணா 3-வது குறுக்குத் தெரு,
	அவ்வை நகர், பாடி, சென்னை - 50.
	writertamilmagan@gmail.com
	www.minnangadi.com

Vengai Nakoorathin Jeen Kuripukal / Novel

Author	: © Tamilmagan
First Edition	: 2017
5th Edition	: 2021
Published by	: Minnangadi Pathipagam
	24, Anna 3rd Cross Street,
	Avvai Nagar, Padi, Chennai - 50
	writertamilmagan@gmail.com
	www.minnangadi.com

ISBN : 978-81-953318-7-1

ஆசிரியர் குறிப்பு

தமிழ்மகன் குறிப்புகள்

பிறப்பு, படிப்பு, பணி:

- தமிழ்மகன் என்கிற பா.வெங்கடேசன் சென்னையில் 1964இல் பிறந்தவர்.
- படிப்பு; B.Sc., M.A. மாநிலக் கல்லூரி, சென்னைப் பல்கலைக்கழகம்.
- 1989 தொடங்கி போலீஸ் செய்தி, தமிழன் நாளிதழ், வண்ணத்திரை, தினமணி, குமுதம், குங்குமம், ஆனந்த விகடன் இதழ்களில் 2019 வரை பணியாற்றியவர்.
- மாநிலக் கல்லூரியில் படித்தபோது 'பூமிக்குப் புரியவைப்போம்', 'ஆறறிவு மரங்கள்' என இரண்டு கவிதைத் தொகுதிகள் வெளியாகின.
- இளைஞர் ஆண்டையொட்டி, 1984இல் டி.வி.எஸ். நிறுவனமும் இதயம் பேசுகிறது இதழும் இணைந்து நடத்திய போட்டியில் இவரது வெள்ளை நிறத்தில் ஒரு காதல் புதினம் முதல் பரிசு பெற்றது. இதயம் பேகிறது இதழில் தொடராக வெளியானது. அரசியல் விமர்சகர் சின்னக்குத்தூசி தேர்வு செய்தார். இதுவும் கல்லூரி படிக்கும்போதே நிகழ்ந்தது. பேராசிரியர்கள் இரா.இளவரசு, கவிஞர் மு.மேத்தா, பொன்.செல்வகணபதி, இ.மறைமலை, பி.சிவகுமார் போன்றோர் ஆசிரியர்களாக – வழிகாட்டிகளாக- அமைந்தனர்.

விருதுகள்

- 1984-ல் இதயம் பேசுகிறது - டி.வி.எஸ் நிறுவனம் நடத்திய போட்டியில் வெள்ளை நிறத்தில் ஒரு காதல் நாவலுக்கு விருது.
- மொத்தத்தில் சுமாரான வாரம் குறுநாவல் தி.ஜானகிராமன் நினைவு போட்டியில் தேர்வு செய்யப்பட்டது. 1986-ல் தேர்வு செய்தவர் எழுத்தாளர் அசோகமித்திரன்.
- இவர் எழுதிய மானுடப் பண்ணை நாவல் 1996இல் தமிழக அரசின் விருது பெற்றது.
- எட்டாயிரம் தலைமுறை சிறுகதைத் தொகுப்பு 2008-ம் ஆண்டுக்கான தமிழக அரசின் விருது பெற்றது.

- எழுத்தாளர் சுஜாதா நினைவு அறிவியல் புனைகதை விருது (2008).
- வெட்டுப்புலி நாவல் (2009) கோவை ரங்கம்மாள் நினைவு விருது, ஜெயந்தன் அறக்கட்டளை விருது பெற்றது.
- ஆண்பால் பெண்பால் நாவலுக்கு (2011) விகடன் விருதும் ஜி.எஸ். மணி நினைவு விருதும் கிடைத்துள்ளன.
- வனசாட்சி நாவல் (2012) சுஜாதா அறக்கட்டளை விருது, மலைச்சொல் விருதுகள், அமுதன் அடிகள் விருது ஆகியன பெற்றது.
- வேங்கை நங்கூரத்தின் ஜீன் குறிப்புகள் நாவலுக்கு கனடா இலக்கியத் தோட்ட புனைவு இலைக்கிய விருது (2017) பெற்றார்.
- படைவீடு நாவல் (2021) வென்றுமண்கொண்டார் விருது, சௌமா விருது, வள்ளுவப் பண்பாட்டு விருது, உலகத் தமிழ்ப் பண்பாட்டு மையம் விருது ஆகியன பெற்றது.
- திராவிடர் கழகத்தின் பெரியார் விருது (2014), விஜய் டி.வி நீயா? நானா? வழங்கிய இலக்கிய விருது (2016) உள்ளிட்ட பல விருதுகள் பெற்றவர்.

எழுதிய நூல்கள்

- பூமிக்குப் புரியவைப்போம், ஆறறிவு மரங்கள் இரண்டும் கவிதைத் தொகுப்புகள்.
- வெள்ளை நிறத்தில் ஒரு காதல் (1984), மானுடப் பண்ணை நாவல் (1996), சொல்லித் தந்த பூமி (1997), ஏவி. எம். ஸ்டூடியோ ஏழாவது தளம் (2007), வெட்டுப்புலி (2009),ஆண்பால் பெண்பால் (2011), வனசாட்சி (2012), ஆபரேஷன் நோவா (2014), தாரகை (2016), நான் ரம்யாவாக இருக்கிறேன் (2018), படைவீடு (2020), தொடாதே துரத்து (2021) ஆகியவை இவரது நாவல்கள்.
- எட்டாயிரம் தலைமுறை (2008), சாலை ஓரத்திலே வேலையற்றதுகள் (2021), மீன்மலர் (2008), அமரர் சுஜாதா (2013), மஞ்சு அக்காவின் மூன்று முகங்கள் (2014), தமிழ்மகன் 100 சிறுகதைகள் ஆகியன இவரது சிறுகதைத் தொகுப்புகள்.
- இவருடைய நூல்கள் பலவும் முனைவர் பட்டத்துக்கும் ஆய்வு பட்டயங்களுக்கும் எடுத்தாளப்பட்டுள்ளன. கல்லூரிகளில் பாடமாக வைக்கப்பட்டுள்ளன.
- திரைப் பிரமுகர்கள் பற்றிய அரிய செய்திகளைச் சொல்லும் செல்லுலாயிட்

சித்திரங்கள் (திரை) (2009), நூற்றாண்டு கண்ட தமிழ்ச் சிறுகதைகளை அறிமுகப்படுத்தும் தமிழ்ச் சிறுகதைக் களஞ்சியம் - (2013) ஆகிய கட்டுரைத் தொகுப்புகளும் இவர் படைப்புகள். சென்னையின் வரலாற்றை மெட்ராஸ் நல்ல மெட்ராஸ் (2016) என்ற பெயரில் எழுதியிருக்கிறார். விகடன் இணைய இதழில் வெளிவந்து பெரும் வரவேற்பைப் பெற்றது.

- ஆனந்த விகடனில் வெளியான ஆபரேஷன் நோவா (2014), ஜூனியர் விகடனில் வெளியான 'நான் ரம்யாவாக இருக்கிறேன்' (2018) ஆகிய அறிவியல் புனைகதைகள் பெரும் வாசக வரவேற்பைப் பெற்றன. திரையுலகைப் பின்னணியாகக் கொண்டு தாரகை என்ற நாவலை எழுதியுள்ளார்.

திரைத்துறை பணிகள்

- உள்ளக்கடத்தல், ரசிகர் மன்றம், பீட்ஸா மம்மி -3, கொற்றவை உள்ளிட்ட திரைப்படங்களுக்கு வசனம் எழுதியுள்ளார். நான் ரம்யாவாக இருக்கிறேன், ஆபரேஷன் நோவா நாவல்கள் சினிமாவுக்காக ஒப்பந்தமாகிள்ளன.

குடும்பம்

தந்தை க.பாலகிருஷ்ணன் - தாய் பார்வதி. மனைவி திலகவதி.

மகன் மாக்ஸிம் - மருமகள் த.சந்தியா. பேத்தி அகல்விழி.

மகள் அஞ்சலி - மருமகன் ஸ்ரீதர். பேரன்கள் அதியமான், அகிலன்.

தொடர்புக்கு:
writertamilmagan@gmail.com
7824049160

> "தொன்மம் என்பது சமூகத்தின் பெருங்கனவு...
> கனவு என்பது தனிமனிதன் படைக்கின்ற தொன்மம்."
>
> - சிக்மண்ட் ஃப்ராய்டு

நினைவில் தமிழ் உள்ள மிருகம்!

தமிழ் என் மூச்சு, தமிழ் என் ரத்தத்தோடு கலந்திருக்கிறது என்று மேடையில் முழங்கிக்கொண்டிருப்பதெல்லாம் பொருளுள்ளவைதானா? தமிழர்கள் மட்டும் மொழியைப் பற்றி எப்போதும் பெருமைபட்டுக்கொள்வதேன்? மொழிக்கு ஓர் ஆபத்தென்றால் ராணுவம் வந்து சுட்டாலும் உயிர்கொடுக்கத் துணிந்ததேன்?

உலகில் நூறு மொழிகளுக்கும் மேலானவற்றில் தமிழ் வார்த்தைகள் கலந்து காணப்படுகின்றன. சிந்து சமவெளி பகுதிகளான ஆஃப்கான், பாகிஸ்தான், ஈரான் பகுதிகளில் பலநூறு ஊர்களுக்குத் தமிழ்ப் பெயர்கள் காணப்படுகின்றன. வைகை, குறிஞ்சி, முல்லை என்ற பழந்தமிழ்ப் பெயர்களில் ஊர்ப் பெயர்கள்.

கூட்டிக்கழித்துப் பார்த்தால், ரத்தத்தில் கலந்திருக்கிறதோ, இல்லையோ தமிழ் உலகெங்கும் கலந்திருக்கிறது. தொன்மையான எல்லாமே ஜெனிடிக் நினைவுகளாக இருப்பதுபோல தமிழும் தமிழரின் செல்களில் ஒளிந்திருக்குமா? நாவல் அதைத்தான் பேசுகிறது.

ப.திருமாவேலன் அவர்களுக்கு...

1 வது குறிப்பு

கி.பி.2037, டிசம்பர், ஓகினவா.

எல்லா சாலைகளையும் 'பாதுகாக்கப்பட்ட இடம்' என்ற நெகிழிப்பட்டைகள் மடைகட்டியிருந்தன. கடற்கரையில் இருந்து பத்து கிலோ மீட்டர் தூரத்துக்கு ஒருவரும் இருக்கக் கூடாது என முதல் நாளே எச்சரிக்கை செய்திருந்தது ஒகினவா நகராட்சி. ஜப்பான் அதிபர் அறைகூவல் விடுத்தார்.."மக்களே பாதுகாப்பான இடங்களுக்கு வந்துவிடுங்கள். இந்த முறை முன்னெப்போதும் இல்லாத அளவுக்குப் பாதிப்பு இருக்கும் என்றாலும் முன்னெப்போதும் இல்லாத அளவுக்கு நாம் எச்சரிக்கையுடன் இருக்கிறோம்." அத்தனைக் குறுகிய அவகாசத்திலும் ஜப்பானியர் காட்டிய ஒழுங்குமுறை ஆச்சர்யமாகத்தான் இருந்தது. 7.5 ரிக்டர் அளவு என்ற அச்சம் அதிகமானதுதான். விளைவு கடுமையாக இருக்கும் என மக்கள் அறிந்திருந்தார்கள். அதிகம் பயமுறுத்தும் அவசியம் இருக்கவில்லை. அரசின் எச்சரிக்கையும் மக்களின் எச்சரிக்கை உணர்வும் ஒரே நேர்கோட்டில் இருந்தது. ஆனால், அதிகமாகப் பதறாமல் அதே சமயத்தில் வேகமாக வீட்டைவிட்டு வெளியேறி மற்றவருக்கும் தாராளமாக வழிவிட்டு, சீராக நகரின் மையத்துக்குச் சென்றுகொண்டிருந்தனர். கரையோரங்களில் இருக்கும் சிலரை மட்டும் போலீஸார் அவசரப்படுத்திக் கொண்டிருந்தனர். டி.வி-யிலும் ஆல்டேப் மூலமாகவும் தொடர்ந்து எச்சரிக்கை செய்துகொண்டிருந்தார்கள். ஜப்பான் பெண்கள் தங்கள் சிறிய கண்களால் படபடத்தபடி குழந்தைகள்மீதும் பெட்டிப் படுக்கைகள் மீதும் கவனம் காட்டினர். உலகம் அழியும் தருணத்திலும் ஜப்பானியப்

பெண்களால் மட்டுமே பொறுப்பான அச்சத்தைக் காட்ட முடியும் என தேவ் திடீரென நினைத்தான். ஒகினவாவின் மையத்தில் வந்து சேர்ந்துவிட எல்லோருக்கும் கணிசமான நேரமும் பாதுகாப்பும் தந்திருந்தார்கள். சுனாமியிலேயே வாழ்ந்து பழக்கப்பட்டுவிட்ட அவர்கள் எச்சரிக்கை உணர்வின் அனுபவ தரிசனத்தை தேவ் அப்போது கவனித்தான்.

ஒகினவா என ஒரு தீவு இருப்பது உலக வரைபடத்தில் கீறல் போல சில வேளைகளில் தென்படலாம். ஜப்பானுக்குக் கீழே இறைந்து கிடக்கும் சுமார் 150 தீவுகளில் ஒன்று. கடலில் இருந்து தீவுகளாகத் தெரிபவை எல்லாமே உயர்ந்த மலைகளின் சிகரங்கள். கிளேஸியர் காலகட்டத்தில் கடல் 150 மீட்டர் குறைந்திருந்ததாகச் சொல்கிறார்களே... அப்போது இந்த அத்தனைத் தீவுகளும் ஒரு பெரிய நிலமாக... வனமாக இருந்திருக்கலாம். கடல் விழுங்கிய மிச்சம் இப்போது மலைச் சிகரங்களை மட்டும் நிலப்பரப்பாக விட்டுவைத்திருக்கிறது.

கடற்கரையில் இருந்து மையத்துக் குன்றுக்கு வரும் சாலை அது. ஒரு தீவில் இருந்து இன்னொரு தீவுக்கு பாலங்கள். எல்லாவற்றையும் ஒருவழிச் சாலை ஆக்கியிருந்தனர். அதாவது கடற்புரத்தில் இருந்து நகர மையத்துக்கு வரலாம். கடல் நோக்கிப் பயணிக்க முடியாது.

தேவ் ஜன்னல் வழியாக வெகு தூரத்தில் தெரிந்த கடலைப் பார்த்துக் கொண்டிருந்தான். மக்கள் தமக்காக ஒதுக்கப்பட்டிருந்த வாகனங்களை அணுகி ஏறிப்போவது தெரிந்தது. ஹோட்டல் ஏற்பாடு செய்திருந்த வாகனம் இன்னும் வரவில்லை. சில நிமிடங்களில் வந்துவிடும் என்றது அறிவிப்பு. உயிரைவிட முக்கியம் செலிரியோ. அதை எடுத்து பாதுகாப்பாக மடியில் வைத்துக் கொண்டான். அது ஒரு கடற்கரை இல்லம். பறவைகள் கூட்டம் கூட்டமாகக் கரைக்குத் திரும்பிக்கொண்டிருந்தன. வானம் இருண்டிருந்தது. ஆனால், கடல் இந்த நிமிடம் வரை அமைதியாகத்தான் இருந்தது. கொடுத்த அவகாசத்தில் முதல் கட்டமாக செலிரியோ, கொஞ்சம் பணம், கார்டுகள், ஹாங்கரில் தொங்கிக்கொண்டிருந்த உடைகள், ஆல்டேப் இவற்றைத்தான் எடுத்துக்கொள்ள முடிந்தது. அறைக்குள்ளே தண்ணீர் வந்துவிட்ட மன உணர்வு. செலிரியோவை அலமாரியின் உயரத்தில் எடுத்துவைத்தான். எங்கோ எச்சரிக்கை கேட்டது. 'இன்னும் மூன்று நிமிடங்களில் அனைவரும் வெளியேறிவிட வேண்டும்.'

வேறு எதாவது முக்கியமானதை மறந்துவிட்டோமா என யோசித்தான். கடல்பார்த்த வீடு அவனுடையது. மதுபானங்கள், பிஸ்கட், அழுக்குத் துணி மூட்டை.... அவை தேவையில்லாதவை பட்டியலுக்கு வந்தன. மூன்று மாதப் பணியாக அவனுடைய கொரிய அலுவலகத்தில் இருந்து வந்திருந்தான். ரகசியப் பயணம். அதாவது, எதற்கான பயணம் என யாருக்கும் தெரியாது. வந்த இரண்டாவது மாதத்தில்தான் இப்படி. சுனாமி... அதைவிட அதிகமாகப் புரட்டிப் போட்டுவிட்டது அதுகுறித்த அச்சம். செலிரியோவில் இருக்கும்

திட்டப்பணிகள் அந்த அச்சத்தை அதிகப்படுத்தியது. பாதுகாப்புப் பிரதேசத்துக்குச் செல்லும் வாகனத்தில் அந்தப் பகுதியின் கடைசி பிரஜைகளுடன் ஏறி அமர்ந்தான்.

பாதுகாப்பான இடத்துக்கு வந்து சேர்ந்ததும் முதல்வேலையாக அவனுடைய கொரிய அலுவலகச் செயல் இயக்குநருடன் தொடர்பு கொண்டான். ஆல்டேபில் ட்ராஃபிக் அதிகமாக இருந்தது. சுனாமி அறிவிப்புக்குப் பிறகு தொடர்பு கிடைக்கவில்லை. ஜப்பானுக்கு வந்திருக்கும் வெளிநாட்டுவாசிகள் ஒட்டுமொத்த பேரும் ஒரே நேரத்தில் முயற்சி செய்வதைப் புரிந்துகொள்ள முடிந்தது. கடல் அமைதியாகத்தான் இருந்தது. எப்போதாவது முன்னரே இதுபோல கணித்து, பிறகு சுனாமி வராமல் இருந்ததுண்டா? 'ஒரே ஒரு முறை அப்படி ஆனது. ரிக்டர் அளவில் ஏதோ தவறு நிகழ்ந்து, எதிர்பார்த்த அளவு கரையில் பாதிப்பு ஏற்படாமல் போனதுண்டு.' ஹருகி சொன்னான். ஜப்பானில் பெரும்பாலோருக்கு ஒரே மாதிரியான முக அமைப்பு இருப்பதாக சொல்லி வந்தான் தேவ். கொரியாவில் சில காலம் பணியாற்றிய அனுபவத்தில் ஒவ்வொரு மங்கோலிய முகத்தையும் அடையாளம் காண அறிந்திருந்தான். குறிப்பாகப் பெண்களின் முகங்களை. செலிரியோவை எடுத்து வெளியே வைக்க பெட்டியைத் திறந்தான். செலிரியோ அதில் இல்லை. 'கடவுளே' என்றான் நம்பிக்கை இல்லாமலேயே. அதை அலமாரியில் உயரத்தில் எடுத்து வைத்தது நினைவுக்கு வந்தது. முக்கியமான பொருட்களை எடுத்துக்கொண்ட ஞாபகத்தில் வந்துவிட்டது தெரிந்தது.

ஐயோ! நேனோ செகண்டில் மொத்த ரத்தமும் மூளைக்கு ஏறியது. எவ்வளவு உழைப்பு? எத்தனை மெனக்கெடல்? எவ்வளவு எதிர்பார்ப்பு? எவ்வளவு எதிர்ப்பு?... அவன் தங்கியிருந்த கடற்கரை அறையில் அலமாரியின் உயர அடுக்கில் அது செலிரியோ கேஸில் பத்திரமாக இருக்கிறது. சட்டை, பேன்ட் எல்லாம் எடுத்துக்கொண்டு அதை மட்டும் மறந்துவிட்டேன் என்றால் ஏற்றுக்கொள்ளவே மாட்டார்கள். என்னையே மறந்துவிட்டது போல. ஏற்பார்களா? சுருக்கமாகச் சொல்ல வேண்டுமானால், மறந்துவிட்டு வந்தது, கொரியாவின் சொத்து... இன்னும் இரண்டு மணி நேரத்தில் சுனாமிக்கு இரையாகப் போகிறது. வெளியே ஓடி அங்கும் இங்கும் பார்த்தான். எங்கும் மக்கள் கூட்டம். மீண்டும் விடுதிக்குச் செல்ல வேண்டும் எனத் தான் வந்த வாகன ஓட்டியிடம் சொன்னான். அவன், "ரெண்டு நாள் கழிச்சு பாத்துக்கலாம்" என்றான்.

"டேய் விட்டுவிட்டு வந்தது காயப்போட்ட ஜட்டியை இல்லை."

யாரிடம் முறையிட்டால் அங்கே போக முடியும். எந்த சப்பை மூக்கன் உதவுவான் எனத் தெரியவில்லை.

ஓட்டல் இருந்த திசை நோக்கி ஓடினான். அல்டோப்பில் கொரிய அலுவலக செயல் இயக்குனர் பேசினார்.

“பாதுகாப்பாக இருக்கிறாயா?” என்றார்.

“ஆம்...”

“பாதுகாப்பாக இருக்கிறதா?” என்றார்.

“இல்லை. அவசரத்தில்...”

“மீட்டாக வேண்டும். டார்கெட் 2040. இன்னும் மூன்று ஆண்டுகள் தான் இருக்கின்றன... பேச நேரம் இல்லை.”

தேவ் ஏ.வி-யை அணைத்துவிட்டு வேகமாக வெளியே வந்தான்.

ஓடிக்கொண்டே யோசிக்க வேண்டும் என அவன் முடிவு செய்யவில்லை... அதுவாக நடந்தது.

சுனாமி, நில நடுக்கம், எரிமலை... என்ன காரணம் சொன்னாலும் கேட்கமாட்டார்கள். அதை மீட்கப் போய் இறப்பது... அல்லது அவர்கள் கையால் இறப்பது என இரண்டு வாய்ப்புகள் எதிரே இருந்தன. தேவ் முதல் வாய்ப்பைத் தேர்ந்தெடுத்தான். இங்கிருந்து பத்து கிலோ மீட்டர் தூரம். வருவதற்கு பத்து கிலோ மீட்டர். இருபது கிலோ மீட்டர். அரைமணி நேரம். லிஃப்ட் பிடித்து அறைக்குச் செல்ல... பத்து நிமிடங்கள். பெட்டியை எடுத்துக்கொண்டு இறங்கிவர பத்து நிமிடங்கள். அதிகபட்சம் ஒரு மணி நேரம் போதும். அதிகமாகவே ஒரு மணி நேரம் இருக்கிறது. தேவ், வேகமாக காரை நோக்கி விரைந்தான். அவனுடைய காரை எடுக்க முடியாதவாறு முன்னூறு கார்கள் ய்த்துக்கொண்டிருந்தன. யாருடைய காரையும் யாரும் எடுக்க முடியாது.

சாலையின் சிறிய சந்துபொந்துகளில் நுழைந்து ஓடினான். இக்கி மிக்கி மிஷுகி என சலசலப்பின் ஒலிகள் கேட்டுக்கொண்டிருந்தன. கார்களின் அடர்த்தி குறைந்திருந்த இடத்தில் காவல்துறை அதிகாரிகள் மக்களைப் பாதுகாப்பான இடங்களுக்கு அனுப்பும் பணியில் இருந்தார்கள். போலீஸ் அதிகாரி ஒருவரை அணுகி, தான் கடற்கரை ரிசார்ட்டுக்குச் செல்ல வேண்டிய அவசியத்தைச் சொன்னான். அவர் அவனை இடது கையால் இழுத்து ஓரமாகத் தள்ளிவிட்டார்.

ஜப்பானிய மொழியில்... “போய்யா ஓரமா.”

தேவ், அவனுடைய ஆங்கில, ஜப்பானிய, கொரியப் புலமைகளில், தான் அங்கு செல்ல வேண்டிய காரணத்தைச் சொன்னான். இந்த முறை அதிகாரி அவனைச் சுட்டுவிடுவதுபோல முறைத்தார். தேவ் சளைக்கவில்லை. அவனும் அதே போல முறைத்தான். கூட்டம் நெரிசல் குறைந்தது. தேவ் கதறிக்கொண்டிருந்தான். “எனக்கு உதவுங்கள். அரை மணி நேரத்தில் திரும்பி வந்துவிடுவேன்.” எல்லோரையும் விலக்கிக் கொண்டு தேவ் கடற்கரை வீட்டை நோக்கி ஓட முனைந்தான்.

இறுதி அறிவிப்பு போல அதிகாரி அவனை நோக்கி துப்பாக்கியை உயர்த்தினார். தேவ் சட்டை பட்டனைக் கழற்றி மார்பைக் காட்டினான்.

"பரவாயில்லை சுட்டுவிடுங்கள்... ஆனால், நான் இப்போது அங்கே போனால் ஜப்பானுக்கு என்றைக்குமே நல்லது விளையும். அமெரிக்காவைக் கண்ணில் விரலைவிட்டு ஆட்ட முடியும்."

"அமெரிக்காவை?"

"ஆமாம்."

"அங்கே என்ன இருக்கிறது?"

"ஒரு பெட்டி... அமெரிக்காவை அசைத்துப் பார்க்கிற ஒரு புராஜெக்ட்... தயவுசெய்து போலீஸ் பைக்கைக் கொடுத்து உதவுங்கள்."

'அமெரிக்காவைக் கண்ணில்விட்டு ஆட்ட முடியும்' என்ற வாக்கியம் மந்திரம் போல வேலை செய்தது. அருகே பலகை போன்ற தேகத்துடன் பைக்கில் அமர்ந்திருந்த போலீஸ்காரன் ஒருவனை சைகையால் அழைத்தார் தாவோ ஷென். துரித வார்த்தைகளில் ஏதோ சொன்னார். அவன் அவ்வளவு சீக்கிரம் புரிந்துகொண்டு வேகமாகத் தலையசைத்தான். அந்த போலீஸ்காரன் பைக்கில் தேவ்வை உட்காரச் சொன்னார் அந்த அதிகாரி. "ஓர் உயிர் போனாலும் எங்கள் அரசு, அதை போலீஸ் கடமையில் இருந்து தவறியதாக நினைக்கும். சீக்கிரம் வந்துவிடுங்கள்..." தேவ் வழி சொல்வதற்கு முன் பைக் பாய்ந்துகொண்டிருந்தது. யாருமற்ற சாலை. பைக் முகப்பு விளக்கு வெளிச்சம் சாலையைத் தடவிக்கொண்டு முன்னேறியது.

பதினைந்து நிமிடங்களில் சென்றுவிட்டனர். உண்மையில் இப்படி ஒரு தவறைச் செய்வோம் என தேவ் நினைத்துக்கூடப் பார்க்கவில்லை. அறையைத் திறப்பதற்கான அனுமதி கார்டைக் கொண்டுவரவில்லை. கார்டு சொருகினால்தான் கதவு திறக்கும். ஓர் அவசரம், இன்னொரு தொல்லைக்குக் கம்பளம் விரித்தது.

"அத்தனை எளிதாகத் திறக்க முடியாதே?" என்றான் போலீஸ்காரன்.

"உடைப்பதற்கு வாய்ப்பு இருக்கிறதா?"

"யோசிக்க நேரம் இல்லை. தோதான கருவி ஏதேனும் கிடைக்கிறதா எனப் பார்க்கிறேன்."

எங்கிருந்தோ ஒரு மண்வெட்டியும் கடப்பாறையும் கொண்டு வந்தான். கீழே தோட்டத்தில் கிடந்திருக்க வேண்டும். இருவரும் ஆனவரைக்கும் கதவை இடித்தனர். கதவின்கீழ் பக்கத்தில் ஒரு ஆள் நுழைகிற அளவுக்கு ஓட்டை. தேவ் உள்ளே நுழைந்த நேரத்தில் மின்சாரம் நிறுத்தப்பட்டது. அந்தக் கால ஹாலிவுட் சினிமா க்ளைமாக்ஸில் விறுவிறுப்புக்காக இப்படி எல்லாம் செய்தார்கள். நிஜம் வேறு... சினிமா வேறு இல்லைதான் போலும்.

"சீக்கிரம்."

இருட்டில் தட்டுத் தடுமாறி, ஒருவழியாக செலிரியோவைக் கண்டெடுத்தான் தேவ். வெளியில் இருந்து, "அவசரம். சீக்கிரம் வா"

என்ற குரல் கேட்டது.

“இதோ...”

“எங்கோ கட்டடங்கள் சரிந்துவிழுகிற சத்தம் கேட்கிறது...”

கதவின் வழி செலிரியோவைக் கொடுத்துவிட்டு, ஓட்டைவழியே தேவ் தவழ ஆரம்பித்த நேரத்தில் கட்டடம் அதிர்ந்தது. மொத்தக் கதையும் முடிந்ததென்று நினைக்கையில் போலீஸ்காரன் ஒரு காரியம் செய்தான்.

“மொத்தமே இதுதானா?”

“மூவாயிரம் பேர் உழைப்புடா.”

“சுனாமி... நான் விரைகிறேன். முடிந்தால் வந்து சேர்.” சுருக்கமாகச் சொன்னான். அமெரிக்காவை ஆட்டிப் படைக்கப் போகும் பொக்கிஷத்தை முதலில் காப்பாற்றியாக வேண்டும் என்கிற தவிப்பு அவனுடைய உயிராசையைவிடப் பெரிதாக இருந்தது. சரியாக மூன்று நொடி இடைவெளியில் தேவ் அவனைத் துரத்திச் சென்றான். பைக்குக்கும் அவனுக்கும் இரண்டு நொடி தருணத்தில் சுனாமியின் பேரலை ஒன்று அசுரக் கரம் போல தேவைத் தீண்டியது. கண்களுக்கு மிக அருகில் அந்த போலீஸ்காரன் தப்பிச் செல்வது தெரிந்தது. நீரின் அதிகபட்ச வெறி... நீரின் அதிகபட்ச பலம். நீர் கொலை வெறியோடு துரத்திப் பிடித்தது. தூக்கி எறிந்தது எனச் சொல்ல வேண்டும். நெடிய சுவர் ஒன்றின் மீது பட்டுச் சாய்ந்தது மட்டும்தான் அவனுக்குக் கடைசியாக நினைவிருந்தது.

அதிகாரி அதே இடத்தில் காத்திருந்தார். “இதுதானா?” எனப் பெட்டியைக் காட்டிக் கேட்டார். பொதுவாக அந்த முகத்தில் எந்தவிதமாக ஆர்வத்தை வெளிப்படுத்துகிறார் என்பதைக் கண்டு பிடிப்பது கஷ்டமாக இருந்தது.

போலீஸ்காரன் பெட்டியை அவரிடம் காட்டி, கட்டை விரலை உயர்த்திக்காட்டினான். பைக்கின் பின் சீட்டைக் காட்டி, அவன் எங்கே என்றார் சைகையால். அவனைக் காப்பாற்ற முடியவில்லை என்பதை அவனும் ஓர் உதட்டுப் பிதுக்கல் மூலம் சொன்னான். பதிலாக ஒரு நொடியில் ஆழ்ந்து வருந்திவிட்டு, “அமெரிக்காவை அசைத்துப் பார்த்துவிட முடியுமா?” என்றார் அதிகாரி. “இது ஒரு புராஜெக்ட்... செவ்வாயில் வாழ்விடங்கள் உருவாக்குவதில் விஞ்ஞானிகள் செய்திருக்கும் அற்புதம். ‘மார்ஸ் மிஷன்’ என்றான். ஒரே ஆண்டில் செவ்வாயில் நகரத்தை உருவாக்கி செயல்பட வைத்துவிட முடியும். 86 ஆயிரம் ரோபோக்கள் அதற்காக வடிவமைக்கப்படுகின்றன. அதற்கான முதல் வடிவமைப்பு அறிக்கை இது. இன்றுதான் அப்டேட் செய்யப்பட்டதால் தலைமையகத்துக்குக் கூட அனுப்பவில்லை என்ற

தகவலை அந்தப் பையன் சொல்லிக்கொண்டு வந்தான்."

போலீஸ் அதிகாரி முகம் இறுகியது. "இந்தியனா..?"

"தமிழ்நாட்டைச் சேர்ந்தவன்" என்றான்.

"நான் நினைத்தது சரிதான். பைக்கை விட்டுவிட்டு, ஜீப்பில் ஏறு."

அவன் ஓரமாக நிறுத்திவிட்டு வந்தான். அதிகாரி நிதானமான நிலைக்கு வந்திருந்தார். அவருடைய முகம், அந்த கணத்தில் ஒரு பக்குவம் வந்து ஒட்டிக்கொண்டதுபோல மாறிவிட்டது.

"பரவாயில்லை, முன் பக்கம் வந்து அமர்ந்துகொள்... ஆறாயிரம் ஆண்டுகளுக்கு முன் சிந்து சமவெளியில் சுட்ட செங்கற்களால் நகரத்தை நிர்மாணித்தவர்கள். செவ்வாயில் நிர்மானிக்கப் போகிறார்கள்."

"சார், நீங்கள் அவன்மீது மிகவும் மரியாதை வைத்திருக்கிறீர்கள்."

"அவன் அல்ல... அவர்கள். அவனை எப்படியாவது காப்பாற்றியிருக்க வேண்டும். நம்முடைய பழம் மொழியான அய்னுவுக்கும் தமிழுக்கும் பெரிய சம்பந்தம் உண்டு. சொல்லப் போனால் தமிழில் இருந்து பல ஆயிரம் ஆண்டுகளுக்கு முன் பிரிந்து வந்த மொழி நம் அய்னு."

பரபரப்பு குறைந்த நீண்ட சாலை ஒன்றில் ஜீப் விரைந்து கொண்டிருந்தபோது, ஒரு நற்செய்தியோடு வருவதாகக் காவல்துறை தலைமையகத்துக்குத் தகவல் சொன்னார் தாவோ ஷென். 35-ஆம் ஆண்டு இறுதிக்குள் ஜப்பானில் அத்தனை வாகனங்களும் மின்மயமாக வேண்டும் எனக் கட்டுப்பாடு கொண்டுவந்தவர். வளைகுடா நாடுகள், பெட்ரோலியம் வற்ற வற்ற தொடர்ச்சியான போர்களில் ஈடுபட்டு ஒருவரை ஒருவர் வேகமாக அழிக்கத் தொடங்கியிருந்த நேரத்தில் ஜப்பான் முதல்கட்டமாகப் பெட்ரோலியத்துக்கான மாற்றை நடைமுறைப்படுத்தியபோது, போக்குவரத்து அதிகாரியாக அவர் செய்த அதிரடி முக்கியமானது. மடிமீது இருந்த செலிரியோவைப்பார்த்தார். அதைவிட அதிரடி இது!

2வது குறிப்பு

பேரலை சுழன்று வந்து நீரின் அசுரக் கரம் என தேவ்மீது பாய்ந்து கவ்வியது. நீரின் நிறமே கடும் கருப்பாக மாறியிருந்தது போலத் தோன்றியது. நீர் ஒரு சுவர் போல வேகமாக உயர்ந்தும் பாய்ந்தும் வந்தது. கொல்லும் நோக்கம் கொண்டது போல இருந்தது உப்பு நீரின் ஆவேசம்.

படார் என முதுகில் தாக்கியது மட்டும்தான் தெரியும். நீர், ஒரு கார் மோதியதுபோல அவனைத் தூக்கி எறிந்தது. உண்மையிலேயே அவனுக்கு முன்னால் ஒரு கார் மிதந்துபோய் கொண்டிருந்தது. அதைப் பார்த்ததனால் அப்படி ஒரு சித்திரம் அந்த நேரத்தில் தோன்றியிருக்கலாம். ஆற்றில் மிதந்தோடும் ஒரு பனை ஓலை போல இருந்தது கார். சில தடவை புரண்டு நீருக்குள் மூழ்கி வெளியே வந்தது. அடுத்து ஓர் அலையின் வீச்சு. சற்று தூரத்தில் இருந்த பெரிய கட்டடத்தின் அருகே கார் போய் தரை தட்டிய கப்பல் போல நிற்க, அதற்கு நேர் மேலே வீசப்பட்டான் தேவ். தொம் என தலை காரின் மீது மோதியது. ஏறத்தாழ இறந்தவன் போல கார் மீது கிடந்தான். கார் ஒவ்வொரு அலை வீச்சுக்கும் சுவரில் மோதி மோதி ஆடிக் கொண்டிருந்தது. சில நேரம் கார் தலைகீழாகக் கவிழும்போல இருக்கும். நீருக்கு அடியில் போய் சொருகிக்கொள்வான் போல இருந்தது. அப்படி ஆகவில்லை. அடுத்த ஒரு மணி நேரத்தில் நீரின் ஆதிக்கம் குறைய ஆரம்பித்தது. நீர் வடிய வடிய கார் ஒரு பக்கமாக வழுக்கிச் சென்று ஒரு சுவரில் மோதி அப்படியே நின்றுவிட்டது. இல்லை என்றால் மீண்டும் கடலுக்கே இழுத்துச் செல்லும் அபாயம் ஏற்பட்டிருக்கும். அந்தக் கரையில் ஒதுங்கியிருந்த ஒரே ஒரு மனித உயிர் தேவ் மட்டும்தான்.

பைக்கில் அனுப்பிவைத்த அந்தக் காவல் அதிகாரி தாவோ ஷென்னும் அந்த போலீஸ்காரனும் காலையில் அந்தப் பகுதிக்கு வந்தனர். அவர்களுக்கு அந்த இளைஞன் பிழைக்க வேண்டும் என்ற ஆசை இருந்தது. பிழைத்துவிடுவான் என்ற நம்பிக்கையும் இருந்தது. காரின்மீது கிடந்த அந்த இளைஞனை வாரிச் சுருட்டி ஜீப்பில் போட்டுக்கொண்டு ஆஸ்பிடலுக்கு விரைந்தபோது அந்த இளைஞனிடம் இன்னமும் சுவாசம் இருப்பதைத்தாண்டி, உயிர் இருப்பதற்கான ஓர் அடையாளமும் தெரியவில்லை. தலை தொங்கிப் போய் இருந்தது. கழுத்தில் நிற்கவில்லை. ஒரு முனகல்கூட இல்லை. உடல் சில்லிட்டுப் போய் இருந்தது. அதையும் மீறி அவனைக் காப்பாற்றிவிட வேண்டும் என அதிகாரி நினைத்தான். அதற்கான முழு அக்கறை எடுத்துக்கொண்டான். பெரிய டாக்டர் அனைவரையும் அவனைக் காப்பாற்ற வைப்பதற்கு தன் அதிகாரத்தைப் பயன்படுத்தினான்.

ஒரு முழுநாள் மருத்துவத்தின் பிடியில்தான் தேவ் இருந்தான். எலக்ட்ரிக் ட்ரீட்மென்ட். மின்சார ஓட்டமுள்ள இரு குப்பிகளை மார்பில் வைத்து அழுத்தி எடுத்தபோது இரண்டு முறை தூக்கித்தூக்கிப் போட்டது. இரண்டாவது முறை “அ” என்றான் மெல்லிய குரலில். அவனால் அவ்வளவுதான் அலற முடிந்தது. இனி காப்பாற்றிவிட முடியும் என்ற நம்பிக்கையே அப்போதுதான் மருத்துவருக்கு வந்தது. போக்குவரத்து அதிகாரி தாவோ ஷென்னைப் பார்த்து விழி விரித்துச் சிரித்தார்.

ஆனால், அதற்கு அடுத்த நாளும் தேவ் மயக்கத்திலேயே இருந்தான். அப்போதுதான் அவனுக்கு ஒரு வினோதமான கனவு வந்தது. அதை அவன் அவ்வளவு சீரியஸாக எடுத்துக்கொள்ளவில்லை. அவனுக்குப் பல பெயர்கள் இருப்பதாக நினைத்தான். ஒரு சமயம் தன் பெயரை சரவணன் எனவும் சொன்னான். ராஜேந்திரன் என்றான்... முருகு என்றான். உருவங்களும் அவனுக்கு நிறைய இருப்பதாகவும் குழப்பி அடித்தது. கடலும் அரச உடைகளும் மலைகளும் ஆறுகளும் நீண்ட பயணங்களும் மழையும் புயலும் வெயிலும் காலங்களும் மனத்தில் சரம் சரமாக ஓடின. தலை வலித்தது. உயிர் போகிற வலி. எதையுமே கோவையாக நினைக்க முடியவில்லை. விண்விண் என இடிப்பது போன்றதொரு வலி.

தூங்க முடியவில்லை. அதேசமயம் கண்களை மூடிக்கொண்டிருக்கவும் முடியவில்லை. யாரோ மூளைக்குள் ஊசியால் குத்திக்கொண்டிருப்பது போல வேதனை. மூளைக்குள் வலி உணரும் சக்தி இல்லை என்றாலும் அந்தத் தலை வேதனையை எப்படித்தான் சொல்வது? கண்களைத் திறந்தான். பாதி திறந்துகொண்டிருக்கும்போதே மூடினான். மயக்கமாக இருந்தது. யாரோ, “உங்களுக்கு ஒன்றும் இல்லை. கவலைப்படாதீர்கள்” என்கிறார்கள். டாக்டராக இருக்கலாம். ஆனால், அவருடைய முகம் நினைவில் அலைக்கழிக்கும் பல்வேறு முகங்களுக்குள் சிக்கி மூழ்கிப் போகிறது. கனவில் பார்த்தது போல இருக்கிறது. அது நனவுதான் என

நம்ப வைப்பதற்குள் ஏதோ கடற்கரையில் நிற்பது போலதோன்றுகிறது. வாயில் சுருட்டை வைத்துக்கொண்டு, “ஃபயர் ப்ளீஸ்” என்கிறான் ஒரு வெள்ளைக்காரன்.

ஒரு கிழவி பனையோலையில் ஏதோ எழுதுகிறாள். மயில் மயில் என்கிறாள் ஓர் இளம் பெண். சேவலைத் தூக்கி மார்போடு அணைத்தபடி தடவிக் கொடுத்துக்கொண்டு ஓடுகிறது ஓர் இளைஞர் பட்டாளம். துப்பாக்கிச் சத்தத்துக்கு நடுவே பலர் ஏதோ கத்திக்கொண்டு ஓடுகிறார்கள். தலை வலிக்கிறது. டாக்டர் கண்ணைத் திறங்க பார்க்கலாம் என்கிறார். திறக்க முடியவில்லை. அது பெரிய தேக்குக் கதவு. அத்தனை எளிதில் திறக்க முடியவில்லை. சமணர்கள் சிலர் எழுத்து வடிவம்

இப்படித்தான் இருக்க வேண்டும் என்கிறார்கள். பாலி... பாலி.. பிராகிருத்... சமத்கிருத்.. திக்நாகர் ஏற்கனவே சொன்னதுதான் சரி. டாக்டர், “ரிலாக்ஸ்” என்கிறார் காதருகே வந்து. அந்த போலீஸ் அதிகாரியை எங்கோ பார்த்த மாதிரி இருந்தது. ஆனால், அதன் பிறகு தேவ் கண்ணைத் திறக்க முடியவில்லை. மயக்கமாக இருந்தது. அப்படியே உறங்கிப்போனான்... மயங்கிப்போனான்.

அவன் தேறி வந்தது பெரும்பாடுதான். கொரிய அலுவலகத்துக்கு அவனுடைய நிலையை எடுத்துச் சொல்லி, அங்கிருந்து அவனுடைய இல்ல முகவரியைப் பிடித்து, அவனுடைய அம்மா ஜெஸியா வந்து சேர்ந்தார். 54 வயது. பார்த்தால் பத்து வயதாவது குறைத்துச் சொல்வார்கள். “என்ன சிஸ்டர்... தேவுடைய அம்மா வந்திருப்பதாகச் சொன்னார்களே?” என ஜெஸியாவிடமே டாக்டர் கேட்டார். மகனுக்கு நேர்ந்த ஆபத்தையும் மீறி அவர் அந்த நேரத்தில் மகிழ்ந்தார்.

அவர் ஒரு மலேயப் பெண்மணி. தேவின் அப்பா அந்தணன் மலேசிய தமிழ்ச் செய்தித்தாள் ஒன்றில் பணியாற்றியபோது மணந்தார். அந்தணன் எனப் பெயர். முன்னாள் முதல்வர் சமாதியில் இந்நாள் முதல்வர் ஒருவர் தியானம் இருந்தார். அப்போதுதான் தேவின் குடும்பம் இந்தியாவில் குடியேறும் எண்ணத்துடன் வந்து சேர்ந்தது. வந்த ஃப்ளைட்டிலேயே திரும்பிப் போய்விடலாமா என நினைத்தார் அந்தணன். அப்புறம் தமிழக அரசியல் அவருக்குப் பழகிவிட்டது. தேவுக்கு அப்போது பத்து வயது. தேவ் மட்டும் அங்கே கொஞ்ச நாள் இங்கே கொஞ்ச நாள்... கொரியாவில் கொஞ்ச நாள், சீனாவில் கொஞ்ச நாள் என இருந்தான். படிப்பு... வேலை என இந்தியாவுக்கு வெளியிலேயே சுற்றிக்கொண்டிருந்தான். அவனுக்கு நிறைய காதலிகள். டீமோ பர்ஸைப் பார்த்ததுமே தெரிந்தது. அத்தனைப் பெண்களின் பெயர்கள். ஆல்டேப் நம்பர்கள். ஒவ்வொரு பெண்ணையும் பற்றிய சிறு குறிப்புகள் வேறு. ‘ஒரு பெண்ணிடம் இரண்டு தரம் உறவு வைத்துக்கொள்வது போன்ற அலுப்பூட்டும் விஷயம் எதுவும் இந்த உலகில் இருப்பதாக எனக்குத் தெரியவில்லை’ என்ற பொதுவான ஒரு

குறிப்பும் இருந்தது. அதுதான் ஆல்டேப் புரொஃபைல் பொன்மொழி.

“அடப்பாவிப் பயலே” என அவனைக் காப்பாற்றிய டாக்டர் செல்லமாகக் கோபப்பட்டார்.

ஜெஸியா அவனை இந்தியாவுக்கு அழைத்துப் போனார்.

அவன் இந்தியா போனபோது எப்போதும் இல்லாத அமைதியுடன் எங்கோ வெறித்துப் பார்த்தபடி இருந்தான். முற்றிலும் மாறிப்போயிருந்தான். ஒரு கணம்கூட ஒரே மாதிரி இருக்க முடியாதவன், நாளெல்லாம் அப்படியே போட்டது போட்டபடி கிடந்தான். சின்ன சத்தம் கேட்டாலும் திடுக்கிட்டுப் பார்த்தான். மூளையை முறுக்கிப் பிழிந்து காயப்போட்டது போல ஒரு மோன நிலை. எதிலும் கவனம் இல்லாதது போல இருந்தது. தொடர்பற்ற வேறுவேறு சிந்தனைகள் சுழன்றடித்தன. சுனாமி. எண்ணச் சுனாமி. சரித்திரம் புயலாக வீசிக்கொண்டிருந்தது. வரலாறு காட்சிகளாக வந்து மிரட்டியபடி இருந்தன. நினைவு குலைந்து போகிற அதிர்ச்சிதான். அவன் சதா நேரமும் ஏதோ சிந்தனையில் இருந்தான்.

ஒருநாள்... ஒரு வாரம். ஒரு மாதம்... அவனுக்குள் புதிய சலனம் எதுவும் இல்லை. காதல், கல்யாணம் போன்ற எதுவும் அவனுக்குப் புதிதாகவோ, பரவசமாகவோ இருப்பதற்கான வாய்ப்புகள் இல்லை என்பதைப் பெற்றவரும் உணர்ந்தே இருந்தனர்.

ராஜேந்திர சோழன் கனவில் வந்ததுபோல இருந்தது. அல்லது ராஜேந்திர சோழனின் கனவில் தாம் வந்ததாகவும் இருந்தது. யார் கனவில் யார் என்றே புரியாமல் இருந்தான் சில நேரம். சேனல்களில் 24 மணி நேரமும் சினிமா ஓடிக்கொண்டிருந்தது. நடிகர்களின் காட்சிகளை வைத்து நமக்குப் பிடித்த கதையை உருவாக்கும் மென்பொருள் ஒன்றும் சேனல்களில் இருந்தன. அந்தணனுக்கு அந்த மேட்ச் ஃபிலிம் தண்ணிபட்ட பாடு. ரஜினி நடித்த படத்தில் மின்டோ நடித்த காட்சிகளை இணைத்து வினோதமான படங்களை உருவாக்கினார். கே.ஆர்.விஜயா நடித்த படங்களில் அவருக்குப் பதிலாக த்ரிஷா என்ற நடிகையைப் புகுத்துவார். சிவாஜியும் த்ரிஷாவும் குலுங்கிக் குலுங்கி அழுதபடி வசனம் பேசும் காட்சிகளைச் சிரித்தபடி அவர் ரசிப்பது குரூரமாகஇருக்கும். தன்னை சந்தோஷப்படுத்தத்தான் இந்த முயற்சிகளில் அவர் இறங்குகிறார் என தேவுக்கு நன்றாகவே தெரிந்தது. அது அவனுக்கு அவர்மீது இரக்கம் ஏற்படுத்தியது. தன்னுடைய பிரச்சினையைப் புரிந்துகொள்ள அவருக்கோ, புரியவைக்க இவனுக்கோ சக்தியில்லாத நிலைமை அவனை வாட்டியது. அவன் கொய்யா மரத்தடியில் போய் வெறித்துப் பார்த்தபடி அமர்ந்திருந்தான். தனக்குத் தானே

பேசிக்கொள்ளும் மகனைப் பார்த்து தாயும் தந்தையும் பயந்தனர்.

திருமணம் செய்துவைத்தால் சரியாகிவிடும் என்ற யோசனையும் அவர்களுக்கு இருந்தது.

இப்படியே இருந்தால் எப்படி என நினைத்தபோதுதான் அவனுடைய ஆல்டேப் அலறியது. ஆல்டேப் மூலம் தொடர்புகொள்கிறார்கள் என்றதுமே அவனுக்கு விளங்கிவிட்டது. பல நாட்களாகச் செயல் படுத்தாமல் இருந்த அதை எடுத்துப் பார்த்தான். அது கொரியா தொடர்பு.

"வரும் புதன்கிழமை வேலையில் சேர்ந்துவிட முடியுமா?" என்றனர்.

அவன் சம்மதிப்பதற்குள் அவனுடைய அப்பா, "போய்ட்டு வாப்பா. இப்படியே இருந்தா எங்களுக்கும் கஷ்டமா இருக்கு" என்றார் தன் மலேய மனைவியைப் பார்த்தபடி.

அந்தணன் டாக்டரிடம் ஒரு வார்த்தை கேட்டுவிடலாம் என்றார். இந்தியா வந்ததில் இருந்து மலேசியாவில் இருக்கும் டாக்டர் மாறனின் சிகிச்சையில்தான் தேவ் இருந்தான்.

ஆல்டேப்பில் எல்லா சோதனைகளையும் அவர் தொடர்ந்தபடி இருந்தார்.

ஏ.டி. திரையில் விசாரித்தார் அந்தணன். தேவுடைய எல்லா ரிப்போர்ட்டுகளையும் டாக்டர் மனதில் ஓட்டிப் பார்த்தார். இன்னும் தேவுக்கு ஓய்வு தேவையாக இருந்தது. ஆனால், ஒரே இடத்தில் சும்மா இருப்பதைவிட ஒரு வேலையில் மூழ்குவது சிறந்ததென நினைத்தார்.

"சுனாமியிலதான் உன் மூளையில ஏதோ நடந்திருக்கு" என அவர் சிந்திப்பது தேவுக்குக் கேட்டது. "கொரியா செல்வதற்கு முன், ஒருமுறை நேரில் வந்து பார்" என்றார் தேவை நோக்கி. மாறன் தன் இருக்கையை சற்றுச் சரித்துவைத்து கண் அயர்ந்தார். செவ்வாய் மண்டலத்தில் குடியிருப்பு ஏற்படுத்தும் பணியின் முழு மூளையும் தேவ்தான். மார்ஸ் மெட்ரோபாலி உருவாக்கத்தில் மூவாயிரம் பேர் பணியாற்றியிருந்தாலும் மையம் அவன்தான். அதில் ராஜேந்திரசோழன் குறுக்கிட்டதுதான் அவருக்கு அச்சமூட்டுவதாக இருந்தது.

3வது குறிப்பு

கி.பி. 1032. சொர்ணத் தீவு.

கடல் கொந்தளிப்பு அதிகமாக இருந்தது. கடுமையான குளிர். அடை மழையும் சேர்ந்து வாட்டியது. மழைக்காலம் தொடங்க இன்னும் இரண்டு வாரங்கள் இருக்கின்றன என்றுதான் கணித்துச் சொன்னார்கள். ஏதோ கணக்கு பிசகிவிட்டது. இந்த நேரம் சுவர்ண தீபத்தை அடைந்திருக்க வேண்டும். மழையும் காற்றும் சுழன்றடித்ததில் பாய்மரங்கள் திசை மாறிவிட வாய்ப்பு உண்டு. மொத்தம் 15 பாய்மரங்கள். இளவரசர் ராஜேந்திர சோழர், அந்தப் பாய்மரக்கலத்தின் முகப்பில் நின்றிருந்தார். பாதுகாவலர்கள் சிலர் சற்றே தள்ளி, அவர் பொருட்டு மழையில் நின்றிருந்தனர். மழைத்தாரைகள், அவர்மீது பட்டுத் தெறித்து விழுந்தன. இரவுப் பொழுது நெருங்கவில்லை. மழை மேகங்கள் திரட்டிய இருட்டில் கரிய திரண்ட கற்சிலை ஒன்று படகுகளின் காவலுக்காக முன் பகுதியில் நிறுத்தி வைக்கப்பட்டது போலத்தான் தெரிந்தார்.

கீழ்தளத்தில் கதகதப்பாக இருக்கும். வந்தமர்ந்து கொஞ்சம் ஓய்வெடுத்துக்கொள்ளச் சொல்லலாம்தான். 'அது எனக்குத் தெரியாதா' என்பார். அப்படி அவர் மழையில் நிற்பதற்கு ஏதோ காரணம் இருக்க வேண்டும். சூறாவளியில் இயற்கையின் எதிரியாகக் களத்தில் நிற்க வேண்டிய நிர்பந்தத்தை அவர் நினைத்துப் பார்க்கிறார் போலும். இருநூற்றி நாற்பது பேரும் கடலில் மூழ்கிச் சாக வேண்டியது தானா என்ற கவலை அவருக்கு இருக்கலாம். கடற்கொள்ளையர்களை ஒடுக்கிவிட்டு வருவதாகத் தந்தைக்குக் கொடுத்துவிட்டு வந்த வாக்குறுதியைப் பற்றியதாக இருக்கலாம்.

கரை ஏற வாய்ப்பு உண்டா என்ற யோசனை இருக்கலாம். அவர் என்ன யோசிக்கிறார் என்பதை ஒருபோதும் யூகிக்க முடிந்ததில்லை. அவருடைய யோசனைகள் பிரமாண்டமானவை. புதிதானவை. சில நேரங்களில் புதிரானவை. ஏற்கனவே யோசித்து முடிக்கப்பட்டவையாக அவை இருப்பது இல்லை. நாவலந் தீவின் தென் பாதி முழுதும் இன்று சோழ ராஜ்ஜியமாக மாறியிருக்கிறது. கலிங்கம், நக்காவரம், கடாரம், மலையூர், சுவர்ணதீபம் போன்ற நெடுந்தூரப் பகுதிகள் எல்லாம் ராஜராஜ சோழனின் கட்டுப்பாட்டில் வந்திருக்கிறது. அவற்றைக் காப்பாற்ற ஒரு திடமான வாரிசு தேவை. அது ராஜேந்திர சோழன்தான் என்பதை உலகமே அறியும். அதில்தான் ஆபத்தும் இருந்தது. ராஜேந்திர சோழன் ஒழிந்தால் சோழ சாம்ராஜ்ஜியம் சரியும். ராஜ்ஜியத்தை உருவாக்குவதைவிட, அதைக் காப்பாற்றுவதுதான் மிகுந்த பொறுப்பான வேலை. அது ஒரு சிலரால்தான் முடியும். சில நேரங்களில் ஒருவரால் மட்டுமே முடியும். அந்த ஒருவன் இவர்தான் என எதிரிகள் துல்லியமாகவே அறிந்து வைத்திருந்தார்கள்.

கரை ஓதம் இருந்த தருணம் பார்த்துத்தான் கலங்கள் கடலுக்கு வந்தன. பருவக்காலங்களை அமைச்சர்களும் கம்மியர்களும் அமர்ந்து தான் கடற்பயணத்துக்கான திட்டம் வகுத்தனர். சோழ ராஜ்ஜியத்தின் கடற்படை குறித்து ரஜபுத்ர அரசுகள் வரை அறிந்திருந்தன. சாளுக்கியர் களும், சாதவாகனர்களும் மலைநாட்டினரும் நன்றாகவே அறிந்திருந் தனர். போரிடும் நோக்கம் சோழனுக்கும் இல்லை. எதிர்த்து நிற்கும் தீரம் அவர்களுக்கும் இல்லை. வர்த்தகம் நடக்க வழி வேண்டும் என்பதுதான் சோழனின் நோக்கம். கால் பதித்த இடம் எல்லாம் வரவேற்பு அல்லது வெற்றி. மேற்கில் எகிப்து, கிரேக்கம் முதல் கிழக்கே கலிங்கம் சொர்ண தீபம் வரை சுதந்திர கடற்பாதை ஏற்படுத்தியிருந்தான் ராஜேந்திரன். ஞால மையம் தமிழகம். சீனத்துப் பட்டும் கிரேக்கத்து பொன்னும் தமிழகம் வந்து அந்தந்த நாட்டுக்குப் பிரிந்து செல்லும். சுங்கம் வசூலிக்க மட்டுமே தன் அரசாட்சியில் ஆயிரக் கணக்கில் கணக்கர்கள் இருப்பது அவனுக்குப் பெருமையளித்தது. அதனால் வர்த்தகப் பாதையில் சிக்கல் இல்லாமல் பார்த்துக்கொள்ளும் பொறுப்பு அவனுக்கு அதிகமாகவே இருந்தது. பிராமணர்களை அரவணைத்துச் செல்வதும் அதிலே ஒரு யுக்தியாக அவன் நினைத்தான். வழி நெடுக இருந்த எல்லா அரசாட்சியிலும் நிர்வாகப் பொறுப்புகளில் ஆலோசனைப் பிரிவுகளில் அவர்களே முக்கியஸ்தர்கள். சதுர்வேதி மங்கலம்... பிராமணர்களுக்குத்தான் எவ்வளவு மானியங்கள்... போரிட வேண்டிய இடத்திலே போர். சாதுர்யம் காட்ட வேண்டிய இடத்தில் சதுர்வேதி மங்கலம். ஆனால்... இயற்கையோடு எப்படி போரிட முடியும்? இயற்கையை வெல்வது முன் எச்சரிக்கை மூலம்தான் ஓர் அளவுக்காவது சாத்தியம். எந்தவித முன்னெச்சரிக்கையும் இல்லாமல் வந்து நடுக்கடலில் நிற்கும்போது என்ன செய்ய முடியும்? திரும்பிய திசை எல்லாம் திரைக்கடல்.

பெரிய அலை ஒன்று கலத்தைத் தூக்கிப் போட்டது. மிகப் பெரிய அலை. ராஜேந்திரன் பாய்மரத்தின் கயிற்றைக் கெட்டியாகப் பிடித்தபடி கலங்காது நின்றான். கவிழ்ந்துவிடும் அளவுக்கு ஆடியது கலம். மேல் தளத்தில் நிரம்பும் மழை நீர் வெளியேறுவதற்கு வழி இருந்தும் அளவுக்கு அதிகமாக நீர் நிரம்பிவிட்டதால், அதை அகலமான பாத்திரங்களில் வாரிக் கடலிலேயே இறைத்துக் கொண்டிருந்தனர் வீரர்கள் சிலர். தளர்ந்துவிட்ட பாய்களை சரியான திசையில் இறுக்கிக் கட்டிக்கொண்டிருந்தனர். கடலின் ஓதம் நன்கு அறிந்த மீகாமன்கள் கடற்படையில் இருந்தனர். சோழன் கடல் அலையிலே சிக்கிக்கொண்டான் என்பது கேவலம். நுட்பம் தெரிந்த சோழர்களின் கடல் அறிவுக்கே இழுக்கு. கரிகாற் சோழன் காலம் முதலே ரோமாபுரிக்கும் யவனத்துக்கும் சுமத்ராவுக்கும் கலம் செலுத்திய கடற்கூட்டம். ராஜேந்திர சோழருக்கு எங்கே பிழை நடந்திருக்கும் என்பது தெரியவில்லை. மீகாமன் பெரும்சாந்தன் நெருங்கிவந்து, “கலம் சரியான திக்கில்தான் செல்கிறது, அதோ வியாழம் தெரிகிறது” என்றார் வானத்தைக் காட்டி.

“மேகம் திரண்டு நின்றதால் மீன்கள் எதுவும் கண்ணில் படவில்லை. மின்னல் வெட்டியபோது, நிலப் பகுதியை நெருங்கிவிட்ட நம்பிக்கை வந்தது. ஒளியின் எதிரொளிப்பின் மூலம் உணர்ந்தேன்.” இளவரசருக்குக் கரையைத் தொட்டுவிடுவோம் என்பதிலே இருந்த ஐயம் தெளிந்தது. ஆனாலும் அவருடைய கேள்விக்குக் பதில் கிடைக்கவில்லை. ஏழு முறை சுமத்ராவுக்கு வந்துவிட்டார். ஒரு முறையும் இப்படி ஓர் இடர்ப்பாடு ஏற்பட்டது இல்லை. இயற்கையைக் கணிப்பதில் எங்கே தவறு நடந்தது என்பதில்தான் அந்தத் தீவிரம்.

“இளவரசே... சில நேரங்களில் பருவகால மாறுபாடுகள் தவிர்க்க முடியாதவை” என அமைதியாக இருந்த ராஜேந்திரனிடம் தானாக விளக்கம் அளித்தார் பெரும்சாந்தன்.

“ஒரு வாரம் முன்னதாகக் கிளம்புவதாக முடிவெடுத்திருந்த நேரத்தில், பௌர்ணமிக்கும் அமாவாசைக்கும் இடைநாளில் கிளம்புவதுதான் உசிதம் என்று தீர்மானமாகக் கணித்துச் சொன்னவர் வழுதி.”

“ஆமாம் இளவரசே... அதனால் என்ன?”

“அவன் பாண்டிய குல வம்சத்தினன்.”

“அதனால்?”

“பலவிதமாக யோசித்துப் பார்க்க வேண்டியிருக்கிறது. உலகம் எல்லாம் எதிரிகளை வென்றுகொண்டிருக்கிறோம். வீட்டிலேயே ஒருவன் வளர்ந்துகொண்டிருந்தால்..?”

“தேவையற்ற சந்தேகம் இளவரசே... அவனை நான் சிறுவயது முதலே அறிவேன். நான்கு தலைமுறைக்கு முன்பே சோழ நாட்டில் வந்து சேவகம் பார்ப்பவர்கள் அவனுடைய குடும்பத்தினர். சுந்தரச் சோழரின் அரசவையிலும் அவனுடைய முப்பாட்டனார் வேலை

பார்த்தார். இலங்கைப் போருக்கு தலைமை வகித்தார்.”

“தெரியும். அதனால்தான் இதை மூன்று தலைமுறை வஞ்சம் என்று யோசிக்கிறேன். நூறு வயது விஷம். நம்பிக்கையைப் பெற்று கழுவறுக்கும் வேலை. நான் இறப்பதால் சோழப் பேரரசு என்ன ஆகும் என்பதை நன்றாகத் தெரிந்தவன் அவன்தான். இப்படியும் யோசித்துப் பார்ப்போமே... அப்பாவுக்கு வயது அறுபதை நெருங்கிவிட்டது.”

“இப்படி ஒரு சந்தேகம் ஏற்பட்டிருந்தால் பயணத்தையே நிறுத்தி யிருக்கலாமே..?”

“சுமத்ராவை நெருங்கும்போது கார்காலத்தின் ஆதிக்கம் பலமாகத்தான் இருக்கும் என்று தெரிந்தேதான் வந்தேன். என் சந்தேகத்தை உறுதிப்படுத்த இந்தப் பயணம் உதவியிருக்கிறது.”

“வீணாகக் குழம்ப வேண்டாம். தஞ்சை சென்றதும் விசாரிப்போம். மழையில் வெகு நேரம் நிற்க வேண்டாம். உள்ளே செல்வோம் வாருங்கள்.”

ராஜேந்திரன் உற்றுப் பார்த்தார். பெரும்சாந்தன் அந்தப் பார்வையின் தீட்சணம் தாளாமல் மெல்ல தலை கவிழ்ந்தார்.

“என்ன அக்கறை... ஆனால், எந்த நேரமும் என்னைக் கொல்வதற்குத் தருணம் பார்ப்பதற்கே நேரம் சரியாக இருக்கிறது உங்களுக்கு...”

“இளவரசே...!” அலறித்தான் போனார் பெரும்சாந்தன். அதே நேரத்தில் அவருடைய வலக்கை இடுப்பில் சொருகியிருந்த குறுவாளை இறுகப் பிடித்தது. தாக்குவதற்கா, தற்காப்புக்கா?

“குறுவாளுக்கு அவசியம் இருக்காது சாந்தனாரே.” என இளவரசர் சொல்லி முடிப்பதற்குள், வில் அம்பு ஒன்று எங்கிருந்தோ பெரும் சாந்தனின் நெஞ்சிலே பாய்ந்தது. “வாழ்க பாண்டியப் பேரரசு” என்றபடி வீழ்ந்தவனை அப்படியே லாவகமாகக் கடலுக்குள் தள்ளினார். கடற்பயணம் தொடங்கிய நாளில் இருந்தே அவன் மீது அந்த சந்தேகம் இருந்தது. இரண்டு முறை பாலிலே நச்சைக் கலந்துகொடுக்க முயன்றான். பலிக்கவில்லை. குறுவாளால் குத்திச் சாய்க்கவும் சமயம் பார்த்தான். குயுக்தியால் வீரத்தால் வீழ்த்த முடியாத இளவரசர், இயற்கையின் சீற்றத்தாலாவது அழிந்துபோவார் எனக் காத்திருந்தான். தானும் இறந்துபோவதன் மூலம் எந்தச் சந்தேகமும் இல்லாமல் போய்விடும் என நினைத்தான். புயல் கருவுறும் காலம் கருதி பயணத்துக்கு நாள் குறித்தது மட்டுமல்ல... திசை மாற்றி காலம் தாழ்த்திச் சிக்கவைத்ததும் பெரும்தச்சன்தான்.

எல்லாவற்றையும் எதேச்சையாக நடப்பதாக எப்படி நினைக்க முடியும். பெரும்சாந்தன் சோழவம்சத்தின் நீண்ட நெடிய வரலாற்றில் முக்கிய இடம் பிடித்தவன்தான். ஆனால், இடம் பிடிப்பதற்காகவே இவ்வளவும் செய்தார் என்பதை மெய்க்காவலர்கள் மோப்பம் பிடித்து விட்டனர். ஒற்றர்கள் உறுதிசெய்தனர். மனதிலே இடம் பிடிப்பதற்கான

நோக்கம், சோழநாட்டைப் பிடிப்பதற்காகத்தான் என்பது தெரிய வந்தபோது இளவரசர் அதிர்ச்சி அடைந்தார். பாண்டிய - சோழப் பகை நீண்ட வரலாறு கொண்டது. ஆயிரம் காலத்து விஷப் பயிர். மெய்க்காவல் படையினரை எச்சரிக்கை செய்துவைத்திருந்தார். வழக்கமான பயணம் இல்லை இது. கடற்கொள்ளையர்கள் என்றோ ஒடுங்கிவிட்டனர். சுவர்ணதீபம், நக்காவரம் தீவுகள் சோழ அதிகாரத்தின்கீழ் வந்து ஆண்டு பல ஆகிவிட்டன. இந்தப் பயணம் மிக முக்கியமானது. சுவர்ணத்தீவில் முடிக்க வேண்டிய பழைய கணக்கு ஒன்று இருந்தது. அதற்காகத்தான் இந்தப் பயணத்தில் ஆர்வம் செலுத்தினார் ராஜேந்திரன். வெண்ணிக் குயத்தியார் காலத்துக் கணக்கு அது. முப்பாட்டன் கரிகாலன் காலத்தின் தேடல்.

படைத் தளபதி மெய்கீர்த்தி அருகே வந்தார். "கரையை நெருங்கி விட்டோம், இளவரசே" என்றார்.

காபி மேக்கர் பீப் பீப் என பீப்பிக்கொண்டிருந்தது.

எங்கோ 10 நூற்றாண்டுகள் தள்ளிக் கேட்டது அந்த பீப் ஒலி.

தேவுக்கு சூழ்நிலைக்கு வருவதற்கு சில நிமிடங்கள் பிடித்தன. சோழ இளவரசன் ராஜேந்திரனுடன் பயணித்தது போலவே தத்ரூபமாக இருந்தது கனவு. கண்களை மூடினால் இன்னமும் கடல் அலைகளுக்கு நடுவே ராஜேந்திர சோழன் நிற்பது தெரிந்தது. அந்தக் கடலின் குளிர்ச்சி அப்படியே உடம்பின்மீது படிந்திருந்தது. அவர்கள் பேசியது எல்லாம் அப்படியே இன்னமும் காதில் இருந்தது. வழக்கமாகக் கனவுகள் வந்தால் துண்டுத் துண்டாக இருக்கும். எங்கோ தொடங்கி எங்கோ முடியும். ஒரு கதாபாத்திரம் வேறு ஒன்றாக மாறிவிடும். யார், எங்கே, என்ன, எப்போது என்ற தெளிவுகள் இல்லாமல், படவிழாவில் பார்த்த மொழி தெரியாத படம் போல இருக்கும். இது கனவல்ல; நிஜம். கடல் கொந்தளிப்பின் மழையின் ஈரம் இன்னும் உடம்போடு இருந்தது. ராஜேந்திர சோழனுக்கு அருகே நின்றிருந்தது. ஒரு கையால் பாய் மரத்தின் கயிற்றைப் பிடித்துக் கொண்டு, இன்னொரு கையை இடுப்பிலேஊன்றியிருந்தார். அவருடைய மூச்சுக் காற்றும் உடல் வெப்பமும்கூட நன்றாக நினைவிருக்கிறது. இதே போன்ற கனவு... சே, இது கனவு இல்லை. இதே போன்ற நினைவு வருவது இது இரண்டாவது முறை.

முதலில் வந்தது... பிரம்மதேசம். ராஜேந்திர சோழன் உயிர் நீத்த இடம்.

"என்னடா பேய் அறைஞ்சாப்ல பாக்கிறே?"

தேவ் முகத்தில் தெரிந்த குழப்பத்தைப் பார்த்துவிட்டு அக்கறையாகக் கேட்டான் ஷகில்.

“இன்னைக்கும் ராஜேந்திர சோழனை நேர்ல பார்த்தன்டா.”

“கனவுல பார்த்தேன்னு சொல்லு.”

“கனவு இல்லடா... நேர்லடா.” அவன் நம்பப் போவது இல்லை.

இத்தனை தத்ரூபமாக சுமார் நான்கு மணி நேரம் நான் ராஜேந்திர சோழருடன்தான் இருந்தேன் என்றால் யாருமே நம்பப் போவது இல்லை. அவனுக்கு அழுகையாக வந்தது... தனக்குள் என்ன நடக்கிறது? வெண்பஞ்சுப் படுக்கையில் அவன் சோர்வாகப் படுத்திருந்தான். கொஞ்சம், கொஞ்சமாக அவன் வசம் இழந்து வருவது அச்சுறுத்தியது. ஏதோ டாஸ்க் முடிக்க வந்தவன் போல, யாரோ தன்னை ஆட்டுவிப்பது போல அவன் சிரமப்பட்டான். அழற்சியாகப் படுத்திருப்பது பிடித்திருந்தது. ஆனால் அது வேறு ஒரு காட்சிக்கு அழைத்துச் சென்று விடுமோ எனவும் பயமாகவும் ஆர்வமாகவும்கூட இருந்தது. ஆர்வமாகவா... என்ன ஆர்வம் இருக்க முடியும்?

“ப்ரோவின் பாக்ஸ்ல பார்... எத்தனை மெசெஜ் வந்திருக்கு. சீக்கிரம்டா... எம்.எம். மீட்ல இன்னைக்கு அடுத்த கட்டம் பாயறோம்” என்றான் ஷகில். மூளையில் ராஜேந்திரனையும் தூக்கிக்கொண்டு மார்ஸ் மிஷன் கூட்டத்துக்குத் தயாரானான் தேவ்.

4 வது குறிப்பு

கி.பி.2016, டிசம்பர், கென்டகி.

வந்ததும் வராததுமாக பூனைக்குட்டியை எடுத்து மார்பின் குறுக்கே அணைத்துக்கொண்டான் ஜான் வில்பர் கெய்ஸெர். அவன் ஓர் அமெரிக்க கிரேக்கன். அமெரிக்க கிறுக்கன் என்பது இன்னும் பொருத்தமாக இருக்கும். சமீபகாலமாக அவனுடைய நடவடிக்கைகள் அப்படித்தான் இருந்தன. கெய்ஸெர் என்றால் தலையில் அதிக முடியுள்ளவன் என அர்த்தமாம். பிறந்தபோதே சீஸர் போல நீண்ட முடியுடன் இருந்ததாகச் சொல்லிக்கொள்வான். உச்சிவெயில் நேரத்தில்தான் ஜன்னலுக்கு வெளியே சற்றே வெளிச்சம் பாவியிருந்தது. பூனையின் அணைப்பு அமெரிக்க டிசம்பர் மாதக் குளிருக்கு இதமாக இருந்தது வில்பருக்கு. அந்தப் பூனையின் பெயர் புலி. அதை ஆங்கிலத்தில் அழைத்தார்கள். டைகருக்குப் புலி போலவே நிறம்... கோடுகளும் அப்படித்தான் இருக்கும். அதன் தலையை வருடிவிட்ட படி கோட் பாக்கெட்டில் சுருட்டி வைத்திருந்த பர்கரை எடுத்து ஊட்டினான். முர்கோஷ் தன் பூனைக்கு இப்படி கால நேரம் இல்லாமல் பர்கர் ஊட்டும் ஜான் வில்பரின் விவஸ்தையற்ற அன்பின் காரணமாக ஏதேனும் விபரீதம் நேருமோ என பயந்தான். தொப்பை விழுந்தால் அப்புறம் பூனையை ஜிம்முக்கு அழைத்துச் செல்ல நேரும் என்ற பயம் முர்கோஷுக்கு. சமீபத்தில் அரவிந்த கோஷ் மீது பைத்தியமாகி, தன் முர்கேஷ் என்ற பெயரை முர்கோஷ் என மாற்றிவிட்டவன் அவன்.

மேற்சொன்ன தகவல்களில், அமெரிக்காவில் ஒரு

பனிக்காலத்தில் ஒரு தமிழனின் வீட்டில் ஜான் என்பவன் வருகை தந்திருப்பது புரிந்திருக்கும். காலம் 2016ஆம் ஆண்டு டிசம்பர் மாதம். இடையில் இதை உறுதிப்படுத்திக்கொள்வதற்கு ஒரு காரணம் இருக்கிறது. அது ஜான் வில்பருக்கு இருந்த விநோதமான வியாதி சம்பந்தப்பட்டது. ஜானுக்கு அந்தப் பூனையைப் பிடித்துப்போனதற்கு ஒரே ஒரு காரணம், அதற்குப் புலி எனப் பெயரிட்டிருந்ததுதான். அதைப் புலி என்றே அவன் நம்பவும் விரும்பினான். இதுதான் அந்த நோயின் ஆரம்ப அறிகுறி. ஒருநாள் நள்ளிரவில் முர்கோஷுக்குப் போன் செய்து, "சோழர்களின் கொடியில் புலிச் சின்னம் பொறித்திருக்குமாமே... அதை ஏன் நீ என்னிடம் மறைத்துவிட்டாய்" என வருத்தப்பட்டான். "நீ கேட்டிருந்தால் நான் சொல்லியிருப்பேன்" என முர்கோஷ் சொன்ன போது அது அவனுக்கு நியாயமெனப்பட்டது.

சிந்து சமவெளியில் எருதுகள் வரைந்து வைக்கப்பட்டிருந்ததை அறிந்தபோது ஏகமாய் அதிர்ச்சியடைந்துபோய் பலமுறை பலரிடம் உறுதிபடுத்தியவாறு இருந்தான். சிந்து சமவெளி நாகரிகத்தினர் பலவகையான எருதுகளை செதுக்கி வைத்திருந்தனரா என பதைத்துப் போனான். "அங்கே எருது சின்னங்கள் கிடைத்தது பற்றி உனக்கு முன்னரே தெரியும் என்றால் அது பற்றி ஒரு தடவைகூட பெருமைப்பட்டுக்கொள்ள நீ நினைக்கவில்லையா?" என்றான் ஒரு தரம். முர்கோஷ், "உனக்கு என்னவோ பிரச்சினை இருக்கு" என்றான் பொதுவாக. ஜானுக்கு காலம், விலங்கு எல்லாமே கொஞ்சம் கொஞ்சம் பிசிர் அடித்தது.

ஜான், சாஃப்ட்வேர் இன்ஜினீயர். புரோக்ராம் எழுதுவதில் அசுரன். முர்கோஷுடன் வேலை பார்ப்பவன். ஒரே ஒரு கெட்ட அறிகுறி... சோழர்கள். அவனுக்கே அது தெரிந்திருந்தது. அவனாகவே மனநல மருத்துவர்களைச் சந்தித்து அதற்கு விளக்கம் கேட்டான். மருத்துவருக்கு சோழர்கள் பற்றி எல்லாம் தெரிந்திருக்கவில்லை. முடிந்த அளவுக்கு ஜானிடம் இருந்தே கேட்டு, "ஆயிரம் இரண்டாயிரம் ஆண்டுகளுக்கு முன் வாழ்ந்த அரசர்களைப் பற்றி இப்போது சிலாகிப்பது தேவையற்றது... அந்த மாதிரி விஷயங்களில் ஆர்வம் காட்டுவதை நிறுத்திவிடுங்கள்" எனச் சொல்லி சில சாந்தப்படுத்தும் மாத்திரைகளைக் கொடுத்தார். ஆனால், அந்த மாத்திரைகளைச் சாப்பிடுவதை ஜான் நிறுத்திவிட்டான்.

முர்கோஷ் வீட்டில் பூனை இருந்தது போலவே ஒரு குட்டிப் புத்தகமும் இருந்தது. அது கோழிகள் பற்றிய புத்தகம். குழந்தைகளுக்கானது. ஒவ்வொரு வீட்டு விலங்கு பற்றியும் குழந்தைகளுக்குப் புரியும் விதத்தில் பெரிய பெரிய படங்களுடன் அந்தத் தொடர் நூலாக வந்திருக்கலாம். ஏனோ முர்கோஷ் கோழிகளின் கதை என்ற புத்தகத்தை வாங்கி வந்திருந்தான். தமிழ்நாட்டில் நடைபெறும் புத்தகச் சந்தையில் வாங்கிவந்ததாக முர்கோஷ் சொன்னான். முர்கோஷின் நான்கு வயது மகனுக்கு அந்தப் புத்தகத்தில் படிக்க எதுவும் இல்லை. படங்கள் பார்த்தான். ஜானும் அதைத்தான் செய்தான். ஆனால் அவனுக்குக் கோழிகள் மீது இனம் புரியாத பாசம் ஏற்பட்டுவிட்டது. பாசம்

என்பதைவிட பைத்தியம் என்பது சரியாக இருக்கும். விபரீதமான பைத்தியம்.

நிறைய படங்களும் சிறிய செய்திகளும் உள்ள புத்தகம் அது. அதில் பைத்தியமாகும் அளவுக்கு என்ன இருக்கிறதோ? அந்தப் புத்தகத்தை எனக்குத் தருவாயா என ஜான் வாயைவிட்டே கேட்டான். அப்போதே அதில் இயல்பு மீறிய தன்மை தெரிந்தது. ஓர் அமெரிக்கன் கேட்கும் தொனியே இல்லை அது.

அடுத்த நாளில் இருந்து கோழிகள், சேவல்கள் பற்றி தினமும் சில வினாடிகளாவது பேசுவதை அவன் வழக்கமாக வைத்திருந்தான். அந்த நேரம் பார்த்து சேவல் சண்டை பற்றி அவனுக்கு யாரோ சொல்லி விட்டார்கள். அது எங்கே நடக்கும் எனக் கேட்டான். இரண்டு சேவல்களை மோதவிட்டு ரசிப்பார்கள் என்பதைத் தாண்டி வேறு எதுவும் முர்கோஷுக்கும் தெரிந்திருக்கவில்லை.

சேவல், கோழி என்ற தமிழ் வார்த்தைகள் அவனுக்கு நன்கு பழகிவிட்டன. 'சண்டக் கோழி', 'ஆடுகளம்' என்ற இரண்டு தமிழ்த் திரைப்படங்களை அவனாகவே தேடிக் கண்டுபிடித்துப் பார்த்தான். கோழிகளைச் சண்டைக்குத் தயார் செய்வது பற்றி அவனுக்கு நிறைய கேள்விகள் இருந்தன. இதன் காரணமாக சில அந்நியமான நேரங்களில் அவனிடம் இருந்து வரும் போன்களை முர்கோஷ் புறக்கணிக்கவும் செய்தான். என்ன நினைத்துக்கொண்டு இந்த அகால நேரத்தில் தூங்கும் ஒருவனை எழுப்புவானோ என முன்னெச்சரிக்கையாக இருக்க வேண்டியிருந்தது. சண்டைக் கோழிகளுக்கு எனப் பிரத்யேக உணவு வகைகள் உண்டா எனக் கேட்பான். தொடர்ச்சியாக நள்ளிரவு நேரங்களில் அவனிடம் இருந்து வந்த போன்களை முர்கோஷ் தவிர்த்து விட்டது, வேறு சில விளைவுகளை ஏற்படுத்திவிட்டன. அவன் இணையத்தின் வாயிலாக அதே விஷயங்களைத் தீவிரமாகத் தேட ஆரம்பித்துவிட்டான் என்பது அவன் ஒரு கொலை வழக்கில் கைதான அன்றுதான் தெரிந்தது.

ஒருநாள் அதிகாலை கென்டகி காவல் துறையில் இருந்து அதிகாரி ஒருவர் வீட்டுக் கதவைத் தட்டினார். "உங்கள் நண்பர் ஜான் வில்பர், பேராசிரியர் கிங்ஸ்லியைக் கொலைசெய்துவிட்டார். தெரிந்தவர் என உங்கள் எண்ணைச் சொன்னார். கொஞ்சம் காவல் நிலையம் வரை வர முடியுமா?" என நாகரிகமாக அழைத்தார். முர்கோஷ் பயத்தில் உறைந்து போய் சுகுணாவைப் பார்த்தான். அவன் விரல்கள் குளிரினால் நடுங்கவில்லை என நன்றாகவே தெரிந்தது. வழக்கறிஞர் துணையுடன் காவல் நிலையம் சென்றான். விசாரணைக் கைதியாக அங்கே ஜான் வில்பர் அமர்த்தப்பட்டிருந்தான்.

காவல் அதிகாரி சில கேள்விகளை மட்டும் முர்கோஷிடம் கேட்டார். 'ஜானை எவ்வளவு நாட்களாகத் தெரியும்... கொலை செய்யப்பட்டவரை உங்களுக்குத் தெரியுமா...' போன்ற எளிமையான கேள்விகள்.

அனைத்துக்கும் தேவைக்கு அதிகமாகவே விளக்கம் தந்தான் முர்கோஷ். கிளம்பும்போது, "சேவல்களை வைத்து சண்டை நடத்தப்படுவது பற்றி உங்களுக்கு எதுவும் தெரியுமா?" என்றார். முர்கோஷ் திடுக் கிட்டதை அவர் சந்தேகமாகப் பார்த்தார். "சேவல் சண்டை என்பது ஏதேனும் குறியீட்டு வார்த்தையா?" எனக் கேட்டார். முர்கோஷ் கடந்த ஆறுமாதங்களாக ஜான் நடத்திவந்த அத்தனை சேவல் ஆராய்ச்சிகளையும் தனக்குத் தெரிந்த அளவில் சொன்னான். சங்கேத வார்த்தை என்றெல்லாம் ஆராய வேண்டாம் என்பதை சொன்னான். ஜானின் மனநலக் குறைபாடுதான் காரணம் என்பதைக் காவல் அதிகாரியும் ஓரளவுக்கு உணர்ந்திருந்தார். "கொலை நிகழ்ந்திருப்பதால் இப்படியெல்லாம் யோசிக்க வேண்டியிருக்கிறது. தேவைப்பட்டால் பிறகு அழைக்கிறேன்" எனச் சொன்னார்.

"ஆனால் கொலை எதற்காகத்தான் நிகழ்ந்தது?" என முர்கோஷ் அவனும் அறியாமலேயே அதிகாரியிடம் கேட்டான்.

"பேராசிரியர் ஜீவகாருண்ய சீலர். உலகில் வெவ்வேறு நாடுகளிலும் விலங்குகள் துன்புறுத்தப்படுவதைப் பற்றி ஒரு நூல் எழுதியிருந்தார். அதில் தமிழகத்தில் நடக்கும் சேவல் சண்டை பற்றியும் காட்டுமிராண்டித்தனமான இந்தச் செயல் தடுக்கப்பட வேண்டும் எனவும் எழுதியிருந்தார். கடந்த இரவு ஜான் வில்பர் அவரைச் சென்று சந்தித்திருக்கிறான். சேவல் சண்டையின் பெருமைகளை அவருக்குச் சொல்வதுதான் அவனுடைய நோக்கம். எதிர்பாராதவிதமாக சேவல்களின் பெருமையைக் கேட்கும் மனநிலையில் பேராசிரியர் இல்லை. அது சம்பந்தமான விவாதம் வளர்வதற்கு பதில் மோதல் வளர்ந்திருக்கிறது. ஆறாயிரம் ஆண்டு தொன்மையுள்ள ஒரு விளையாட்டை இன்று தோன்றிய அரைவேக்காட்டுத்தனமான ஜீவகாருண்ய இலக்கணங்களினால் தடை செய்வது சரியல்ல என்பதை விளக்குவதற்கான வாய்ப்பு ஜானுக்குக் கிடைக்கவே இல்லை. பேராசிரியர் அவனைக் குடிவெறியில் உளறும் பைத்தியக்காரனைப்போலப் பார்த்தார். அலட்சியம், நிராகரிப்பு, புறக்கணிப்பு எல்லாம் ஒரே நேரத்தில் ஜான்மீது பிரயோகிக்கப்பட்ட ஆத்திரத்தில், பேராசிரியரின் டேபிளில் இருந்த தேக்கு மரத்தால் ஆன செஸ் போர்டை எடுத்து அவருடைய மண்டையைப் பிளந்துவிட்டான்." இப்படித்தான் அதிகாரி சொன்னார்.

முர்கோஷுக்கு ஜான் இருக்கும் திசையைத் திரும்பிப் பார்க்கவும் அச்சமாக இருந்தது. என்ன ஒரு முட்டாள்தனம்? அவனை டாக்டர்களிடம் காட்டியிருக்க வேண்டும். தானே அக்கறை எடுத்து சீராக்கி யிருக்க வேண்டும். ஆனால், ஜான் பேச விரும்புவதாகச் சொல்லவே, முர்கோஷை அவனிடம் அழைத்துச் சென்றார் அதிகாரி. அவன் சோர்வாக இருந்தான். பித்து நிலையில் அவன் கண்கள் களைப்புடனும் ஏராளமான அசைவுகளுடனும் இருந்தன. "சேவல் சண்டை காட்டு

மிராண்டிகளின் செயலா? ஆறாயிரம் ஆண்டுகளுக்கு முன்னர் சிந்து சமவெளியில் நிகழ்த்தப்பட்ட விளையாட்டல்லவா? உலகுக்கே நாகரிகம் கற்றுத் தந்தவர்கள் காட்டுமிராண்டிகள் என்றால் என்னால் எப்படிப் பொறுத்துக்கொள்ள முடியும்?" என்றான்.

இந்த வினோதமான கொலை வழக்கு பற்றி இந்திய தினசரிகளில் செய்தி எதுவும் வரவில்லை. ஒரு அப்கன்ட்ரி தினசரி ஒன்றை அமெரிக்கன் நூலகத்தில் பார்த்தபோதுதான் சரவணனுக்கு இது தெரியவந்தது. ஏதோ சுவாரஸ்யம் உறைத்தது. தன் சேனல் நிருபர் பணியில் இது தனித்துவமான செய்தியாக இருக்கும் என நினைத்தான். நீண்ட நெடிய போராட்டத்துக்குப் பிறகு ஜான் வில்பர் சிறை வைக்கப்பட்ட இடத்தை அறிந்து, அந்த முகவரிக்குக் கடிதம் எழுதினான் சரவணன். சேவல் சண்டையைக் குறை கூறியதற்காகக் கொலை செய்தது ஏன்? எனில், உங்கள் பின்னணி என்ன எனக் கேட்டிருந்தான். 'பிறந்ததில் இருந்து எனக்கு யாருமே கடிதம் எழுதியதில்லை' என்ற மகிழ்ச்சியோடு அவன் பதில் அளித்திருந்தான். கடைசி வரியை இப்படி முடித்திருந்தான். 'இரும்பொறைச் சோழனிடம் வாக்குக் கொடுத்த மூன்று கிரேக்கர்களில் என்னுடைய மூதாதையரும் ஒருவர் அல்லவா?' என மகிழ்ந்திருந்தான்.

5வது குறிப்பு

கி.பி.2037, மலேசியா.

நான்கு காலகட்டங்கள் தேவுடைய மூளையில் ஆழப்பதிந்திருந்தன. முதலில் தமிழ் மொழி உருவான காலம். அதை அவன் பத்தாயிரம் ஆண்டுகள் என வரையறுத்திருந்தான். இரண்டாவது, சிந்துசமவெளி நாகரிகம் தழைத்தோங்கிய காலம். மூன்றாவது, ராஜராஜ சோழன் காலம். நான்காவது, 2017ஆம் ஆண்டு... ஜான் வில்பர் என்ற அமெரிக்கன், சரவணன் என்பவன் பற்றியது. சரவணன் என்பவன், தொலைக்காட்சி சேனல் ஒன்றில் வேலை பார்த்துக் காணாமல் போனவன். இவைதான் முக்கியமான நினைவுப்பகுதிகள். இடையிடையே கரிகால் சோழன், அசோகர், திருவள்ளுவர், இந்தி எதிர்ப்புப் போராட்டம், ராஜீவ் காந்தி படுகொலை ரகசியங்கள் எனப் பிதற்றிய படி இருந்தான். அதாவது ஐம்பதாயிரம் ஆண்டு தமிழர் வரலாற்றை சிலமணி நேரங்களில் சொல்லிவிடும் தவிப்புடன் எங்கோ ஆரம்பித்து என்னவோ முடிச்சுப்போட்டு முடித்தான். எதுவும் கோவையாக இல்லை. துணுக்குச் சம்பவங்கள். தமிழர்கள் பல சமயங்களில் ஏமாற்றப்பட்டதைச் சொல்லி மாய்ந்தான். தமிழ்மீது எள் மூக்கு முனையளவும் சம்பந்தம் இல்லாத தேவ் இப்படியெல்லாம் பேசுவது ஒன்று மட்டுமே மாறனுக்கு இருந்த ஆச்சர்யம். அவர் இதில் வேறு எதையும் கணக்கில் எடுத்துக்கொள்ளவில்லை.

மல்டி லேயர் எஸ்.எஸ்.டி. ஸ்கேனரில் அவன் மூளையை ஒரு ரவுண்டு வந்தார் டாக்டர் மாறன். சிரிக்கச் சொல்லி, பேசச் சொல்லி மூளையில் நடக்கும் ரசவாதங்களைப் பார்த்தார். ஜப்பான் தீவு ஒன்றில் சுனாமியில் சிக்கி மீண்ட

பிறகு ஏற்பட்ட மனச் சிக்கல்களை தேவ் முதல் முறை வந்து முறையிட்டபோது மாறன் பெரிதாக எடுத்துக் கொள்ளவில்லை. இப்போது ஏதோ விபரீதம் தெரிந்தது. அவன் வேறு ஒரு நபர் போல நடந்துகொண்டான். அதுவும் கணிக்க முடியாத சிலவேளைகளில். சம்பந்தமில்லாமல் பேசினான். சில பெயர்கள்... சில நிகழ்ச்சிகள்... சில ஊர்கள் என குழப்பினான். எதுவும் தொடர்ச்சியாக இல்லை. அவன் முகத்தில் லேசான அச்சமும் சில வியர்வைத் துளிகளும் இருந்தன.

தேவ், பத்தரை மாற்றுத் தங்கம் என்றெல்லாம் சர்டிபிகேட் கொடுக்க முடியாது. 2035லிருந்தே மக்களுக்குப் பத்தரை மாற்றுத் தங்கம் பைத்தியம் பிடித்துவிட்டது. எல்லா நகைக்கடைக்காரர்களும் அப்படி ஓர் ஒசத்தியான தங்கம் இருப்பதாகப் பெண்களை நம்ப வைத்து விட்டனர். நிறைய இளம் பெண்கள் அவன் தொடர்பில் இருந்தனர். அவர்களுக்கு அவன் பத்தரை மாற்றுத் தங்கமாக இல்லை என்றாலும் பிடித்திருந்தது. அதிகம் சம்பாதிப்பவன், அழகன், ஆரோக்கியன், திறமைசாலி என்ற காரணங்களால் பெண்கள் மொய்த்தனர். சபலத்தைச் சற்றே நகர்த்திவிட்டுப் பார்த்தால் பாராட்டு வதற்கு நிறைய விஷயங்கள் இருந்தன. ஃப்யூச்சர் டெக்னாலஜி மனிதன். நேனோ நாயகன். இந்தக் குறிப்பிட்ட விஷயம் என்றில்லை. எதையும் பேசலாம். அதிலே அதிகமாக தெரிந்துவைத்திருப்பான். பக்கத்து சீட்டுக்காரன் நேரத்தையும் சேர்த்து திருடிக்கொள்வானா என சந்தேகமாக இருக்கும். இப்போது படுக்கையில் பார்க்கப் பரிதாபமாக இருந்தது.

பாஸிட்ரான் எமிஷன் டெஸ்ட்டின்போது ராஜேந்திர சோழன் பெயரைச் சொன்ன நேரங்களில் மூளையின் சில பகுதிகள் மல்டிடர் திரையில் சிவப்பதைப் பார்த்தார் டாக்டர். டோமோகிராஃப் சென்ஸர் இமேஜில் சாயங்கள் சிவப்புச் சிவப்பாக அச்சுறுத்தின. தேவ் மூளையின் அசாதாரணத் தன்மையை அவர் உணர்ந்தார்.

டாக்டருக்குக் காரணம் தேடும் அவசரம். கண் பாவைகள் இப்படியும் அப்படியும் உருண்டன. அவருடைய தோல் சிவப்பாகவும் லேசாகப் பழுத்து சுருங்கியதுபோலவும் இருந்தது. அனுபவப் பழம். அவருடைய ஆய்வுக்கட்டுரைகள் சர்வதேச அறிவியல் சஞ்சிகைகளில் அதிகம் பிரசுரமாகும். ஜீன் இதழில் தொடர்ச்சியாக எழுதி வருபவர். தமிழராக இருப்பதில் நோபல் எல்லையை அடைவதில் சில சிக்கல்கள் இருந்தன. மூன்று தமிழர்கள் நோபல் வென்றிருந்தாலும் இவருக்கு மட்டும் அந்த வாசல் திறக்கவில்லை.

தேவ், நியூரோ ட்ரான்ஸ்மிஷன் ஸ்கேனரில் இருந்தபோது, சோழர்கள் பற்றி இரண்டு வார்த்தைகள் கிளறினார். அவர் பேசியபோது அவன் மண்டைக்குள் நடக்கும் விநோதங்களைக் கவனித்தார். சொன்னது கலிங்கம், சுவர்ணத்தீவு என்ற வார்த்தைகள். அவை அவன் நியூரான்களைத் துள்ளவைத்தன. அந்த வார்த்தைகள் அவருக்கும் பரிச்சயமில்லை. தேவ் உளறல்களில் இருந்து பொறுக்கி எடுத்தவை.

டாக்டர் அவர் இருக்கையில் சென்று அமர்ந்து, சுட்டுவிரலால்

நெற்றியைத் தேய்த்துக்கொண்டார். அவருடைய மனோதத்துவக் கூடத்தில் வெண்மைக்கு முக்கியத்துவம் கொடுக்கப்பட்டிருந்தது. சோபா, நாற்காலி, டேபிள் எல்லாமே எல்லா நிறங்களும் சரிவிகிதத்தில் கூடிய, வெள்ளை வெளேர்.

ஸ்கேனரில் இருந்து அவனை வெளியேற்றி, "சரித்திரக் கதைகள் நிறைய பார்ப்பாயா?" என்றபோது, தேவ் கொட்டாவிவிட்டான்.

இந்தக் கேள்வியை தேவ் விரும்பவில்லை. "உங்கள் ஆரம்பமே சரியில்லை. 2020இல் வந்த தமிழ்ப் படங்களில்கூட இப்படிக் கேட்பதை விட்டுவிட்டார்கள். அதற்கு அப்புறம் ஒரு தலைமுறை கடந்து விட்டோம்."

டாக்டர், அடுத்து கேட்க இருந்த 15 கேள்விகளை நிராகரித்துவிட்டு, "உன் மூளையின் ஒரு பகுதி வேறு ஒருவனுக்குச் சொந்தம்போல இருக்கிறதா?" என்றார்.

"ஆமாம். சில நேரங்களில் வேறு இடங்களில், வேறு காலங்களில், வேறு நபராக இருக்கிறேன்."

"முதலில் ராஜேந்திர சோழன் என்பவர் தமிழ்நாட்டு ராஜா தானே? அவர் எப்போது உனக்குள் வந்தார்?"

"எனக்கு வரலாறு தெரியாது. ஐந்தாம் வகுப்பிலேயே வரலாறு வேண்டாம் என அடினைன் மியூட்டேஷன் பிரிவுக்கு மாறிவிட்டேன். ராஜேந்திர சோழன் என்ற பெயரே கடந்த ஒரு மாதமாகத்தான் தெரியும். பாப் அப் போல திடீரென சரித்திரக்காலம் துல்லியமாக மலர்ந்துவிட்டது. எல்லாம் அப்படியே... பசுமரத்து ஆணிபோல. டாக்டர்... இந்தப் பசுமரத்து ஆணி என்பது எல்லாம்கூட எனக்குப் புதியது. ஏதோ குத்துமதிப்பாகத்தான் சொல்கிறேன். முதல் முறை அந்த அரசர் வந்தது, உலகத் தலைமைப் பொறுப்புக்கு ரஷ்யா அங்கீகாரம் பெற்ற தினம். அதனால், அந்த நாள் நன்றாக நினைவிருக்கிறது. ஆகஸ்ட் முதல் தேதி 2037. சுனாமி அலையில் நான் தூக்கி வீசப்பட்ட நாளும்கூட.

ராஜேந்திர சோழன் பிரம்மதேசம் என்ற ஊரில் தன் இறுதி மூச்சை எண்ணிக்கொண்டிருக்கிறார். இரவு நேரம். விளக்கொளியில் அவருடைய படுக்கையைச் சுற்றி சிலர் நிற்கிறார்கள். ஒருவர் அரச வைத்தியர். ராஜேந்திர சோழனின் பட்டமகிஷி. எல்லோரும் சோகமாக இருக்கிறார்கள். 'சுவர்ணத் தீவு போனவர்கள் வந்துவிட்டார்களா?' என அரசர் கேட்கிறார்."

"நேரில் பார்ப்பது போலவே இருந்ததா?"

"நான் நேரில்தான் அந்தக் காட்சியைப் பார்த்தேன்."

"நீங்கள் அங்கே நிற்பது தெரிந்ததா?"

"நான் அங்கே இருந்தேனா என உறுதியாகத் தெரியவில்லை... ஆனால்... ஆனால்..?"

"எல்லாவற்றையும் சொன்னால்தானே நான் ஏதாவது செய்ய முடியும்?"

"நான்தான் ராஜேந்திரன் எனத் தோன்றியது..."

"ஓ!"

"அவர் மனதில் ஏதோ ஒரு ரகசியம் தீயாக எரிந்துகொண்டிருப்பதைப் பார்த்தேன். இரண்டாவது முறை அவர் இளவரசராக சுவர்ணத்தீவு செல்லும் காட்சியைப் பார்த்தேன். அப்போதும் 'அங்கே தீர்க்க வேண்டிய கணக்கு ஒன்று பாக்கியிருப்பதாக'ச் சொன்னார் அல்லது அவர் மனதில் நினைத்தார்."

கண்ணாடியை நெற்றிக்கு நகர்த்தி, ஆர்வமாக நோக்கினார்.

"ரகசியம்?"

"அதுதான் என்னவென்று தெரியவில்லை."

டாக்டர் சிரித்தார். "ஆயிரம் வருஷத்துக்கு முந்தைய ரகசியம். ஆர்வமூட்டுகிறது. பிரம்மதேசம் எங்கே இருக்கிறது?"

"ஏதோ புராணப் பெயர்போலத்தான் நினைத்தேன். க்ளவுட் ப்ரௌஸரில் தேடியபோது, சென்னைக்கு அருகே காஞ்சிபுரம் பக்கத்தில் அப்படி ஓர் ஊர் இருப்பதைக் கண்டுபிடித்தேன். அங்கே தான் ராஜேந்திர சோழன் இறந்தார் என்றும் எழுதியிருக்கிறது. அவருடைய கல்லறையும் அங்கே இருக்கிறது."

"ராஜேந்திர சோழன் எப்படி இருந்தார், விவரிக்க முடியுமா?"

"இரண்டுவித கோலத்தில் அவரைப் பார்த்தேன். முதலில் வயதாகி இருந்தது. நேற்று கப்பலில் பார்த்த ராஜேந்திர சோழனுக்கு முப்பத்தி சில்லறை வயசு இருக்கும்."

சரித்திரக் கதை, சரித்திர சினிமா பார்த்ததால் ஏதேனும் பாதிப்பு ஏற்பட்டிருக்கலாம் என நினைத்தார். எங்கோ, எப்போதோ ஏதோ பிரசங்கத்தில் கேட்டு சப்கான்ஸியஸில் அந்தச் செய்திகள் ஒளிந்திருக்கலாம் என்பதைத்தாண்டி எதுவும் யோசிக்க முடியவில்லை. அத்தகைய சந்தேகங்களை தேவிடம் கேட்க முடியாது. கொஞ்ச காலம் திடீர் விருப்பமாக நியூரோ பிஸிக்ஸ் படித்தவன். விஷயம் தெரிந்தவன்.

இதே போன்றதொரு கேஸ் இஸ்ட்ரியைத் தேட வேண்டும். அவர் அனுபவத்தில் இந்தப் பிரச்சினை மிகவும் புதிது. கடந்த ஆண்டு மனோ பிரிவில் நோபல் பரிசு வாங்கிய ரெனால்டை விசாரித்துப் பார்க்கலாம்.

"இரண்டு நாள் டயம் கொடு தேவ்."

"எடுத்துக்கொள்ளுங்கள்... ஆனால் என்னை மீட்டுவிடுங்கள். வரவர பயமாக இருக்கிறது. டச் ஷீட்டுக்குப் பதில் இப்போதெல்லாம் குறுவாள் மீது ஆசையாக இருக்கிறது."

“குறுவாளா? தொலைந்தாய். டச் ஷீட் இல்லையென்றால் அப்புறம் உனக்கு வீட்டுக்கு செல்வதற்குக்கூட வழி தெரியாது.”

தேவ் கிளம்பினான். காரை ஆட்டோ டிரைவில் போட்டு, ‘வீடு செல்’ பட்டனை அழுத்திவிட்டு, அப்படியே தூங்க ஆரம்பித்தான். கார் ஓட்டும்போது தூங்கினால்தான் உண்டு. காரே கிட்டத்தட்ட வீடுதான். குளிக்கலாம். களிக்கலாம். தூங்கலாம். ஏகப்பட்ட லாம்கள். ஆனாலும் வீடு என ஒன்று இன்னமும் பழக்கத்தில் இருந்தது. பல நூற்றாண்டு பழக்கத்தின் மிச்சம்.

தீப்பந்த வெளிச்சத்தில் வேலைகள் படு ரகசியமாக நடந்தன. வேறு யாரும் அங்கே செல்வதற்கு அனுமதி இல்லை. வெண்ணிக் குயத்தியார் தனிமையில் எழுதிக்கொண்டிருந்தார். அரண்மனையின் விசாலமான அறை அவருக்கு ஒதுக்கப்பட்டிருந்தது. அறையை ஒட்டித் தோட்டம். அதில் இருந்து மல்லிகை மணம் வீசியது. காவிரிக் கரையின் ஓரம். நீரோடும் சத்தம் மாடச் சாளரம் வழியாக மெல்லியதாகக் கேட்டுக்கொண்டிருந்தது. ஈரம் சுமந்த மெல்லிய காற்று மல்லிகைப் பந்தலை மீட்டிவிட்டு நகர்ந்தவண்ணமிருந்தது. பணிப்பெண் ஒருத்தி கூப்பிட்ட குரலுக்கு ஓடி வந்தாள். புலவருக்கு இப்படி ஒரு ராஜ வாழ்க்கை தோதுபடவில்லைதான். கவி மாடம்... இலக்கியச் சர்ச்சை என ஏங்கியது. ஆனால், அரசக் கட்டளை... அன்புக் கட்டளையும்கூட. ஓலைச் சுவடிகளில் வெண்ணிக்குயத்தியாரின் எழுத்தாணி வேகமாக எழுதிக்கொண்டிருந்தது. ஆசிரியப்பா. பெருவளத்தானுக்குப் பிடித்த பா வகை அது. வரலாறு தெரிந்த புலவர் நீங்கள். நீங்கள் எழுதினால் சிறப்பாக இருக்கும் என நம்பி ஒப்படைத்திருந்தார் இந்தப் பணியை. கட்டுக்கட்டாக ஓலைச் சுவடிகள் ஒரு பக்கம் கட்டப்பட்டிருந்தன. எழுதி வைத்த சுவடிகள் ஒரு பக்கம். கரிகால் சோழன் இன்று சந்திப்பதாகச் சொல்லியிருந்தார். எழுத்துப் பணிகளை அவ்வப்போது வந்து பார்த்துவிட்டு, பேருவுவகை கொள்வது அவருக்குப் பிடிக்கும். எண்ணிய தருணமே அவரும் வந்தார். நெடிய உருவம், தோளில் போர்த்திய பருத்தி ஆடை. முறுக்கிவிட்ட கரிய மீசை. கால் செருப்பின் சரசரப்பு கேட்டதுமே புலவர் வரவேற்க எழுந்து நின்றார். “இன்று முடிந்துவிடும் என்றீர்களே? அதனால்தான் அதை வாசித்துப் பார்க்கும் ஆவலோடு வந்தேன்.” “யவனத்துக்கு முத்தும் ஏலமும் தந்தமும் மிளகும் இன்று புறப்படுவதாகச் சொன்னீரே மன்னா.” “காவிரிபுகும் பட்டணத்திலிருந்து இன்று நாவாய்கள் புறப்பட்டன. இன்னும் ஆறு மாதங்களில் அவை பொன்னாகத் திரும்பி வரும்.” “மிளகுக்கும் பருத்திக்கும் பொன்னையா கொடுப்பது என அந்நாட்டு அமைச்சன் ஒருவன் கேட்டானாமே?” புலவரை நினைத்துப் பெருமைப்பட்டார். இருந்த இடத்தில் இருந்தபடி எத்தனை செய்திகளை அறிந்துவைத்திருக்கிறார்கள் என்ற பெருமிதம். “அதுபற்றி எனக்கு வருத்தமில்லை. தங்கத்துக்கா பஞ்சம்? சுவர்ணத்தீவு

என்ற பொன்விளையும் பூமியைக் கண்டுபிடித்து விட்டார்கள் நம் கடற்படையினர்... அது ஒரு கீழைத் தீவு." "கடற்பயணத்தில் உங்கள் மூதாதையரை எல்லாம் மிஞ்சிவிட்டீர்கள் மன்னா."

"**க**டல் நமக்குக் குளம்." கார் வீட்டில் நின்றபோது டச் ஷீட் எழுப்பியது. தேவ் திடுக்கிட்டுக் கண்விழித்தான்.

6வது குறிப்பு

கி.பி.2037–2017, மலேசியா – சென்னை.

தமிழ் என்றால் என்ன? அது ஒரு மொழி. இந்தக் கேள்வியும் பதிலும் தேவுக்குச் சுலபமாகப் புரிந்தன. அது ஏன் தன்னைத் துன்புறுத்துகிறது என்பதைத்தான் புரிந்துகொள்ள முடியவில்லை. தமிழ் எனத் தட்டியவுடன் ஆல்டேப் ஓர் ஆவணப் படத்தைச் சிபாரிசு செய்தது. அது போராட்டம் சம்பந்தப்பட்ட ஆவணப்படம். அதையெல்லாம் பார்க்க அவனுக்கு விருப்பமோ, நேரமோ இல்லை என்றாலும் ஏதோ பருவக் கிளர்ச்சிபோல எதிரில் வரும் பெண்ணை ஏக்கப் பார்வை பார்ப்பது போல அந்த ஆவணப்படத்தை மார்க் செய்து வைத்தான். எம்.எம். யூனிட்டில் ஏகப்பட்ட பொறுப்புகள். செவ்வாயில் வசிக்கப் போகிறவர்களின் பிஸியோ பாலி ரிப்போர்ட்டுகளை அலச வேண்டியிருந்தது. முதல் கட்டமாக 1,200 பேர் விண்ணப்பித்திருந்தார்கள். அத்தனைப் பேரின் பிஸியோ எமிகிரேஷனுக்கான சான்று ஆவணம் தயாரிக்கப்பட்டிருந்தது. அவர்களுக்கான ட்ரெய்னிங் புரோகிராம், ஜெனிடிகல் டெஸ்ட், வேலைத் திட்டங்கள், மனச் சோர்வு நீக்கும் மருத்துவங்கள், பூமியோடு தொடர்பு கொள்வதற்கான அதிகபட்ச சாத்தியங்கள், ஆக்ஸிஜன் பேலன்ஸிங்... என நிறைய ஏற்பாடுகள் வெவ்வேறு பிரிவுகள் நடந்து வந்தன. உலக சட்ட திட்டங்களைப் பின்பற்ற வேண்டிய ஒப்பந்தங்கள், யுனெஸ்கோவின் ஆலோசனைகள்... அத்தனையையும் ஒரு சேனலில் தேவ் முழுமையாகக் கண்காணிக்க வேண்டியிருந்தது. வெவ்வேறு பிரிவுகளின் ஒன்றிணைந்த சேனல்... தேவ் உள்ளிட்ட மிகச் சிலருக்கான

அதிகாரம் அது. இத்தனை நெருக்கடிகளுக்கு இடையே... இப்போது இந்த ஆவணப்படத்தைப் பார்க்கச் சொல்லித் தூண்டிய உணர்வு எது? அதுதான் அவனுடைய பிரச்சினை. அவனை யாரோ இயக்குவது போல இருந்தது அது.

தேவ் அந்த ஆவணப்படத்தைப் பார்த்தான். ஒரு மணி நேரப் படம். கம்ப்யூட்டரின் ஆலோசனையைக் கேட்டு அதை ஐந்து நிமிடங்களுக்குச் சுருக்கித் தருமாறு கேட்டான். ஒரு மணி நேரப் படம் ஐந்து நிமிட சாராம்சமாக அவன் முன் ஓடியது. அது இந்தித் திணிப்பை எதிர்த்து நடைபெற்ற போராட்டம் பற்றியது. எதிர்த்தவர்கள் தமிழர்கள். அவர்கள், இந்தி மிகக் குறுகிய காலத்தில் உருவான மொழி. தமிழோ பல்லாயிரம் ஆண்டு தொன்மையானது எனச் சொன்னார்கள். இந்தியாவின் சில மாநிலங்களில் பேசும் மொழியை இந்தியா அனைத்துக்குமான ஆட்சி மொழியாக மாற்றுவது சரியல்ல என்றனர். செவ்வாய் கிரகத்துக்குப் போக இருப்பவனுக்கு இவை எல்லாமே அர்த்தமற்றவையாக இருந்தன.

ஆனால், படம் பார்த்துக்கொண்டிருந்தபோது சரவணன் என்பவன் பற்றிய தகவல்கள் எல்லாம் ஏன் கூடவே ஓடி வந்தன. சொல்லப் போனால் அந்தப் படத்தில் சரவணன் என்பவன் இடம்பெறவில்லை. அவன் அந்தப் படத்தை இயக்கியவன் அவ்வளவுதான். அவன் ரத்தமும் சதையுமாகத் தெரிந்தான். எப்படி ராஜேந்திர சோழன் தெரிந்தாரோ... அப்படித் தெரிந்தான். அந்த ஆவணப் படம் எப்படி எடுக்கப்பட்டது, யார் அந்த சரவணன், தாமரை அவனிடம் என்ன தான் எதிர்பார்க்கிறாள், அது என்ன ஏதோ தலைமுறை டி.வி?... இவையெல்லாம் ஒரு திரைப்படம் போலவே தேவுக்குள் ஓடியது. அந்த ஆவணப்படத்தின் பின்னணியில் இருந்த சிலருடைய வாழ்க்கைத் துளிகள், அந்த ஆவணப்படத்தைவிட சிறப்பாகவே மனத்திரையில் ஓடியது.

இந்தி எதிர்ப்புப் போராட்ட ஆவணப்படம் சிறப்பாக இருந்தது. வேலைவாய்ப்பு கேட்டுப் போராடுவார்கள், வறுமையால் போராடு வார்கள், அநீதி கண்டு போராடுவார்கள், இனவெறியால் பாதிக்கப் பட்டவர்கள் போராடுவார்கள். இந்தி என்ற மொழியைத் திணித்த தற்காகத் தமிழர்கள் போராடியிருக்கிறார்கள். மத்திய அரசின் ஆதிக்கத்தனத்தை எதிர்த்துத் தங்களைத் தாங்களே பெட்ரோல் ஊற்றிக் கொளுத்திக்கொள்கிறார்கள். சிலர் தமிழ் தமிழ் எனக் கத்திக்கொண்டு ராணுவத்தின் துப்பாக்கிக் குண்டுகளுக்குப் பலியாகிறார்கள். போலீஸ் தடி அடிக்கும் ராணுவத்தின் ஆவேசத்துக்கும் உயிர் இழக்கிறார்கள். தமிழ் என் மூச்சு என்கிறார்கள். உடல் மண்ணுக்கு உயிர் தமிழுக்கு என்கிறார்கள்... தேவுக்கு ஒன்றும் புரியவில்லை. அவனுக்குத் தமிழ் தெரியும்... தமிழுக்கு உயிர் கொடுப்பது ஏன் எனத் தெரியவில்லை.

அதையெல்லாம்விட சரவணன், தாமரை, சொப்னா பற்றியெல்லாம்

தனக்கு ஆவணப்படத்தின் இணைக் காட்சிகளாக வந்தது ஏன்? தேவ் தனக்கு ஏற்பட்ட மனக் குழப்பங்கள், ஒரு வேளை தான் பைத்திய நிலைக்குத் தள்ளப்பட்டதற்கான அறிகுறியா என நினைத்தான். சொல்லப்போனால் ஆவணப்படம் தனியாகத் தெரிந்தது. கூடவே தெரிந்த இன்னொரு கதை விடலைத்தனமான சென்டிமென்ட் நிறைந்தது. 2017 வாக்கில் நடந்தது போல தெரிகிறது. 20 வருடங்களுக்கு முன்பு... ஆனால், ஆவணப் படத்தைவிட தெளிவாக அந்தக் கதை மனசுக்குள் ஓடவேண்டிய காரணமும் சாத்தியமும் தேவ் மனத்தைக் குடைந்தது. இது என்ன மனமா, மெட்ரோ குப்பையா?

'ஒருவன் தானாகவே விரும்பி ஏற்றுக்கொள்ளும் அடிமைத்தனத்துக்குப் பெயர்தான் அன்பு.' சரவணன் மனத்தில் எந்த ஒரு முயற்சியும் இல்லாமல் இப்படி ஒரு பொன்மொழி உருவானது. ஏற்கனவே ஏதாவது ஒரு சுய அடிமைக்கு இப்படி தோன்றி, அதை முத்தாக உதிர்த்திருக்கலாம். அது உலகப் பொன்மொழிகள் என்ற நூலில் இடம்பெற்றும் இருக்கலாம் என்பதால் அந்தக் கண்டுபிடிப்புக்காகக் காலரை உயர்த்தாமல், 'நான் ஏன் அடிமையானேன்?' என்பதை மட்டும் இப்போது யோசித்தான். எந்தவிதப் பிரதிபலனும் பார்க்காமல் தாமரையிடம் தாம் ஏன் அடிமையாக இருக்கிறோம் என்பது யோசிக்கவே வேடிக்கையானதாகத்தான் இருந்தது. தாமரையிடம் எந்தத் தவறும் இல்லை. எந்த அதிகாரமும் அற்ற சாதாரண பெண். பணக்காரியோ, அறிவாளியோகூட இல்லை. நீங்கள் நினைப்பது சரி... அழகானவளும் இல்லை. இளமை இல்லை. எல்லாவற்றிலும் ஒரு மீடியம் லெவல். அல்லது அதற்கும் கீழே... அப்புறம் ஏன் அவளிடம் அடிமையாக இருக்கிறான் என்பது உலகின் ஓராயிரம் புதிர்களில் ஒன்று.

அவனிடம் அவள் கேட்கிற எல்லாமே வினோதமாக இருந்தது. அப்படியான வினோதமான கேள்விகளை அவள் எல்லோரிடமும் கேட்பது இல்லை. மற்ற எல்லோரிடமும் அவள் சகஜமாகவும் சரவணனிடம் வேறு மாதிரியும் இருப்பதுதான் ஒரு சிறப்புத்தன்மை யாகவும் அவனைக் கட்டுப்படுத்தும் காரணியாகவும் இருந்தது.

"காலைல எத்தனை மணிக்கு ஆபீஸ் வந்தே..? எட்டு மணிக்கா? ஒரு மணிக்கு நான் கேட்கும்போதுதான் ஆபீஸுக்கு வந்ததை சொல்ல ணும்னு தோணுதா?" பதில் சொல்லும் முன் போனை வைத்து விட்டாள். இதுதான் தாமரையின் பாணி. தினமும் ஆபீஸ் வந்து விட்டதைச் சொல்ல வேண்டும்.

நான் என்ன டயம் டேபிளா... நிமிஷம், வினாடி வாரியாக எல்லா வற்றையும் பதிவு செய்வதற்கு? மதியம் உடன் உட்கார்ந்து சாப்பிட வரவில்லை, சாயங்காலம் காபி சாப்பிட வரவில்லை. கோபம். போய் மன்னிப்பு கேட்க வேண்டும். இந்த அற்ப விஷயத்துக்கு யாராவது மன்னிப்பு கேட்பார்களா?

கேட்டான். 'இனிமேல் இப்படி செய்ய மாட்டேன். வந்தவுடன் வந்த நேரத்தைத் தெரிவிக்கிறேன்' என்று சொல்லிவிட்டு வந்தான். மன்னித்தாளா என்று தெரியவில்லை. சிறிய முறைப்போடு ஏறிட்டு விட்டு கம்ப்யூட்டரில் மூழ்கிவிட்டாள். 'இன்னும் அரை மணி நேரத்தில் மன்னிக்கப்படுவாய்' என்று அர்த்தம்.

சரவணனுக்கு ஏகப்பட்ட பிரச்சினைகள். 'தனக்கு மட்டும்தானா, ஆபீஸில் எல்லோருக்குமா? ஆபீஸா இது, நரகம். ஒரு மனிதனுக்கு பத்து ஆள் செய்ய வேண்டிய வேலையை வைக்கிறார்கள். ஒரே நேரத்தில் கேமிரா ரெடியா என்று பார்க்க வேண்டும். வண்டி ரெடியா என்று தெரிய வேண்டும். பேட்டி காண வேண்டிய பிரமுகர் ரெடியா என்று பார்க்க வேண்டும். கேமிராமேன்... தினேஷ் இருந்தால்தான் சரிப்பட்டு வரும். முக்கியமாக அவன் இருக்கிறானா என்பதைப் பார்க்க வேண்டும். நான்கு பேரும் ஒரே நேரத்தில் தயாராக இருந்ததே இல்லை. எல்லோருக்குமே பத்து பத்து வேலைகள்.

பிரமுகர் அரை மணி நேரத்துக்குள் வரமுடியுமா என்பார் அல்லது மன்னித்துக்கொள்ளுங்கள்... முக்கியமான சொந்தக்காரர் ஒருவர் இறந்துவிட்டார்... வர இயலாது என்பார். அடித்துப் பிடித்து இன்னொரு ஆளைத் தேட வேண்டும். அதேபோல இன்னொருவன். அவனுக்குப் பதிலாக இவன் பரவாயில்லையா என 'ஓகே' வாங்க வேண்டும். இவர்கள் 'ஓகே' சொன்ன ஆள் உழுவதற்கு 'ஓகே' சொல் கிறானா எனப் பார்க்க வேண்டும். தலைவலி.

தினேஷ் டீ சாப்பிடப் போயிருப்பான். கேமிராவும் காரும் நங்கநல்லூரில் இருந்து வந்துகொண்டிருக்கும். இதற்கு இடையில் ஒவ்வொன்றுக்கும் அனுமதி கேட்டு மெயில் போட வேண்டும். அரைமணி நேரத்துக்கு ஒரு மீட்டிங். தினமும் அரைமணி நேரம் அலுவலகத்தில் தலைகீழாக நடக்க வேண்டும் என்று மட்டும்தான் சொல்லவில்லை. அத்தனை வினோதமான ரூல்ஸ்கள். ஆனால், ஒவ்வொரு பேட்டியும் இப்படித்தான் எடுக்கப்படுகிறது. புரடக்ஷன் எக்சிகியூடிவ் ஒவ்வொரு முறை டேப் கொடுக்கும்போது எரிந்து விழுகிறார். இதை அவர் படிக்க மாட்டார் என்றால் 'எரிந்து விழுகிறான்' என்றே சொல்லலாம். எல்லாவற்றுக்கும் சிகரமாக டி.ஆர்.பி. ரேட்டிங் இருக்க வேண்டும். நிகழ்ச்சியை உலகமே ரசிக்க வேண்டும். இத்தனைக்கும் அக்கவுன்ட்ஸ் பிரிவில் இருக்கும் தாமரைக்கு அவன்படும் இந்த எல்லா அவஸ்தையும் தெரியும். இருந்தும் வந்தவுடன் எனக்கு ஏன் அட்டனன்ட்ஸ் கொடுக்கவில்லை என்று கோபம். இவ்வளவு அவஸ்தைப்படத் தெரிகிறதே, வந்தவுடன் எனக்கு எஸ். எம்.எஸ். போட மாட்டாயா என வினோதமான நியாயம் பேசுவாள்.

அடச்சே என்று விட்டுத் தள்ளிவிட முடிகிறதா? அதைத்தான் தானாக விரும்பி ஏற்றுக்கொள்ளும் அடிமைத்தனம் என்று சில வாக்கியங்களுக்கு முன் சரவணன் கண்டடைந்தான். ஆறு மணிக்கு

தாமரை வேலை முடிந்து போகும்போது சரவணனின் கேபினுக்குள் எட்டிப் பார்த்து, "நான் கிளம்பறேன்" என்றாள், 'சொல்லியாச்சு' என்பதாக. சரவணன் ஓடிவந்து பேச்சுக்கொடுக்க வேண்டும். மன்னிப்பு கேட்க வேண்டும். அவள் சில நிமிடங்கள் முகத்தைத் திருப்பிக்கொண்டு, 'சரி சரி, நான் கிளம்புகிறேன்' என்பாள்.

மூணாங்கிளாஸிலேயே போரடித்துப்போன விளையாட்டு இதெல்லாம். எரிச்சலாக இருந்தது. இருந்தாலும் அவளுடைய கோபத்துக்கு ஆட்பட்டுவிட்ட சங்கடத்துக்காக, "சாரி" என்றான். அந்த மாதிரி ரெடிமேட் மன்னிப்புக்கு எல்லாம் அவள் கட்டுப்படுவது இல்லை. அவள் சாரியை சுருக்கி, "சரி" என்று மட்டும் சொல்லிவிட்டு விடைபெற்றாள். இப்படி வெட்டிக்கொண்டு போனதற்கு இன்னொரு காரணம் இருந்தது. அந்த நேரத்தில் சொப்னாவின் வருகை. சரவணன் அவளுடன் பேசுவது தாமரைக்குப் பிடிக்காது. நான் ஒன்றும் வயிற்றெரிச்சல் படவில்லை என்பதைத்தான் அங்கிருந்து உடனடியாக வெளியேறுவதன் மூலம் புரியவைத்தாள். சொப்னா குஜராத்காரி. தமிழ்நாட்டுக்கு வந்து மீடியா ஸ்டெடிஸ் படித்துவிட்டு மாடலிங் பாதி, மீடியா மீதி என இருந்தாள். மாடல் ஆவதா, காம்பியரிங் செய்வதா என தவிப்பில் இருந்தாள். அனகோண்டா அலமேலு என ஒரு காமெடி நிகழ்ச்சி... அதிகம் பேச வேண்டியிருக்காது... அதில் சில அங்க சேட்டைகள் செய்வாள். டாக்டர்கள் நிகழ்ச்சியில் வாசகர்கள் அனுப்பும் கேள்வியைக் கேட்டுவிட்டு, கவர்ச்சியாக அமர்ந்திருப்பாள்.

இத்தனை சர்வசாதாரணப் பிரஜையான சொப்னாவிடம்தான் சரவணனுக்கு ஒரு வேலை ஆக வேண்டியிருந்தது. அவர்கள் வீட்டுப் பின்கட்டில் ஒரு கல்வெட்டு இருப்பதாகச் சொல்லியிருந்தாள். அது அந்தக் காலத்து தமிழ்க் கல்வெட்டு என்பதாக யாரோ சொல்லியிருந்ததாகச் சொன்னாள். அதைப் பற்றி விசாரித்து ஒரு டாகுமென்ட்ரியோ, பரபரப்புச் செய்தியோ செய்ய வேண்டும் என நினைத்திருந்தான்.

செய்தி ஆசிரியன் அழைத்தான். எதற்காக அழைக்கிறான் என்பது சரவணனுக்கு நன்றாகத் தெரியும். சேலம் மாவட்டக் கல்வி அதிகாரி ஒருவன், அவன் கட்டுப்பாட்டில் இருந்த பள்ளிக்கூடங்கள், கல்லூரி களில் விளையாட்டுப் போட்டி, அரசு விழாக்கள் நடத்துவதாகச் சொல்லி பல லட்சங்கள் ஏப்பம் விட்டிருந்தான். அவன் ஓய்வு பெறுவதற்கான ஒரு நாள் முன்னர் அவனைக் கைதுசெய்து அவனுடைய பணி ஆதாயங்களை அரசு நிறுத்திவைப்பதாகச் சொல்லியிருந்தது.

அந்தச் செய்தி ஏன் டி.வி.க்கு வரவில்லை என்று விசாரிக்க அழைத்தான் செய்தி ஆசிரியன். சரியான சிடுமூஞ்சி. மூஞ்சியைப் பார்த்தால் தெரியாது. சாந்தமாக இருக்கும். ஓரிரு வார்த்தைதான் பேசுவான். இமயமலையைத் தூக்கிவந்து எதிர் டேபிளில் வைத்தாலும் "ஒழுங்கா வைக்கத் தெரியாது? ஸ்டுப்பிட்" என்பான்.

அன்பு செலுத்துகிறவர்கள், அதிகாரம் செலுத்துகிறவர்கள்

எல்லோருமே அவனைச் செலுத்துகிறவர்களாக இருந்தனர். சொந்தமாகக் கொஞ்சம் நிலத்தை வைத்துக்கொண்டு நமக்குத் தேவையானவற்றை நாமே பயிர்செய்து சாப்பிட்டுக்கொண்டு யாரிடமும் கைகட்டி நிற்காமல் வாழமுடியுமா என்று சில நேரம் யோசிப்பான். இந்த ஏ.சி., இன்டெர்நெட், பைக், மால், செல்போன் போன்ற எதுவுமே இல்லாமல் நிச்சயமாக வாழ்ந்துவிட முடியும். ஆனால், வாழ்வதற்குத் தேவையே இல்லாத இவற்றை அடையத்தான் தொடர்ந்து வாழ்வதாக இருக்கிறது நகர வாழ்க்கை.

பைக் கேட்டான் ராஜசேகர். எடுத்துக் கொண்டிருக்கும்போதே கட்டைவிரலை வாய்க்கருகே காட்டினான். பட்டனைத் தட்டினால் கொட்டும் பவுடர் பால் டீயைப் பிடித்து இருவரும் பருகினர்.

"விஜய் டி.வி.யில கேட்கறாங்க, போறியா?"

"வேணாம்பா... டி.வி வேலையே வேணாம்னு இருக்கேன். எந்த டி.வி.யும் வேணாம்."

"வேற என்ன பண்ணப் போறே? பொழைக்கிற வழியப் பாருடா.. 'புதிய தலைமுறை'ல 70 ஆயிரம் வரைக்கும் தர்றான். இஷ்டம்னா சொல்லு, ராம் கிட்ட சொல்லி வெக்கிறேன்."

ராஜசேகர் சொல்வது கவர்ச்சிகரமானதாகத்தான் இருந்தது. பலரும் புதிய சேனல்களை நோக்கிப்பாய்ந்த வண்ணம் இருந்தனர். ஒரு டி.வி.யில் இருந்து இன்னொரு டி.வி.க்குப் பாயும்போது இருப தாயிரத்துக்குக் குறையாமல் சம்பள ஏணியில் ஏற்றம் இருந்தது. இது எல்லாம் எத்தனை நாளைக்கு என்று தெரியவில்லை. ஒருநாள் எல்லாம் சரிந்துவிடும் போல இருந்தது. எதற்காகவோ அப்படி ஒரு அவநம்பிக்கை. எல்லாமே மணல்கோட்டையில் கோலோச்சுகிற மன்னர்கள் மாதிரி தெரிந்தார்கள். அவர்கள் தகுதிக்கு 60 ஆயிரம் 80 ஆயிரம் என்பதெல்லாம் ஏதோ முறைகேடான சமாச்சாரம் என்று எண்ணினான்.

மரியாதைக்குரிய பத்திரிகையாளர்கள் பலரும் தமிழகத்தில் அடக்க ஒடுக்கமான சம்பளத்தில் ஸ்கூட்டரில் போய்க்கொண்டிருந்தார் கள். அவர்களுக்கெல்லாம் இல்லாத புத்திசாலித்தனம் நம்மிடம் இருப்பதாக நினைப்பது மடத்தனம் என்று நினைத்தான். பாதுகாப்பாக - நியாயமாக - ஒரு குறைந்த சம்பளத்தில் சேர்ந்துவிடலாம் என்றுகூட நினைத்தான். ஆனால், விதி வலியதுதான். சரவணனுக்கு அப்போது ஒரு போன் வந்தது.

ஒரு மலேசிய தமிழ் சேனலின் சென்னைக் கிளையில் சேர விருப்பமா என்று போனில் நண்பன் கேட்டான். ஏனோ மலேசியாவில் டி.வி. வேலை இவ்வளவு சிரமமாக இருக்காது என நினைத்தான். வலியவரும் வேலையை ஏன் விட வேண்டும் என சரவணனும் சரி என்றான்.

மலேசிய டி.வி.யில் வேலைக்கு இன்டர்வியூ நடந்தது. எந்த இடம்

தெரியுமா? சரவணன் தங்கியிருந்த மேன்ஷன் அறை. அவனுடைய அறைக்கே வந்து அவனை இன்டர்வியூ செய்தார் மலேசியாவில் இருந்து வந்திருந்தவர். அவர் தீவிரமான தமிழ் ஆர்வலர். புதிதாகத் தொடங்க இருக்கும் அந்த மலேசிய சேனலுக்கு 'இந்தி எதிர்ப்புப் போராட்டம் பற்றி ஓர் ஆவணப்படம் தயாரிக்க வேண்டும்' என்று கேட்டிருந்தார். சரவணன் அவரிடம் இந்தி எதிர்ப்புப் போராட்டமா, எப்போது நடந்தது என்று கேட்டான். அவர் அடைந்த அதிர்ச்சிக்கு எல்லையே இல்லை. அந்த நேரத்தில் சரவணனுக்கு ஒரு போன் வந்தது. ரிங்டோனாக ஒரு இந்திப் பாட்டு ஒலித்தது. ஆவணப் படம் எடுக்க வந்தவர் அருவருப்பின் எல்லைக்கே போய்விட்டார். ஆனால், அதை எதையும் உணரக் கூடியவனாக சரவணன் இல்லாதது அருவருப்பை மீறிய அதிசயமாக இருந்தது.

'1965 ஆவது ஆண்டு ஜனவரியில்...' என்று விவரிக்க நினைத்தவர், சரவணன் அதற்கு சரியான ஆள் இல்லை என்று நினைத்து, 'அப்புறம் பார்க்கலாம்' என பட்டுக்கொள்ளாமல் போய்விட்டார்.

சரவணன், 'தன்னிடம் இருக்கும் ஃபைவ் டி கேமிராவிலேயே தரமான பதிவைத் தரமுடியும். சாதாரண வெளிச்சமும்கூடப் போதும், மூன்று மணி நேரம் படம் பிடிக்க முடியும்' என்பது போன்ற தகவல் களை அவருக்கு எடுத்துரைக்கக் காத்திருந்தான்.

அன்று இரவு ரஞ்சித் ஓட்டலில் நண்பனோடு இரண்டாவது ரவுண்டு சாப்பிடும்போது 'அது என்னது, இந்தி எதிர்ப்புப் போராட்டம்' என்று கேட்டுவைத்தான். விக்னேஷூம் பொதுவாகத்தான் அதற்குப் பதில் சொன்னான்.

"அவனுங்களுக்கு வேற வேலை இல்லடா. இந்தி எதிர்க்கிறேன். இங்கிலீஷ் எதிர்க்கிறேன்னு... உனக்கு ஐஸ் வேணுமா?" என்றான்.

நான்காவது ரவுண்டின்போது, 'அதை எதுக்கு டாகுமென்ட் எடுக்கணும்னு அந்தப் பெருசு கேட்டுது?' தொடர்ச்சி இல்லாமல் கேட்டுவிட்டு அதற்குப் பதிலும் எதிர்பார்க்காமல் சரவணன் ஆஃப் பாயிலில் ஃபைனாப்பிள் சீஸைத் தொட்டு சாப்பிட ஆரம்பித்தான். அப்படி ஒரு டேஸ்ட் அவனுக்கு.

தாமரையிடம் இந்தி எதிர்ப்புப் போராட்டம் பற்றி டாகுமென்ட்ரி எடுக்கப்போவதைப் பற்றிச் சொன்னபோது கடும் கோபத்துடன் சொன்னாள். "இந்தியை எதிர்த்துட்டு நா ஒருத்தி படற பாடு போதாதா?" என்றாள்.

தாமரை இந்தியை எதிர்த்தாளா... சரவணன் எதிர்பார்க்கவே இல்லை. பொறுமையாக இரண்டு மூன்று முறை கேட்டபோதுதான் உண்மை தெரிந்தது. அவருடைய அப்பா இந்தி எதிர்ப்புப் போராட்டத் தில் ஈடுபட்டு, போலீஸ் தடி அடியில் கால் உடைக்கப்பட்டவர்.

போலீஸாரால் தேடப்பட்டவர். தாமதமாகத் திருமணம் செய்து, தமிழ் ஆர்வங்களினால் லௌகீகங்களைத் தொலைத்து, இப்போது இன்னமும் பெண்ணுக்குக் கல்யாணம் செய்துவைக்க வக்கில்லாதவராக இருக்கிறார் என்றாள் தாமரை. அப்பாவின்மீதான கோபம் தமிழின் மீதான வெறுப்பாகவும் இந்தி எதிர்ப்பின்மீதான வெறுப்பாகவும் மாறியிருந்தது.

"இந்த டாகுமென்ட் விஷயமா உங்க அப்பாவை ஒரு தடவை பார்க்க வரட்டுமா?" என்றபோது தாமரை எரிச்சல் அடைந்தாள். "அவரால வாழ்க்கையைத் தொலைச்சுட்டு நிக்கிறேன்னு சொல்றேன். ஆனா நீ அதைவெச்சு காசு சம்பாதிக்கணும்னு பார்க்கிற இல்ல?" என்னும்போது அவள் கண்கள் வேகமாக சிவந்து கண்ணீர் மல்க ஆரம்பித்துவிட்டது.

"ஐயோ, நான் அப்படி நினைக்கில தாம்."

அவள் சரவணனின் கையை உதறிவிட்டு ஓடினாள். சரவணனுக்கு இனி அங்கு வேலைக்கு ஆகாது என இரவே வேறு யாராவது இந்தியை எதிர்த்தவர்கள் கிடைப்பார்களா எனத் தேட ஆரம்பித்தான். எழுத்தாளர் பிரபஞ்சன் இந்தி எதிர்ப்புப் போராட்டத்தில் கலந்து கொண்டவர்தான் என்றார்கள். அவரைத் தேடி பீட்டர்ஸ் காலனி வீட்டுக்குச் சென்றபோது, அவருக்கு ஹார்ட் அட்டாக் ஏற்பட்டு அப்போலோ ஹாஸ்பிடலில் இருப்பதாகச் சொன்னார்கள்.

பழ.நெடுமாறன் அய்யா, ப.செயப்பிரகாசம் என சிலருடைய பெயரைச்சொன்னார்கள். பழ.நெடுமாறன் நம்பரை பொலிடிக்கல் ரிப்போர்ட்டரிடம் கேட்டு வாங்கிப் பேச எண்களை அழுத்திக் கொண்டிருந்தபோது தாமரையிடம் இருந்து போன் வந்தது. "சரி வீட்டுக்கு வா" என வைத்து விட்டாள். மன்னித்துவிட்டேன் வா என அர்த்தம்.

புரசைவாக்கம் தாணா தெருவில் இருந்தது தாமரையின் வீடு. சென்னையில் ஓடு வேய்ந்த தாழ்வாரம் உள்ள அந்தக் காலத்துக் குள்ளமான வீடு இருப்பது ஆச்சர்யமாக இருந்தது சரவணனுக்கு. "இந்த வீட்டையே டாகுமென்ட் எடுக்கலாம்" என ரகசியமாகச் சொன்னான். "ம்..." என முறைத்தாள். தாமரைக்கு இரண்டு தங்கைகள். யாருக்கும் கல்யாணம் செய்யவில்லை. சோகமும் இறுக்கமும் கட்டுப்பாடும் கலந்து அவர்கள் மூவருமே கனிந்த முதிர்ச்சியுடன் தென்பட்டார்கள். தாமரை, முல்லை, தேன்மலர் எனப் பெயர்கள். மூவருமே நன்கு எண்ணெய் தடவி தலைவாரி, கண்ணுக்கு மை வைத்து, நெற்றியில் குங்குமம் சந்தனம் வைத்து லட்சணமாக இருந்தனர். பணம் இல்லாததால் திருமணம் நடப்பதில் தடையிருப்பது வீட்டின் பொருட்களைப் பார்த்தாலே தெரிந்தது. வயது இன்னொரு விஷயம். சரவணனுக்குப் பரிதாபம் தலைக்கேறியது. ரேணுகாவுக்கு முன் இவர்களுக்குத் திருமணம் நடத்த வேண்டும் என சங்கல்பம் செய்தான். பிரசவ வைராக்கியம் போல இருக்கக் கூடாது என நினைத்தான்.

இந்தி எதிர்ப்புப் போராட்டத்தில் காலில் குண்டு பாய்ந்து, ஜெயிலுக்குப் போய், படிப்பு கெட்டு, வாழ்க்கையில் ஏராளமான இழப்பைச் சந்தித்தவர் ராமநாதன். தன் தமிழ்ப் பாசத்துக்காகத் தனக்குக் கிடைக்கும் கௌரவத்தைப் போதுமென நினைத்தார். தலைமுடி முழுவதுமே நரைத்திருந்தது. தலைமுடியின் எண்ணிக்கை மிகவும் குறைவு. ஆனால், வழுக்கை எனச் சொல்ல முடியாதவாறு வாரியிருந்தார். "40 வயசுக்கு மேலத்தான் எனக்குத் திருமணம் ஆனது... போராட்ட வாழ்க்கை. தமிழ், இந்தித் திணிப்பு எதிர்ப்புன்னு இருந்துட்டேன். அண்ணாகிட்ட நல்ல பழக்கம் இருந்தது எனக்கு" என அறிமுகம் கொடுத்தார்.

மூன்று பெண் குழந்தைகளைப் பெற்றுப் போட்டுவிட்டுப் போன மனைவியின் நினைவுகள்தான் இப்போது அவருக்கு மிச்சம். மாலை நேரங்களில் இப்போதும் குறள்வழி கல்விக் கழகம் மூலம் சிற்சில சொற்பொழிவுகள் நடத்த ஏற்பாடு செய்வார். மகள்களுக்கு, இந்தி எதிர்ப்பாளர்கள்மீது கோபம் இருக்கத்தானே செய்யும்?

இந்தி எதிர்ப்புப் போராட்டம் என்றதுமே உணர்ச்சிக் கொந்தளிப்பில் அவர் அந்தக் காலகட்டத்துக்கே சென்றுவிட்டார். சரவணன் குறிப் பெடுத்துக்கொண்டான். தாமரை கொண்டுவந்து கொடுத்த டீயை உறிஞ்சிக் குடித்தபோது, இனிமேல் தாமரை தன்மீது என்ன உரிமை எடுத்துக்கொண்டாலும் கோபித்துக்கொள்ளக் கூடாது என நினைத்துக் கொண்டான்.

ராமநாதன் விவரித்தார்...

"ராணுவத்தினர் வந்திருப்பது தெரிந்ததும் ஒரு சிறிய தயக்கம் ஏற்பட்டது. அண்ணாவும் உணர்ச்சியைக் கட்டுப்படுத்தி அறிவார்த்த மாக யோசிக்க வேண்டிய தருணம் என்று இளைஞர்களைக் கட்டுப் படுத்திக் காக்க எண்ணினார்.

ஆனால், அண்ணாவின் தம்பிகள் அவரை இந்த விஷயத்தில் கேட்கவில்லை. மேலும் விஷயம் திராவிட முன்னேற்றக் கழகத்தையும் தாண்டியதாக இருந்தது.

முதலமைச்சர் பக்தவத்சலம், மாணவர்களின் போராட்டத்தை மிகவும் எளக்காரமாக ஓர் அறிக்கைவிட்டுத் தாக்கியிருந்தார். இப்படி ஓர் அறிவிப்பை வெளியிட்டிருக்க வேண்டாம் என்று காமராஜரும் வருத்தப்பட்டார்.

1965 ஜனவரி இருபத்தாறு. குடியரசு தினத்தன்று இந்தி மொழியைத் தேசிய மொழியாக அறிவித்தனர். அன்றே பல தமிழர்கள் அதற்கு எதிர்ப்பு தெரிவித்து உடம்பில் தீயிட்டுக் கொளுத்திக்கொண்டு உயிர் நீத்தனர். ராணுவம் வந்தது. பலர் சுட்டுக்கொல்லப்பட்டனர். ஒரு குண்டு என் காலில் பாய்ந்தது.

ராணுவம் 18 நாட்கள் தமிழகத்தில் நடத்திய கோரத் தாண்டவம் மாணவர்களை மேலும் மேலும் அனல் கொப்பளிக்கச் செய்தது. தணல்

தணியவே இல்லை. 18 நாட்கள் மகாபாரதப் போர்... தினத் தந்தியில் அப்படித்தான் வர்ணித்திருந்தார்கள். உள் நாட்டுப் போர் போலத்தான். 100 பேருக்கு மேல் ஆசிரியரும் மாணவரும் தமிழ் விரும்பிகளும் இறந்தனர். அதன் பிறகுதான் காங்கிரஸ் கட்சியை இனி இந்த மண்ணில் வெற்றி பெற விடமாட்டோம் என மக்கள் முடிவெடுத்தனர். ஒரு மொழிப் போருக்காக ராணுவம் தலையிட்டது உலக வரலாற்றிலேயே தமிழ்நாட்டில்தான். அப்போது நடந்த ஐ.நா. சபை கூட்டம் வரை இந்தப் போராட்டம் எதிரொலித்தது.

இந்தி எதிர்ப்பில் மாணவர்கள் பெரும் திரளாகக் கலந்துகொண்டனர். மாணவர் தலைவர்கள் தந்தி ஆபீஸுக்குப் போனபோது துணை ஆசிரியர் சண்முகநாதன் வந்து பேசினார். 'உங்கள் அறிக்கைகளை அய்யா அப்படியே போடச் சொல்லியிருக்கிறார்' என்பதைப் பெருமையாகச் சொன்னார்.

அறிக்கை கொடுக்க வந்த சட்டக் கல்லூரி மாணவர் ரவிச்சந்திரன் ஆங்கிலம் நன்றாகப் பேசக் கூடியவர். பத்திரிகைகள் மாணவர்களின் செய்திகளைப் பெரிதாக வெளியிட்டன. காங்கிரஸ் மந்திரிகளே காங்கிரஸ் கட்சியின் நடவடிக்கைக்கு எதிராகப் பதவி விலகினர். பொள்ளாச்சி நா.மகாலிங்கம் உண்ணாவிரதம் இருந்தார். குன்றக்குடி அடிகளார், கி.ஆ.பெ.விசுவநாதம், இலக்குவனார் போன்ற பல தமிழறிஞர்கள் சிறைக்குப் போனார்கள். அண்ணா, கருணாநிதி போன்றவர்கள் சிறைக்குப் போனார்கள்..."

கட்டுரையை எழுதிவைத்து வாசித்ததுபோல அவர் சொல்லிக் கொண்டே போனார். மடையைத் திறந்துவிட்டதுபோல... புகைந்து கொண்டிருந்த அறையின் ஜன்னலைத் திறந்துவிட்டதுபோல ராமநாதன் பேசிக்கொண்டே போனார். தாமரை போலிப் பெருமை பேசுவதாக உதட்டைச் சுழித்துக்காட்டி சிரித்தாள். சிரிக்கும்போது தாமரைக்கு 10 வயது குறைந்துவிடுகிறது. சிரிப்பின் முடிவில் வயது வித்தியாசம் தெரிந்துவிடும். வாழ்நாள் முழுதும் ஒருவர் சிரித்துக்கொண்டே இருக்க முடியுமா என்ன?

"எம்.ஜி.ஆர் சிறைக்குப் போனாரா?" சரவணனுக்கு மிகவும் தேவையான வாழ்நாள் குறிப்பாக இருந்தது அந்தக் கேள்வி.

"உதட்டைப் பிதுக்கினார். இந்தி எதிர்ப்புப் போராட்டம். எமர்ஜென்ஸி போன்ற நேரத்தில் அவர் அமைதியாகத்தான் இருந்தார். போராடவில்லை."

"எத்தனை வாட்டிப்பா இப்படியே எமோஷனலா சொல்லிக்கிட்டே இருப்பீங்க?" என தாமரை கேட்டபோதுதான் சரவணன் எதார்த்த உலகுக்கு வந்தான். உண்மையில் இது டாகுமென்டேஷனுக்கான விஷயம் என அவனுடைய பத்திரிகை மூளை சொன்னது.

"இப்ப திருப்தியா?" இது தாமரை சைகையாலேயே கேட்ட கேள்வி.

வாசல்வரை வழியனுப்ப வந்தவளின் கையைப்பற்றி, “இனிமே உங்கிட்ட சண்டையே போடமாட்டேன்” என்றான்.

“ஒண்ணு புரிஞ்சுக்க.. நீ எப்பவும் என்கிட்ட சண்டை போட்டதில்லை. நான்தான் போடுறேன். இனியும் போடுவேன்” என சிரித்துக்கொண்டே திருத்திச் சொன்னாள். மறுநாள் மலேசிய அறிஞரிடம் தீவிரமாகவும் ஆர்வமாகவும் இந்தி எதிர்ப்புப் போராட்ட ஆவணப்படத்துக்குப் பணியாற்றத் தயாராகிவிட்டதாக சரவணன் பேசினான்.

படமும் படம் உருவான விதமும் தேவுக்கு சேர்ந்தே ஓடின. இது வாய்ப்பே இல்லை. எல்லா நேரத்திலும் தேவுக்கு இப்படி நடக்கவில்லை. தமிழ் சம்பந்தமான ஆவேசங்களில் இப்படி ஆகிறது. மாறனிடம் குறிப்பிட்டுச் சொல்லவேண்டும் எனக் குறித்துக் கொண்டான்.

7 வது குறிப்பு

கி.பி.2017, சென்னை.

பொதுவாக ஒருவனின் மேன்ஷன் அறை எப்படி இருக்க வேண்டுமோ அப்படி இருந்தது சரவணனின் அறை. சுவரில் டபுள் போஸ்டரில் ‘கபாலி’ ரஜினி கால் மேல் போட்டு அமர்ந்திருந்தார். ரஜினிகாந்த் பிரியன். ஊரில் எந்திரன் ரசிகர் மன்றம் ஆரம்பித்தபோது, மெட்டல் டைப்பில் உடை தைத்து ரோபோ இறுக்கத்துடன் ஒரு போட்டோ எடுத்து வைத்திருந்தான். அது பார்ப்பதற்கு சிட்டி போலவே இருந்ததாகச் சிலர் உசுப்பேற்றிவிட்டதால் கொஞ்சகாலம் தலையை முழுச்சுற்று சுற்றுவதைத் தவிர்த்து எல்லா எல்லா சேட்டைகளையும் செய்தான். நல்லவேளையாகப் படித்த படிப்புக்கு மீடியாவில் வேலை கிடைத்தது. இந்த ஒரு வருடக் கண்காணிப்பு கட்டம் முடிந்து இப்போதுதான் வேலையையும் உறுதி செய்திருந்தார்கள். தங்கை ரேணுகாவின் கல்யாணத்தை ஜாம் ஜாம் என நடத்திக்காட்டுகிறேன் என வீட்டில் சவால் விட்டிருந்தான். திருவண்ணாமலைக்கு அருகே அம்மா, அப்பா, தங்கை என சின்ன குடும்பம். அதைவிட சின்ன விவசாயம். 45 சென்ட் நிலம்... சரவணன் படிப்பதற்காக அது அடமானத்தில் இருந்தது.

ஆனால், நிறைய புத்தகங்கள் இறைந்து கிடந்தன. ஜான் வில்பர் கெய்ஸெரின் டைரி இப்படி ஆரம்பித்திருந்தது. சரவணன் அதில் மூழ்க ஆரம்பித்தான்.

‘அகழ்வு கி.மு. 50,000 வரை.’

ஒருவேளை அதுஒருகட்டுரைக்கானதலைப்பாகஇருக்கலாம்.

சரவணன் கையில் அந்த டைரியைக் கொடுத்துவிட்டு, முர்கோஷ் சொல்லிக்கொள்ளாமல் அமெரிக்காவுக்குப் பறந்துவிட்டான். அத்தனை விரைவாக விடைபெற்றுச் சென்றதற்குக் காரணங்கள் இரண்டு. ஒன்று, ஜான் வில்பரின் வழக்கு விசாரணைக்கு வருவது... இன்னொன்று அந்த டைரியைத் தலைமுழுகிய திருப்தி.

இரவு இரண்டு பியர் பாட்டிலை ஃபிரிஜ்ஜுக்குள் இருந்து எடுத்து டேபிளின் மீது வைத்தான். கொஞ்சம் கொஞ்சமாக சிப்பியபடி டைரியைப் படிக்க ஆரம்பித்தான். வறுத்த முந்திரி தோதாக இருந்தது.

வறட்டுத்தனமாக எழுதப்பட்ட ஒரு சரித்திரப் பக்கத்தை நகல் எடுத்து வைத்திருக்கிறானே எனத்தான் முதலில் நினைத்தான். சும்மா சொல்லக்கூடாது. ஜான் வில்பருக்கு ஒரு வினோதமான பைத்தியம் தான் பிடித்திருந்தது.

“பாலைவனம் போல வறண்டு கிடந்தது அந்தப் பொட்டல் காடு. உச்சி வெயில். வெள்ளைக்கார சூப்பர்வைஸர்கள், சூப்பரெண்டெண் டென்டுகள் கூடாரத்தில் அமர்ந்திருந்தனர். பணியாளர்கள் மண்டை பிளக்கும் வெயிலில் மண்ணைப் பிளந்துகொண்டிருந்தனர்.

1850களின் மத்தியப் பகுதி. இந்தியாவின் வடமேற்கு எல்லை. ஒருவர் கடப்பாறையால் கொத்த, இன்னொருவர் மண்வெட்டியால் அதை ஒரு கூடையில் அள்ளி கரை போல ஓர் இடத்தில் கொட்டிக் கொண்டிருந்தார். இரண்டு இரண்டு பேராகப் பல நூறு பேர் அங்கே பணியில் இருந்தனர். 10 அடி ஆழம். 50 அடி அகலம்.நீளம்..? லாகூர் முதல் கராச்சி வரை. இதுதான் அந்தப் பணியாளர்கள் தோண்ட வேண்டிய பகுதி. ரயில் பாதை அமைக்கும் பணி.

மனித சஞ்சாரம் இல்லாத இடம். கடப்பாறை, மண்வெட்டி ஓசையைத் தவிர வேறு ஓசை இல்லை.

‘ணங்...’ என்ற சத்தம். ஓர் உலோகம் இன்னொரு உலோகத்தோடு இடிபடும் சத்தம். கொஞ்சம் பக்குவமாகத் தோண்டியதில்... அட! அது ஒரு செம்பு யானை சிற்பம். உழைப்பாளிகளின் உற்சாகக் குரல் கேட்டு வெள்ளை சூப்பர்வைஸர்கள் கூடாரத்தில் இருந்து எழுந்துவந்து பார்த்தனர். அவர்களுக்கும் ஆச்சர்யமாகத்தான் இருந்தது. அதை வாங்கி வைத்துக்கொண்டு, “சரி சரி... வேலையைப் பாருங்கள்” என்று அதட்டல் போட்டனர்.

சற்று தள்ளி மண்ணைக் கொத்திக்கொண்டிருந்த இன்னொருவர் கத்தினார். அங்கே மண்பாண்டம் ஒன்று கிடந்தது. யாரோ இந்தப் பக்கம் வந்தவர்கள் போட்டுவிட்டுப் போயிருப்பார்கள் என்று விட்டுவிட முடியவில்லை. ரயில்பாதைக்குத் தோண்டிய இடம் எல்லாம் யாராவது எதையாவது போட்டுக்கொண்டே போயிருக்க முடியாது அல்லவா?

சுமார் 20 ஆண்டுகள் நடந்த அந்த ரயில்பாதை பணியின்போது மண்பானை, செம்பு சிற்பம், செங்கல் சுவர் என்று கிடைத்த வண்ணம் இருந்தன. இந்த இடத்தில் யாரோ பொம்மையைப் போட்டுவிட்டுப்

போய்விட்டார்கள் என நினைத்தவர்கள், இங்கே ஒரு வீடு புதைந்து கிடக்கிறது என்று சொன்னவர்கள்... இங்கே ஒரு ஊரே புதைந்து கிடக்கிறது என்ற முடிவுக்கு வந்தார்கள்.

ஆனால், அந்த மண் மேட்டுக்குக் கீழே பல நூறு சதுர கிலோ மீட்டர் பரப்புக்கு ஒரு பிரம்மாண்ட நகரம் உறங்கிக்கொண்டிருந்தது. இன்றைய வளர்ந்த சென்னை போல ஒரு பெரு நகரம் அது.

1853 முதல் 1873 வரை நடந்த அந்தப் பணியின்போது தோண்டிய பல இடங்களில் அவ்வப்போது வினோதமான பானைகளையும் செங்கற்களையும் கண்டனர். இந்தத் தகவல்களைக் கேள்விப்பட்ட தொல்பொருள் ஆய்வாளர் அலெக்ஸாண்டர் கன்னிங்ஹாம் அந்த இடத்துக்கு வந்தார். "ஹரப்பா எனப்பட்ட அந்த இடம் ஒரு சரித்திர முக்கியத்துவம் வாய்ந்த இடம். அந்த இடத்துக்குக் கீழே அகழ்வு செய்தால் பழங்கால சரித்திரச் சான்றுகள் கிடைக்கலாம்" எனக் கூறினார்.

வரலாற்றை ரிவர்ஸ் கியரில் சென்று பார்ப்பதில் வெள்ளைக்காரர்களுக்குக் கொஞ்சம் ஆர்வம் அதிகம்தான். அதற்கு முன்னர் 1826இல் சார்லஸ் மேஸான் என்னும் தொல்பொருள் ஆராய்ச்சியாளர் ஒருவர், 'அந்தப் பகுதியில் பெரும் நகரம் புதையுண்டு போய் இருக்கலாம்' என்று சொல்லியிருந்தார்.

சார்லஸ், அலெக்ஸாண்டர் இரண்டு பேரும் முறையே 50 வருஷ இடைவெளியில் இப்படிச் சொல்லியிருந்தனர். இப்படி இருவரும் சான்றிதழ் கொடுத்து இன்னொரு 50 ஆண்டுகள் உருண்டோடின.

1921... இந்த ஆண்டை மறக்கவே முடியாது. அந்த இடத்தை அகழ்வு செய்து பார்க்க இந்திய அகழ்வாராய்ச்சித் துறை ஏற்படுத்தப்பட்டு, அதற்கான நிதியும் ஒதுக்கப்பட்டது. ஆழ, அகலம் காணமுடியாத பெரும் நாகரிகம் மண்ணுக்குள்ளே கிடந்தது. சிந்து ஆறுக்கு இடைப்பட்ட பகுதியில் இருந்ததால் அதைச் சிந்து சமவெளி நாகரிகம் என்றனர். உலக அளவில் இது ஒரு வரலாற்று அதிர்வை ஏற்படுத்தியது.

இதில் அதிர்ச்சி ஏற்படுவதற்கு என்ன இருக்கிறது?

அதைத் தெரிந்துகொள்ள தெற்கு நோக்கி 3,000 கிலோ மீட்டர் பிரயாணிக்கவேண்டும். தமிழ்நாட்டில் பாளையங்கோட்டையை அடுத்த ஆதிச்சநல்லூரில் அதற்கு இரண்டு ஆண்டுகளுக்கு முன்பு சில மண்பாண்டங்களும் கிடைத்தன.

ஆதிச்சநல்லூரிலும் அங்கிருந்து 3,000 கிலோ மீட்டர் தூரத்தில் இருக்கும் ஹரப்பாவிலும் அதே போன்ற மண்பாண்டங்கள்... பின்னே வரலாறு அதிராதா?

தென்னிந்தியாவில் லிங்கம், காளி, எருது இலச்சினை, தமிழ் எழுத்து வடிவங்கள், இரும்பு ஆயுதங்கள், பொன் ஆபரணங்கள் கிடைப்பது இயல்பு. தமிழ்நாட்டில் தமிழர்கள் வாழ்ந்தார்கள்... அங்கே தமிழர்கள் வாழ்ந்ததற்கான அடையாளங்கள் கிடைக்கின்றன என்பதிலே உலகு

தழுவிய ஓர் அலட்சியம் இருந்தது. தமிழர்கள் வாழ்ந்ததற்கான எத்தனை ஆயிரம் ஆண்டு ஆதாரங்கள் கிடைத்தாலும் அது சாதாரணம்தான்.

ஹரப்பா, மொகஞ்சதாரோ அகழ்வுகள் அப்படி அல்ல. திராவிட இனம் என வரையறுக்கப்பட்ட தமிழ் இனம், ஹரப்பாவிலும் மொகஞ்சதாரோவிலும் எப்படி சாத்தியம்? உலகத்தின் புருவம் உயர்ந்தது.

ஒரு எல்லை உத்தரகாண்ட், இன்னொரு எல்லை பாகிஸ்தான், இன்னொரு எல்லை குஜராத், இன்னொரு எல்லை பஞ்சாப் என பல நூறு சதுர கிலோ மீட்டருக்குப் பரவியிருக்கிறதே திராவிட நகரம்... எப்படி?

அகல வாக்கில் மட்டும் அல்ல; ஆழத்திலும் சிந்து சமவெளி நாகரிகம் இருந்தது. மூன்று அடுக்குகளாக அந்த நகரத்தில் அகழ்வுப் பொருட்கள் கிடைத்தன. பழைய கற்காலம், புதிய கற்காலம், உலோக காலம் என உறைந்திருந்தது அந்தப் பகுதி.

ஹரப்பா, மொகஞ்சதாரோ பகுதியில் சுட்ட செங்கற்களால் வீடுகள் கட்டியிருக்கிறார்கள். தெருக்கள் அமைத்துக் கழிவுநீர் கால்வாய் அமைத்துள்ளனர். ஊருக்குப் பொதுவாக ஒரு குளம் இருக்கிறது. அதை ஒட்டி அறைகள் இருக்கின்றன. அவை உடை மாற்றுவதற்காக இருக்கலாம். குழந்தைகள் விளையாட பொம்மைகள் உருவாக்கப்பட்டுள்ளன.. அவர்கள் பருத்தி ஆடை அணிந்திருந்தார்கள். லிங்க வழிபாடு இருந்தது. இதன் காலம் கி.மு. 4,500 ஆண்டுகள்.

அதாவது இன்றிலிருந்து 6,500 ஆண்டுகளுக்கு முன்.

அப்படியானால் 7,000 ஆண்டுகளுக்கு முன் தமிழகத்தில் இருந்து மக்கள் வடக்கு நோக்கிப் பயணித்திருக்க வேண்டும். இந்தியா முழுதும் பரவியிருக்க வேண்டும். தமிழன்... தெற்கே இருந்து ஏன் அங்கே சென்றான்?"

ஜான் வில்பரின் டைரியில் சுமார் 12 பக்கங்கங்களுக்குப் பெரிய பெரிய எழுத்தில் எழுதியிருந்தான். அமெரிக்க ஆங்கிலம். சரவணன் படித்து முடித்தபோது, ஒரு பியர் காலியாகியிருந்தது. டைரியை மூடிவைத்துவிட்டு அடுத்த பியரைக் குடித்தபடி படித்ததை நினைத்துப் பார்த்தான். ஜான் வில்பர் இந்த உலகுக்கு எதையோ சொல்ல வருகிறான்... என்ன அது என்பதுதான் புரியவில்லை. சரவணன், அவனுடைய ஆண் நண்பர்களைவிட பெண் நண்பர்களிடம்தான் இந்த டைரி விவகாரத்தைச் சொல்ல விரும்பினான். அவர்கள் அலட்சியம் செய்யாமல் கேட்பார்கள் என்பதோடு, பிரச்சினை எதுவும் வராது எனவும் நினைத்தான். அதனால் அதை தாமரையிடமும் நடிகை சொப்னாவிடமும் சொன்னான். மாடலிங் சான்ஸ் கிடைக்காமல் சொப்னா காம்பியரிங் வந்தபோது சரவணன் ஆச்சர்யப்பட்டான். அவளுடைய தமிழ் பலவீனமாக இருந்தது. கொஞ்சிக் கொஞ்சிப்

பேசுவதுபோல இருந்தது. சேனலுக்கு அது போதுமானதாகவும் அதுதான் தேவையாகவும்கூட இருந்தது. சரவணன் ஜான்வில்பர் டைரியைப் பற்றிச் சொன்னபோது ஆச்சர்யப்பட்டிருக்க வேண்டிய தாமரை, 'வேற வேலை இல்லை' என எரிச்சல் அடைந்தாள். சொப்னா, ஆழமான யோசனையோடு 'அந்த டைரி எழுதியவரைப் பார்க்க முடியுமா?' என்றாள்.

சரவணன் எள்ளலுடன் சொன்னான்... "உனக்கு திராவிடம்னா என்னன்னு தெரியுமா? தமிழே தகராறு."

"அதுக்கில்ல சர்வண் சார். எனக்கு இதில கொஞ்சம் இன்ட்ரஸ்ட்."

"எதில?"

"பழைய ஹிஸ்ட்ரில."

"பழைய ஹிஸ்ட்ரியா... எப்படி வந்தது இன்ட்ரஸ்ட்?"

"எங்கப்பாவுக்கு ஒரு கல்வெட்டு கிடைச்சுது..."

"ஏற்கனவே சொல்லியிருக்கியே..."

"அதைப் பார்த்தா ஒரு டைப்பா இருக்கும். மெகா சைஸ் டாலர் செயின் போல. அதில ஏதோ எழுதியிருந்தது. அது என்னவா இருக்கும்னு தெரிஞ்சுக்க நினைச்சேன்... அது நடக்கல. ஆனா இன்ட்ரஸ்ட் மட்டும் வந்துடுச்சு."

"அடுத்த முறை உங்க வீட்டுக்குப் போய் வரும்போது அதை எடுத்துக்கிட்டு வா."

"அய்யய்யோ, அதை என்னால தூக்க முடியாது. நாலு பேர் சேர்ந்துதான் தூக்க முடியும்."

சரவணன் எதிர்பார்க்கவில்லை. "அதை வீட்டில் வெச்சு என்ன பண்றீங்க?"

அந்த நேரத்தில்தான் தாமரை வந்தாள். 'அவகிட்ட என்ன பேச்சு' என்பதாக முறைத்தாள்.

"இன்னொரு நாள் பேசுவோம்" என விடைபெற்றுவிட்டான்.

கம்ப்யூட்டர் தயவில் ஐந்து நிமிடமாகச் சுருக்கித் தரப்பட்ட அந்தப் படம் 12 மணி நேரத்துக்கு மேல் தேவின் மனதில் ஓடியது. எல்லா வேலைகளுக்கு இடையில் அந்தப் படமும் அவனுக்குள் ஓடிக் கொண்டிருந்தது. ஒரே நேரத்தில் இரண்டு வேலைகளைப் பார்ப்பது போல. பாட்டு கேட்டுக்கொண்டே மேனுவல் கார் ஓட்டுவது போல. கார் ஓட்டி முடித்தபின்பும் பாட்டு ஓடுவது நிற்கவில்லை. அது அவன வேறு இடத்துக்கு இழுத்துச் சென்றது.

8 வது குறிப்பு

கி.பி.1924, 1977, 2017 – சென்னை.

அத்தனை எழுத்துகளும் தலைகீழ் மனப்பாடம். மீன்கள், மீன்களுக்கான செதில்களின் எண்ணிக்கை, கோடுகள், வட்டங்கள், வட்டங்களில் குறுக்குக் கோடுகள், கொக்கிகள்... எல்லாம் எந்த வரிசையில் தொடர்ந்து இடம்பெற்றிருக்கின்றன என்பதுதான் ஆராய்ச்சி. சிந்து சமவெளியில் கிடைத்த அத்தனை எழுத்துப் படிவங்களும் அங்கே இருந்தன. ஆறாயிரம் ஆண்டுகளுக்கு முந்தைய எழுத்து. எழுத்தைவைத்து ஒலியைக் கண்டறிய வேண்டியிருந்தது. எப்படி ஒலித்தார்கள்... அதை என்னவாக எழுதினார்கள்... நெஞ்ச மெல்லாம் சவால் நிரம்பியிருந்தது. மதிவாணன் எழுத்துகளால் நிரப்பப்பட்டவனாக இருந்தான். இருபத்திரெண்டு வயதில் அவனுக்கு இருந்த மொழி ஆர்வம் ஆச்சர்யமூட்டுவதாக இருந்தது. அது அறிவியல் பூர்வமாகவும் காரண காரியத்துடனும் இருந்ததுதான் அவனை அந்த ஆய்வுக்குழுவில் இடம்பெற வைத்தது.

ஒலிகளுக்கு வடிவம் கொடுப்பதற்காக எழுத்துகளை உருவாக்கினான் மனிதன். இப்போது, வடிவங்களில் இருந்து அதன் ஒலியை உருவாக்க வேண்டியிருந்தது. வலமிருந்து இடமாக எழுதப்பட்டது என்பதிலேயே அது தமிழுக்கு சம்பந்தமில்லாதது எனப் பேச்செழுந்தது. சில நாட்களிலேயே மொழி அறிஞர்களே அதை மறுத்துவிட்டனர். அதனால் பாதி தலைவலி தீர்ந்தது என்றே மதிவாணன் நினைத்தான். அவர்களுடைய ஆராய்ச்சி அறிவியல் பூர்வமாக அது என்ன மொழியினம் என்பதைச் சொல்வது மட்டும்தான். அதைத்தாண்டி அது தமிழின் ஆதி வடிவம் என்பதை

நிரூபிப்பதற்கான ஆர்வம் எதுவும் இல்லை. அந்த ஆர்வமும் நோக்கமும் காரணமும் மதிவாணனுக்கு இருந்தது. ஆனால் அதை அவன் அறிவியல் முறையில் சொல்லவே விரும்பினான். அறிவியல் என்பது மொழிக்கான அறிவியல். மொழி இலக்கணம் சொல்லும் அறிவியல். தமிழில் சந்தி, சாரியை, அன்/அள் விகுதிகள் சொல்லுக்கு அடிப்படை. அசை, சீர்... குறில்... நெடில் இப்படி எந்த வழியிலாவது சிந்துவெளிச் சொல் ஒத்துப்போகிறதா எனப் பார்த்தான். அவனுக்கு உயரதிகாரி ஒரு ஆங்கிலேயர். எல்லீஸ் எனப் பெயர். வயதில் ஐந்து வயது மூத்தவர். அதிகாரம் செலுத்தும் அதிகாரியாக அவர் இருந்ததில்லை. இதற்கு முன்னர் கனிமப் பிரிவில் இருந்தவர். கனிமங்களைக் கண்டு பிடிப்பதில் எப்படி ஆர்வம் காட்டினாரோ... அதே ஆர்வம் தொல்லியலில் காட்டினார். தமக்கு இடப்பட்ட வேலையை மிகுந்த ஈடுபாட்டுடன் செய்வது அவர்களின் பொதுகுணமாக இருந்தது. துறையே சிந்து சமவெளி ஆய்வுக்கென இப்போதுதான் ஆரம்பிக்கப் பட்டிருந்தது. சென்னையில் தொல்லியல் பிரிவு தொடங்கி மூன்று வருடங்கள்கூட ஆரம்பிக்கவில்லை. 1925இல்தான் தொடங்கினார்கள். அதற்குப் போதிய நிதி ஒதுக்கப்படவில்லை. ஆங்கிலேயர்களுக்கு அது பொருளாதாரரீதியாகப் பலன் தருகிற எந்த அம்சமும் இல்லை. ஆனாலும் வரலாற்று ஆய்வு அவர்களுக்குப் பேரார்வமூட்டும் செயல்பாடாக இருந்தது. எல்லீஸின் மேஜை மீதும் சிந்து சமவெளி காலத்து சிற்பங்கள் இருந்தன. அதை அவர் பொக்கிஷம் போல பராமரித்தார். ஒவ்வொரு கூழாங்கல் ஆயுதத்தையும் அவர் வைரம் போல சேகரித்துவைத்தார். அங்கு கிடைத்த தானியங்கள், தாழிகள், இரும்பு ஆயுதங்கள், பொம்மைகள், கற்கள், ஆபரணங்கள் எல்லாமே ஆங்கிலேயர்களுக்கு ஆச்சர்யமாக இருந்தன.

சிந்து சமவெளி மூன்று அடுக்குகள் கொண்டதாக இருந்தது. ஒவ்வொரு பத்து அடி ஆழத்துக்குக் கீழும் அதற்கு முந்தைய மக்கள் தொகுதி வாழ்ந்திருப்பது தெரிந்தது. பல்லாயிரம் ஆண்டுகள் மக்கள் வாழ்ந்த இடங்களில் மட்டுமே இப்படி அடுக்குகள் ஏற்படும். ஆறாயிரம் ஆண்டுகளுக்கு மனிதர்கள் இருந்தார்கள் என்பதே அவர்களுக்கு ஆச்சர்யம்தான். அவர்கள் வீடுகட்டி, ஆடை உடுத்தி, ஆபரணங்கள் உடுத்தி, பல நூறு மைல்கள் நகரங்கள் அமைத்து வாழ்ந்தார்கள் என்றால் அவர்கள் என்ன பேசினார்கள், எப்படி அளந்தார்கள், எப்படி எண்ணிக்கை செய்தார்கள் என்பதில் அவர்களுக்குத் தீவிர ஆர்வம் இருந்தது. மதிவாணன் போன்ற ஒருவன் தனக்கு சீடனாகக் கிடைத்ததில் அவருக்கு மிகுந்த மகிழ்ச்சி. சிந்து சமவெளியில் கண்டெடுக்கப்பட்ட எழுத்துகள் எனப்பட்டவை எல்லாமே குறியீடுகள் என்பது அவருடைய கணிப்பு. ஒவ்வொரு எழுத்துமே எதையோ குறிப்பன என்றார். சிந்து வெளியில் கிடைத்த எல்லாமே நான்கு எழுத்துகளாகவோ, ஐந்து எழுத்துகளாகவோ துண்டுதுண்டாக இருந்தன. முழு வாக்கியங்களாக, செய்யுளாக எதுவும் இல்லை. அப்படியானால் நாம் வார்த்தைகள் என நினைப்பவை எல்லாமே வாக்கியங்கள்தான் என அவர் சொன்னார்.

‘இன்னார் குளம் வெட்டினார். இன்னார் ஆண்டார்’ என்பன போன்ற சிறுசிறு வாக்கியங்கள் அவை என்றார் எல்லீஸ். பல நூறு சதுர மைல் பரப்பில் கிடைத்த அந்த எழுத்துகளில் இருந்து ஏதாவது ஓர் ஒற்றுமையைக் கண்டுபிடிக்க முடியுமா என ஆராயும்படி மதிவாணனிடம் கேட்டுக்கொண்டார்.

ஓர் ஒற்றுமை இருக்கத்தான் செய்தது. அன் விகுதி, சந்தி, சாரியை என தமிழ் வார்த்தைகளின் ஆதாரங்கள் வழி அந்த எழுத்துகளை அவன் ஆராய ஆரம்பித்தான். சந்தி, சாரியை, விகுதி... என எல்லாமும் இடதுபுறம் இருந்து படித்தால் மட்டுமே அர்த்தம் கொள்வதாக இருந்தது.

“இது தமிழ் மொழி...” என்றான் மதிவாணன். காளை, லிங்கம் போன்ற சின்னங்கள் தமிழர்களின் அடையாளமாக இருப்பதாக ஏற்கனவே ஆதாரங்கள் சொல்லிக்கொண்டிருந்த எல்லீஸ், “நானும் அதுதான் நினைத்தேன்” என்றவன், “எப்படி சொல்கிறாய்?” என்றார். மதிவாணன் சொல்லப்போகும் ஆய்வு முடிவைக் கேட்கும் ஆர்வத்துடன்.

மதிவாணன், “உயிர் எழுத்து, மெய்யெழுத்து என இனங்கண்டு வரிசைப்படுத்தியிருக்கிறேன்... இதோ பாருங்கள் இது நன்னன்... இது சாத்தன்... ன்ன, த்த, ந்த, போன்ற ஒட்டி இடம்பெறும் எழுத்துகள் இதிலே அடையாளம் காட்டியிருக்கிறேன். எழுத்துக்கு மேலே புள்ளி வைக்கிற வழக்கம் அந்தக் காலத்திலே இல்லை... அதுதான் வேறுபாடு.”

“அருமை.”

“இவையெல்லாம் உயிர் எழுத்துகள்... இது அ... இது ஆ. குறில், நெடிலை எப்படி வித்தியாசப்படுத்தியிருக்கிறார்கள் பாருங்கள்...”

“குட்!”

“ஒருமை, பன்மை ஒலிக்குறிப்புகள் எல்லாமே தமிழுக்கு நெருக்கமாக இருக்கின்றன.”

“நீ செய்திருக்கும் ஆராய்ச்சி புதிய வாசல்களைத் திறந்துவிடும்... அடுத்தக் கட்டத்துக்கு அழைத்துச் செல்லும். ஆனால்....”

“ஆனால்...” மதிவாணன் சிரித்தான். “இது திராவிட சமூக நாகரிகம் என ஆதாரங்கள் பெருகப் பெருக இந்த ஆய்வுக்கு வரவேற்பு குறைந்து விட்டது. அதுதானே?”

“ஆமாம். இந்த எழுத்துகள் சமஸ்கிருத மொழியின் மூலம்... இங்கு வாழ்ந்தவர்கள் ஆரியர்கள் என்ற கருத்துகளுக்கு வாய்ப்பு இருந்தது வரை இந்த ஆய்வுக்கு எங்கிருந்தெல்லாமோ வரவேற்பு கிடைத்தது. இது திராவிட நாகரிகம் என்பதற்கான ஆதாரங்கள் பெருக ஆரம்பித்ததும் தொய்வு ஏற்பட்டுவிட்டது. இந்த ஆய்வை நிறுத்தச் சொல்லிவிட்டார்கள்.”

“தெரியும். பூதத்தைக் கிளறிவிட்டாகிவிட்டது. இனி அது பார்த்துக் கொள்ளும்.” மதிவாணன் நம்பிக்கையுடன் சிரித்தான்.

"கண்டுபிடிக்கப்பட்ட 10 ஆயிரம் உருப்படிகளையும் மியூஸியத்துக்கு அனுப்பியாகிவிட்டது. வரலாற்றை முடக்க முயற்சி நடக்கிறது. தமிழ்நாட்டில் இந்த வகை எழுத்துகள் பின் நாட்களில் எங்காவது கிடைக்கும். சிந்து சமவெளி தமிழர்களோடு தொடர்புடையது என்பதற்கு அதுதான் சான்றாக இருக்கும்." எல்லீஸின் வார்த்தைகளில் உண்மையான அக்கறை தொனித்தது.

சிந்து சமவெளி பரப்பில் கிடைத்த அகழ்வுப் பொருட்களுக்காகவே பிரிட்டிஷ் அரசாங்கம் தொல்லியல் துறை ஒன்றைத் தொடங்கியது. கல்கத்தாவில் செயல்படத் தொடங்கிய அத்துறையின் சென்னைப் பிரிவில் எல்லீஸ் உள்ளிட்ட ஐந்து பேர் கொண்ட சிறுகுழு செயல் படத் தொடங்கியது. மதிவாணன், சுறுசுறுப்பான இளைஞன். சிந்து சமவெளி குறியீடுகளை ஊன்றிக் கவனித்ததில் அவை தமிழ் உச்சரிப்புக் கானவை என்பதைத் திறமையாகக் கண்டுணர்ந்தான். தமிழ் அசைச் சொற்களை அடையாளம் கண்டு சொன்னான். மெய்யெழுத்தும் உயிரெழுத்தும் இணைவதால் புதிதாக இன்னொரு எழுத்து உருவாகும்... அப்படியில்லாமல், 'வா' என்ற வார்த்தை 'வஅ அ' என இருப்பதை உணர்த்தினான். எல்லீஸுக்கு அவனுடைய பெரும்பணி பிடித்திருந்தது. அசாதாரணமான கண்டுபிடிப்பு எனப் புகழ்ந்தான். இரவு தன் வீட்டில் உனக்கு விருந்து என்றான். எல்லீஸை மீரட்டுக்கு அனுப்ப மாட்சிமை தாங்கிய பிரிட்டிஷ் அரசு முடிவுசெய்யததும் அன்றுதான் நடந்தது.

மதிவாணன் அந்த இரவு விருந்துக்குப் பிறகு தன்னுடைய மொழி ஆராய்ச்சியை என்ன செய்வது எனத் தெரியாமல் தவித்தான். எழுதிவைத்திருந்த குறிப்புகளைப் பாதுகாக்கக்கூட அவனுக்குப் போதிய வசதியில்லாமல் இருந்தது. சில தமிழறிஞர்கள் ஆர்வமாகக் கேட்டார்கள். மகிழ்ந்தார்கள்... மேற்கொண்டு அதை என்ன செய்வ தெனத் தெரியவில்லை. பெரும்பாலும் அத்தகைய குழப்பமான தருணங்களில் என்ன நடக்க வேண்டுமோ அது மதிவாணனுக்கும் நடந்தது. அவனுக்குத் திருமணம் செய்துவைத்தார்கள்.

மதிவாணனின் ட்ரங்க் பெட்டியில் அந்த ஆராய்ச்சி ஆழ்ந்த உறக்கத்தில் இருந்தது. மதிவாணனின் மறைவுக்குப் பின்னரும்கூட அந்தப் பழுப்பேறிய காகிதங்கள் ஈரம்பூத்து, நமுத்துப்போய் இருந்தன. கரையான் ஏறி... அந்த எழுத்துகள் ஒவ்வொன்றாகத் தின்னப்பட்டன. அவருடைய மனைவி ஒருநாள் தன் கணவனால் பூதம் காத்ததுபோல கிடந்த அந்தப் பெட்டியை கையால் தொடாமல் கொக்கி வைத்த நீளக் கம்பில் இழுத்துப்போய் வெளியில் போட்டாள். அதிலிருந்து ஐந்தாறு எலிகள் ஓடின. எது முக்கியம் என்பதைக் காலம் தீர்மானிக் கிறது... பொருளாதாரச் சூழல் தீர்மானிக்கிறது... சில நேரங்களில் பொறுப்பற்ற சில மக்கள்கூட தீர்மானிக்கிறார்கள்.

மதிவாணனின் மனைவி அதை முக்கியமற்றது எனத் தீர்மானித்தார்.

அப்பா ஏதோ எழுதிவைத்திருந்தார். அவை முக்கியமானவை என்ற

அளவில் அந்த ட்ரங்க் பெட்டியை நினைத்திருந்தார் ராமநாதன். இப்போது நமக்கு அது புரியலாம் என அவர் நினைத்தபோது அவருக்கு வயது முப்பதின் மத்தியைக் கடந்திருந்தது.

ராமநாதன் தன் அம்மாவைக் கேட்டார். “அப்பா இங்கே வைத்திருந்த ட்ரங்க் பெட்டி எங்கே?”

மதிவாணன் உயிரோடு இருந்த வரை அந்தப் பெட்டி அங்கேதான் இருந்தது. அவர் இறந்த பிறகும்கூட அது அங்கேதான் இருக்கும் என ராமநாதன் நினைத்திருந்தார்.

அம்மா எதுவும் சொல்லவில்லை. கணவனின் மிச்சமாக இருந்து துன்புறுத்திக்கொண்டிருந்த அதைத் தெருவிலே குப்பையில் வீசி விட்டேன் எனச் சொல்வதற்கு அவளுக்குத் தைரியம் இல்லை. அவள் அமைதியாக இருந்தாள். இந்தி எதிர்ப்புப் போராட்டத்தில் கலந்துகொண்டு மகன் சிறைக்குச் சென்று வந்தபோதே அவள் அந்த ட்ரங்க் பெட்டி தன் குடும்பத்துக்கு ஆகாது என முடிவு செய்துவிட்டாள்.

மதிவாணனுக்கு அவர்களுடைய பெற்றோர் செய்த அதே சாதுர்யத்தை அவளும் செய்தாள். ராமநாதனுக்கு ஒரு கால்கட்டு போட்டாள். அடுத்தடுத்து அவனுக்கு மூன்றுமே பெண்களாகப் பிறந்ததுதான் வருத்தத்தின் தொடர்ச்சியாக இருந்தது. பெட்டைக் குழந்தைகளைப் பெற்றுப்போட்டுவிட்டு அவளும் போய்சேர்ந்துவிட்டாள். ராமநாதனுக்கு வேறு ஒன்றும் தெரியவில்லை. குழந்தை களுக்கு ஒரு கம்மல் வாங்கித் தரவும், ஒரு சட்டைப் பாவாடை வாங்கித் தரவும்கூட தெரியாதவனாக இருந்தான். குழந்தைகளைத் தூக்கி மடியில் வைத்துக்கொண்டு... “திருக்குறள் சொல்லு... திருக்குறள் சொல்லு” எனக் கொஞ்சிக் கொண்டிருக்கிறான். வீட்டில் அந்த ட்ரங்க் பெட்டி இருப்பதால்தான் இறந்தவர்களின் ஆவி வீட்டைச் சுற்றுவதாக அவளாகவே ஒரு முடிவுக்கு வந்து அதை வீசி எறிந்தாள்.

பெட்டியைப் பற்றி அம்மா எதுவும் சொல்லாதபோதே ராம நாதனுக்குப் புரிந்துபோனது. காக்க முடியாத ஒரு பொருளை இழந்துவிட்ட சோகம் ராமநாதனுக்கு. ஆனாலும் அப்பாவின் அந்தக் குறிப்புக் காகிதங்கள் இனி காக்க முடியாதபடி மாறிவிட்டதை ராமநாதன் உணர்ந்திருந்தார். பரண்மீது அந்த ட்ரங்க் பெட்டி இருந்த இடத்தைப் பார்த்தபோது கடவுள் இருந்த இடம் காணாமல் போய்விட்டதுபோல இருந்தது.

ஆறு மணிக்குக் கூட்டம். பஸ் பிடித்துப் போய்ச் சேர்வதற்கு அரைமணி நேரத்துக்கு மேல் ஆகும். ரத்தக்காட்டேரி இந்திரா காந்தி ஒழிக... இந்தி ராட்சசி ஒழிக என்றெல்லாம் வழி எல்லாம் எழுதியிருந்தது. மிசா கொடுமைக்குப் பிறகு மக்களிடம் மீண்டும் இந்தி எதிர்ப்பு உணர்வு அதிகரித்திருப்பதைக் கண்டார் ராமநாதன். மனதில் எழுச்சி அதிகமானது. இன்று அவருக்குக் கொடுத்திருக்கும் தலைப்பும் அதற்கு எண்ணெய் ஊற்றுவதாக அமைந்தது. ‘மொழிப் பற்று.’

பத்து திருக்குறள் மனப்பாடம் செய்து வைத்தால், புதுப்பாவாடைச் சட்டை வாங்கித் தருவதாக தாமரையிடம் சொல்லிவிட்டுக் கிளம்பினார் ராமநாதன்.

ராமநாதனின் உரை ஆரம்பமானது... வெள்ளை நிற முழுக்கை சட்டையும், எட்டுமுழ வேட்டியும் அணிந்திருந்தார். அது அவருக்கு பேராசிரியர் போன்றதொரு தோரணையைக் கொடுத்தது. பொறுமையாகப் பேசினார்.

"தமிழர்களுக்கு மொழி மீது பற்று ஏற்பட்டது 1965ஆம் ஆண்டில் ஏற்பட்ட இந்தி எதிர்ப்புப் போராட்டத்தின் போதுதான் என்று கற்பிதம் செய்கிறார்கள். அதற்குப் பல்லாயிரம் ஆண்டுகாலப் பின்னணி இருந்தது. கடல் கொண்ட தென்னாட்டில் சங்கம் வைத்து தமிழை வளர்த்தார்கள். அங்கிருந்து கபாடபுரம் வந்தார்கள். அங்கே சங்கம் வைத்து தமிழ் வளர்த்தார்கள். பின்னர் மதுரை வந்தார்கள். கடைச் சங்கம் அங்கே இருந்தது. அங்கேயும் தமிழ் வளர்த்தார்கள். சங்கம் என்பது பௌத்தர்களின் வார்த்தை. அதற்கு முன்னர் தமிழில் சங்கம் என்பதற்கான ஆதாரம் இல்லை என்கிறார்கள். தமிழில் எழுதப்பட்ட அனைத்துமே நமக்குக் கிடைக்கவில்லை. பல ஆயிரம் ஆண்டு தமிழ் வரலாற்றில் நமக்குக் கிடைத்தவை, ஒரு சிறிய அலமாரி யில் அடுக்கிவிடக் கூடிய அளவே. காலத்தால் அழிந்துபோனவை ஏராளம். தொகுக்கப்பட்டவை வெகு சிலவே. சங்ககாலம் என வரையறுக்கப்பட்ட சில நூற்றாண்டு காலத்தில் எழுதப்பட்டதாகத் தொகுத்துக் காட்டப்பட்டவை ஐந்தாறு கட்டு ஓலைச்சுவடிகள்தான். அகம் பற்றி ஒரு நானூறு பாடல்களும் புறம் பற்றி ஒரு நானூறு பாடல்களும் எழுதுவோம் என தமிழன் திட்டமிட்டிருக்க வாய்ப்பு இல்லை. இதிலும் அதிலுமாக நானூறு நல்ல பாடல்களை யாரோ தொகுத்தார்கள்... மீதிப் பாடல்கள்? சங்கம் அதில் எங்கோ இருந்திருக் கலாம். கழகம் என ஒரு பழைய தமிழ் வார்த்தை உண்டு. கழகம் என்பாரும் சங்கம் என்பாரும் ஒன்றைத்தான் குறிக்கின்றனர். எனில், தமிழ்ச் சங்க வரலாறு பல ஆயிரம் ஆண்டு வரலாறு கொண்டது. கவிதை வளர்த்தது பல ஆயிரம் ஆண்டுகள் என்றால்? மொழி பிறந்தது? அது அதற்கும் முன்னே தழைத்தது.

கடாரம் கொண்டார்கள், தமிழைக் கொச்சைப்படுத்திய கனக விஜயனை எதிர்த்துப் போரிட்டார்கள். கப்பல் கட்டி சுமத்ரா, இலங்கை, அந்தமான், மலாய், சீனம் சென்றார்கள். மேற்குக் கடலில் கிரேக்கம் வரை சென்றார்கள். தென்னிந்தியக் கடல் அவர்களுக்குக் குளம். கடலின் அத்தனை ஆக்ரோஷமும் அவர்களுக்கு அனுகூலம். அதில் காற்றடித்தாலும் புயல் அடித்தாலும் இவர்களின் கலம் நகர் வதற்கான உந்து சக்தியாக அது இருந்தது" ராமநாதன் சொல்லிக் கொண்டிருந்தார்.

அப்போது கூட்டத்தில் சிறிய சலசலப்பு ஏற்பட்டது. ஒருவர்,

"தமிழைவைத்து பிசினஸ் பண்றானுங்க" என்றார். அவர் ராமநாதனைப் பார்த்துத்தான் அப்படிச் சொன்னார். அவருக்கு திராவிடக் கட்சிகள்மீதே ஒரு வெறுப்பு இருப்பதை அறிய முடிந்தது. கருணாநிதி மீதான ஊழல் புகாரைச் சொன்னார். "1967க்குப் பிறகு நாடே கெட்டுக் குட்டிச் சுவராப் போச்சு" எனக் கத்தினார்.

கூட்டத்தில் சலசலப்பு அதிகமானது. "எப்பப் பார்த்தாலும் கடாரம் கொண்டான், இமயம் வென்றான்னு பழங்கதை பேசறதை எப்ப நிறுத்தப் போறீங்க?" என அவர் விடாமல் கத்த ஆரம்பித்தார்.

"ஆரியன் - திராவிடன்னு பிரிக்கிறதெல்லாம் சுத்த ஹம்பக். நைன்டீன் தர்ட்டீஸ்லயே இந்தத் தியரி ஃபெயிலியர் ஆகிடுச்சு. இன்னும் இதை வெச்சு தமிழ்நாட்ல பிசினஸ் நடக்குது." அவர் கோபமாகக் கத்தினார். கண்கள் சிவக்க, மூக்கு விடைக்கப் பேசினார்.

"நாம பேசுறது இன எதிர்ப்புனா, அவங்க நமக்கு எதிர்ப்பா பேசறதும்தான்" என்று மட்டும் ராமநாதன் சொன்னார். இயல்பாகவே நமக்குப் பிடித்தது அவர்களுக்கு ஏற்புடையதாக இல்லை. இது இனநிலைக் கோளாறா, மனநிலைக் கோளாறா என்பதைக் காலம்தான் சொல்ல வேண்டும் என காலத்தின்மீது பழியைப் போட்டுவிட்டுக் காத்திருந்தார். கூட்டத்துக்கு வந்திருந்த சிலரும் அவரும் வாக்கு வாதத்தில் ஈடுபட்டுக் கடுமையாக வார்த்தைகளைப் பறக்கவிட்டனர்.

ராமநாதன் இந்தி எதிர்ப்புப் போராட்டத்தின்போது அந்த ராணுவ வீரன் நெஞ்சுக்கு நேரே துப்பாக்கியை நீட்டி மிரட்டியதை நினைத்துப் பார்த்தார். எத்தனை பிராமணர்கள் இந்தியை எதிர்த்தார் கள். எண்ணிவிடலாம். இந்தியை ஆதரித்தவர்கள் அதிகமாகவே இருந்தார்கள். இரண்டாம் உலகப் போர் நடந்தபோது ஹிட்லரின் கை ஓங்கியது. அப்போது மயிலாப்பூரில் ஜெர்மன் வகுப்புகள் தொடங்கப்பட்டதை மதிவாணன் சொல்வார். இப்போது இந்தியின் கை ஓங்கும்போது இந்தி வகுப்புகள் நடத்துகிறார்கள் என ராமநாதன் நினைத்துக்கொண்டார்.

தன் டாகுமென்டரி படத்துக்கான புட்டேஜ் கிடைக்கும் என ராமநாதனைச் சந்திக்க வந்திருந்த சரவணனுக்கு ஒன்று மட்டும் புரியவே இல்லை. தமிழை ஏன் இப்படிப் போற்றுகிறார்கள் என்பதை ஓரளவுக்கு உள் வாங்கிக்கொள்ள முடிந்தது. ஏதோ ஒருவிதத்தில் தமிழை எதிர்ப்பவர்கள் இருந்தார்கள். தாமரையின் அப்பாவைச் சந்தித்த பிறகு, தமிழ் எங்கள் உயிருக்கு நேர் என உயிரையே தராசு தட்டில் வைக்கும் ஆட்கள் இருப்பதைப் பார்த்தான். இந்தியை நேசித்துவிட்டுப் போகட்டும். ஆனால், தமிழை எதிர்ப்பவர்களை அவனால் புரிந்துகொள்ளவே முடியவில்லை.

ராமநாதன் எளிமையாகச் சொன்னார். "தமிழை விரும்பும்

மக்களுக்குப் பல ஆயிரம் ஆண்டு பின்னணி இருப்பது போலவே அதை எதிர்ப்பவர்களுக்கும் மூவாயிரம் வருடப் பின்னணி இருக்கிறது. ஆதியில் கடவுள் என ஒன்று தேவையில்லாமல் இருந்தது... பிறகு அச்சம், கடவுள் என ஒன்றைக் கற்பித்தது. அடுத்து வந்த சிலர் அப்படி எதுவும் இல்லை என்றார்கள். 'இருக்கிறது... இல்லை' என இரண்டு கட்சிகள் ஆகின. அதன்பிறகு இன்னொரு கட்சி வந்தது. அதுதான் ஆபத்தானது... அந்தக் கட்சியினர் கடவுளே நாங்கள் தான் என்றனர். பிராமணர்கள்தான் அவர்கள். மனித குலத்தில் மனிதர்களுக்குள் ஏற்றத்தாழ்வு ஏற்பட்டது அப்போதுதான்" என்றார்.

ராமநாதன் பேசுவது மிகுந்த தர்க்கவியல் நியாயங்களை உருவாக்கியது.

"ஒரு சிங்கத்தைப் போல, ஒரு சுறாவைப் போல ஒரு கொசுவைப் போல மனித இனமும் ஓர் இடத்தில் தோன்றி உலகம் எல்லாம் பரவியதுதான். ஒவ்வொரு பகுதியில் வாழ நேர்ந்த இனம் தனக்கென சில வழக்கங்களை, நம்பிக்கைகளை உருவாக்கிக்கொண்டது. அவர்கள் மதம் எனவும் கடவுள் எனவும் வேறுபட்டனர். தட்ப வெப்பச் சூழலுக்கு ஏற்ப நிறத்தால் வேறுபட்டனர். இவர்கள் அனைவரிடத்தும் இருந்து தமிழர்கள் மட்டுமே மொழியால் வேறுபட்டனர். தங்கள் மொழியையே அடையாளமாக, மதமாக, நிறமாக, வாழ்க்கையாக எண்ணத் தொடங்கினர். இது ஒரு தொன்மையான பிரச்சினை. ஆதியில் ஒரு நாயும் பூனையும் யானையும் போலவே மனிதனும் சிந்தித்தான். இரை கிடைக்குமா என்பதுதான் அந்த ஆதி சிந்தனை. இனப்பெருக்கம் செய்ய உந்துதலால் ஏற்படுதல் அடுத்த சிந்தனை. இதையும் தாண்டி சிந்திக்க மொழி உதவியது. தமிழன் மொழியையே அதிகம் சிந்திக்கத் தொடங்கினான். இரை, உடலுறவு போல மொழியும் தொன்மையான உணர்வாக தமிழனுக்கு ஏற்பட்டது. யாரும் கற்பிக்கா மலேயே ஒரு ஈ தேன் எடுக்கப் புறப்படுவது போல, ஒரு குறிப்பிட்ட வயதில் ஓர் உயிரினம் உடலுறவுக்குத் தயாராவது போல, மொழியை நேசிப்பது தமிழர்களுக்கு மூளையின் அடிப்படை செயல்பாடாக இருக்கிறது" என விளக்கிக்கொண்டு போனார்.

சரவணன், "இந்த உணர்வு நல்லதா, கெட்டதா?" எனக் கேட்டான்.

"தேவையான ஒன்றாக இருப்பின் அது நல்லதுதானே?" என்றார் ராமநாதன்.

"தேவையானதுதானா?" எனவும் சரவணன் கேட்டான்.

"தமிழ்நாட்டில், சிந்து சமவெளியில், சுமேரியாவில் நாகரிகங்களை வளர்த்த ஒரு மொழிக்குடும்பம். இன்று வரை அறிவியல், இலக்கிய வளர்ச்சியில் பயன்பட்ட மொழிக்குடும்பம் எப்படித் திடீரென தேவையில்லாமல் போகும்?"

"இப்போது புதிதாக சில குழுக்கள் தங்கள் மொழியினருக்கே இந்த

வளர்ச்சியின் ஆதாயங்களை அறுவடை செய்யப் பார்க்கிறார்கள். இத்தனை நாள் மனித சமுதாயத்தின் வளர்ச்சிக்குப் பாடுபட்ட ஒரு மொழியை அற்ப காரணத்துக்காகப் புறக்கணிக்கிறார்கள். அது வலி நிறைந்தது. அதைத்தானே சொல்ல வருகிறீர்கள்?" என அவருடைய நண்பர் ஒருவர் எடுத்துக்கொடுத்தார்.

"புறக்கணிப்பின் வலி. நமக்கென ஒரு நாடு இல்லை. அரசாங்கம் இல்லை. வேறு ஒரு மொழி பேசும் தலைவர், அவர் மொழிக்கு அதிக அங்கீகாரம் வழங்குகிறார். இந்தி எதிர்ப்புப் போராட்டம் இப்படி ஏற்பட்டதுதான்."

சரவணனுக்கு டாகுமென்டரிக்கு இதுபோதும் போல இருந்தது.

ஈஸ்டர் தீவுகள் குறித்து அவன் சில தகவல்களைத் திரட்டி வைத்திருந்தான் சரவணன். அந்தத் தீவுகளில் ஒரு வினோதப் பழக்கம் இருந்தது. பசிபிக் கடலின் மையப்பகுதியில் இருந்த அந்தத் தீவுகளில் மனிதர்கள் எந்தக் காலகட்டத்தில் போய் சேர்ந்தனர், எங்கிருந்து போய் சேர்ந்தனர் என்பது அத்தனை உறுதியாகத் தெரியவில்லை. ஆனால், அவர்கள் ஆண்டுதோறும் ஒரு குறிப்பிட்ட நாளில் தங்கள் மூதாதையர்களை வணங்கும் நிகழ்ச்சியை விடாமல் செய்துவந்தனர். அந்த நாளில் ஒரு மரப் பலகையைப் பத்திரமாக வெளியே எடுத்து சூரிய வெளியில் வைத்து வழிபடுகின்றனர். அந்தப் பலகையில் இருக்கும் எழுத்து ஏதோ ஒரு வகையில் சிந்து சமவெளி எழுத்தை ஒத்திருக்கின்றன என்பதுதான். அவர்கள் எப்படியும் ஐயாயிரம் ஆண்டுகளுக்கு முன் அங்கு குடியேறியவர்களாக இருப்பார்கள் என அவனுடைய நண்பன் ரிச்சர்டு பெய்ல் சொன்னான். அவன் வரலாற்றுத் துறை மாணவன். மென்பொருள் துறையைத் தேர்வு செய்வதற்கு இரண்டு சதவிகித மதிப்பெண் குறைவாக இருந்த தால் வரலாற்றுத் துறைக்குப் போனவன். ஆனால், சந்தர்ப்பவசத்தால் அப்படித் தள்ளப்பட்டவனாகத் தெரியாது. அவனுக்கு இயல்பாகவே அந்தத் துறையில் நாட்டம் இருந்ததுபோலவும் பெரு முயற்சி செய்து அங்கு வந்து சேர்ந்தது போலவும் நடந்துகொள்வான்.

"பனி உருகும் காலம் தொடங்கியபோது சுமார் ஏழாயிரம் ஆண்டு களுக்கு முன் தென்னிந்தியாவில் இருந்து புறப்பட்ட மக்கள் கூட்டத்தின் ஒரு பகுதி வடகிழக்கில் பயணித்தது. பர்மா, தாய்லாந்து, ஜப்பான், கொரியா, வழியே தீவுகளாகக் கிடந்த பசிபிக் கடல் பகுதியில் பயணித்தனர். பின்னர் அந்த நிலவழிப் பாதையை நீர் மூடியது. கடல் மட்டம் 150 மீட்டர் வரை உயர்ந்தது. இலங்கைக்கு இந்தியாவில் இருந்த நிலவழி மூடிய அதே காலகட்டத்தில் ஈஸ்டர் நாடுகள் ஈஸ்டர் தீவுகளாக மாறின" என்றான்.

தாய்லாந்தில் ஒரு மாதம் தங்கி, டாகுமென்டரி படத்துக்கான கிராபிக்ஸ் வேலைகள் சிலவற்றைச் செய்து முடித்தான் சரவணன். பணியில் இருந்தபோது, அங்கு தென்னிந்திய மன்னர்கள் கட்டிய

கோயிலைப் பார்த்தான். தாய்நாடு என்பது எப்படி தாய்லாந்து ஆகியிருக்க முடியும் என சரவணன் யோசித்தான். 'தாய்' மொழியில் தொங்கம் என்றால் தங்கம்... கம்பன் என்றால் கப்பல், நாளிகா என்றால் நாழிகை, குர் என்றால் குரு, கை என்றால் கை, பவாய் என்றால் பாவை...

தமிழ்நாட்டில் பிறந்த ஒருவன் இங்கே வந்து சேர்ந்து இதை ஏன் தாய் நாடு எனப் போற்றினான் எனவும் யோசித்தான். தமிழ்ப் பைத்தியம் தனக்கும் பிடித்துவிட்டதாக அவனே சொல்லிக் கொண்டான்.

"இதுதான் சார் நடந்தது" டாக்டர் மாறன் முன்னால் தன் வழக்கமான பிரச்சினையைச் சொல்லி முடித்தான் தேவ்.

1925இல் சென்னை எங்கோ எல்லீஸ் என்பவன் தலைமையில் சிந்துசமவெளி தொல்லியல் ஆய்வுப் பிரிவு செயல்பட்டது. அதில் மதிவாணன் என்பவன் வேலைபார்த்தார். அவனுடைய மகன் ராமநாதன்.... இந்தி எதிர்ப்புப் போராட்டத்தில் ஈடுபட்டவன். அவனுக்கு மூன்று மகள்கள். அதில் மூத்த மகளோடு வேலை பார்த்தவன் சரவணன். அவன் இந்தி எதிர்ப்புப் போராட்டத்தைப் பற்றி 2017இல் ஒரு டாகுமென்டரி எடுத்தான். இப்போதெல்லாம் தேவுக்கு இப்படி ஒன்றைத் தொட்டு ஒன்றாக பல சம்பவங்கள் நினைவில் ஓடின.

ஏ.டி-யில் இந்த ஐந்து வரிகளை மட்டும் மாறன் குறித்துக் கொண்டார்.

நடந்தது எல்லாவற்றையும் தேவ் பின்னோக்கிச் சென்று பார்த்திருக்கிறான். தேவ் முதலில் பார்த்தது அந்த டாகுமென்டரியைத்தான். அவனைப் போகச் சொல்லிவிட்டு யோசனையில் ஆழ்ந்தார்.

20 ஆண்டுகளுக்கு முன்னால் சிந்து சமவெளி குறித்த ஒரு கருத்தரங்கில் நடந்த நிகழ்வுகள் எல்லாமே இப்போது நேரடியாகப் பார்ப்பது போல அவனுக்குத் தெரிந்துகொண்டிருந்தன. அது சரவணன் என்பவன் எடுத்த இந்தி எதிர்ப்புப் போராட்டத்துக்கான டாகுமென்டரி. 1925ஆம் ஆண்டில் தொல்லியல் துறையில் இருந்த எல்லீஸ், மதிவாணன் பணியாற்றியது நிஜம் போன்றதொரு கற்பனை. தேவுக்கு இருக்கும் பிரச்சினை... வரலாற்றைக் கற்பனையால் ஓட்டிப் பார்க்கும் நோய். கற்பனையை நிஜம் என்றே நம்புகிற வியாதி.

ஒருவேளை நிஜம்தானோ என நினைக்கிற வியாதி. மாறன் ஒரு முடிவுக்கு வந்தார். சில நடந்திருக்கின்றன. சில நடக்கவே இல்லை. தேவ் நடந்த சிலவற்றை நடக்காத சிலவற்றை வைத்து தர்க்க நியாயத்தோடு அடைக்கிறான். எங்காவது எப்போதாவது நிஜமாக நடந்த ஒன்றை அவன் மூளை வேகமாக கிரகிக்கிறது. அதற்கு முன்னும் பின்னும் காட்சிகளைக் கோக்கிறது. "வினோத நோய்... வினோத நோய்!" என்றார் தனக்குத்தானே.

காபி மேக்கரில் பட்டனை அழுத்திவிட்டுக் காத்திருந்தபோது, ஆல்டேபில் புதிய எண்ணிலிருந்து பேசுவதற்கு அனுமதி கேட்டிருந்தார்கள்.

அனுமதித்தார். "இஸ்ரேலில் இருந்துபேசுகிறேன். உங்களிடம் வினோதமான ஒரு மூளை சிக்கியிருப்பதாகச் சொன்னார்கள். சரிதானே?"

"என்ன சொல்கிறீர்கள்..? பின் தொடர முடியவில்லை."

"சரித்திர நினைவுகளைச் சொல்லும் மனிதர் ஒருவர் உங்களிடம் வந்தாரா?"

டாக்டருக்குப் புரிந்தது என்பதைவிட அதிர்ச்சியாக இருந்தது என்பதுதான் முக்கியம்.

"எப்படித் தெரியும்?" என்றார்.

"அவர் எங்களுக்கு வேண்டும்." இஸ்ரேல்காரனின் பேச்சு ஆணவம் நிறைந்ததாக இருந்தது. டாக்டர் அவனுடைய பின்னணி தெரியாமல் திட்டிவிடக் கூடாது என நினைத்தார்.

"தர முடியாது."

"நன்றி... நாங்களே எடுத்துக்கொள்கிறோம்."

பேசியவன் உடனே அவனுடைய எண்ணை அழித்துவிட்டான். சைபர் நெட்வொர்க்கில் கேட்கலாம். "லூஸுப் பயல்." என உதடு வழியாகவே சொல்லிவிட்டு, காபியை நிதானமாக உறிஞ்ச ஆரம்பித்தார்.

9வது குறிப்பு

கி.பி.2017, சென்னை.

ஒரு தமிழ்ப் பத்திரிகையாளனுக்கு இது பெரும் பணிதான். சரவணனுக்கு எப்படியோ எல்லாம் சாத்தியமாயிற்று என்றுதான் சொல்ல வேண்டும். சொப்னாவின் மாமா ஒருவர் அமெரிக்காவில் சாஃப்ட்வேர் கம்பெனியில் முக்கியப் பொறுப்பில் இருந்தார். அவரிடம் சொல்லி, ஜான் வில்பர் கெய்ஸெர் பற்றி செய்தித்தாளில் வந்த விஷயங்களைச் சேகரித்துத் தர முடியுமா எனக் கேட்டிருந்தான் சரவணன். ஜான் வில்பரின் தமிழ்நாட்டு நண்பன் முர்கோஷையே நேரில் சந்தித்துவிட்டதாகவும் அவரிடம் நிறைய தகவல்கள் கிடைத்த தாகவும் சொல்லியிருந்தார். சரவணனும் முர்கோஷிடம் பேசினான். முர்கோஷிடம் சென்னை வரும்போது அவசியம் சந்திக்கவும் எனச் சொல்லிவைத்திருந்தான்.

ஜான் வில்பர் சொன்னதைக் கேட்டு முர்கோஷ் அதிர்ந்து போயிருந்தான். எங்கே அமெரிக்கக் குடியுரிமைக்கே பிரச்சினையாகி விடுமோ என அவன் துயருற்றான். முர்கோஷின் மனைவி சுகுணாவுக்கு ஜான் வில்பரை எப்போதுமே பிடிக்காமல் இருந்தது. இந்தப் படிப்பினைக்குப் பிறகாவது அவனை வீட்டுக்குள் அனுமதிக்காமல் இருப்பதற்காக முர்கோஷை அதிகமாகவே கண்டித்து வைத்தாள். அவள் அங்கே யோகா வகுப்பு நடத்திக்கொண்டி ருந்தாள். பர்கர், மாட்டிறைச்சி எல்லாமே அவளுக்கு நன்றாகவே பழகியிருந்தது. அமெரிக்கா வந்ததும் முதல் வேலையாகப் புடவைகளை பெரிய பீரோவில் வைத்துப் பூட்டினாள். உடம்பை அதிகம் வெளியே காட்டுகிற சின்ன

டீ சர்ட்டுகள், சின்ன ட்ரவுஸர் எல்லாமே அவளுக்கு மிகவும் பிடித்திருந்தன. அவளுடைய சின்னச் சின்ன உடைகள் ஒரு சூட்கேஸுக்குள் அடங்கிவிடக்கூடியவை. அமெரிக்க நாகரிகத்துக்கு உடனேயே மாறியிருந்தாள். ஜான் செய்த பைத்தியக்காரத் தனத்தால் மறுபடியும் புடவையும் சுடிதாரும் அணிய வேண்டியிருக் கும் என்பதே அவளுடைய அச்சத்தின் உச்சம்.

முர்கேஷின் அப்பாவும் இந்தியாவிலிருந்து, "தமிழெல்லாம் வேண்டாம்... பிழைக்கிற வழியைப் பார்" கூக்குரலிட்டார். ஐயர் வீட்டில் முர்கேஷ் எனப் பெயர் வைத்தது பலருக்கும் ஆச்சர்யமாக இருந்தது. பெயர் வைத்த காரணத்தைச் சொல்லிச் சொல்லி நொந்து போனவர் அவர். முதல் குழந்தை திருச்செந்தூர் அருகே சாலை விபத்தில் இறந்துபோக, முருகனுக்கு வேண்டி, பிறந்தவன் முருகேசன். இருபது வயது பருவத்தில் அவன் அன்னை ஆசிரம பழக்கத்தில் அர்பிந்த கோஷ் பிரியனாகிவிட்டான். அப்பாவுக்கும் பாதகமில்லாமல் அன்னைக்கும் பாதகமில்லாமல் முர்கோஷ் ஆனது அப்படித்தான். மற்றவர்களுக்கு உதவுவதில் தாராளம் காட்டும் மனம் அவனுக்கு இருந்தது. அந்த வகையில் பைத்தியமாகி சிறைவாசம் அனுபவிக்கும் ஜான்மீது அவனுக்குக் கொஞ்சம் இரக்கம் இருந்தது. அப்பாவுக்காவும் மனைவிக்காகவும் உதறிவிட்டுவிட அவன் தயங்கினான்.

அந்த நேரத்தில் சரவணன் அவனிடம் தொடர்புகொண்டான். ஜான் வில்பர் பற்றிய நிறைய தகவல்களைக் கேட்டான். சரவணனிடம் ஜான் பற்றிச் சொல்வது பாரம் இறக்கிவைப்பதுபோல இருந்தது.

கரிகால் சோழனிடம் பணியாற்றிய யவனர்களின் பட்டியலைத் தேடுவதோ, அவர்களிடம் சோழன் விடுத்த பெரும் பொறுப்பும் அதைக் காப்பாற்ற அவர்கள் தந்த வாக்குறுதியையும் காலங்களை ஊடுருவி தேடித் திரட்டுவது அசாதாரணப் பணிதான். ஜான் வில்பர் சொன்னதை யாரிடமாவது சொன்னால் சிரிக்கக் கூடும். ஏனென்றால் அவர்களால் முடியக் கூடியதும் அப்படி ஏளனமாகச் சிரித்துக் கடந்துபோவதுதான். சரவணன் மிகுந்த முயற்சியுள்ளவன். ஜான் குறித்து முர்கோஷ் சொன்ன தகவல்களின் அடிப்படையில் சில ஆதாரங்களைப் பின் தொடர்ந்தான்.

முர்கோஷ், வாட்ஸ் அப் வீடியோ கால் மூலம் ஜானையும் சரவணனையும் பேசவைத்தான்.

"பல நூறு ஆண்டுகளாகப் பின் தொடர்ந்த மூளையின் தகவல் ஒரு பகுதி திடீரென்று ஒருவிதமாக வெளிப்பட்டிருக்கிறது. இதை அலட்சியம் செய்வது வரலாற்றுப் பிழை. இலக்கியத்தைவிட வரலாறு முக்கியம். வரலாற்று இலக்கியம் அதைவிட முக்கியம். என்னால் சாதாரணமாக இருக்க முடியவில்லை. கிரேக்கர்கள் யார், என்ன வாக்குறுதி தந்தார்கள் என்ற விவரம் எதுவும் நினைவில் இல்லை"

எனச் சொன்னான் ஜான். துறையூருக்கு அருகே கோழியூர் என ஊர் இருந்தது நினைவிருக்கிறது என்றான். அதாவது கரிகால் சோழன் தஞ்சை மண்ணை ஆண்ட நேரத்தில். நம்புவதா... வேண்டாமா? ஜான் இவற்றை எல்லாம் ஏதாவது புத்தகத்தில் படித்துவிட்டு புத்தி பேதலித்துப்போய் இப்படி எல்லாம் பேசுகிறானா எனவும் சந்தேகப்பட்டான் சரவணன். அதை அந்த புத்திசாலிப் பையன் உடனே புரிந்துகொண்டான். "உலகுக்கு மொழியை உருவாக்கிக் கொடுத்த முதல் இனம் அதைப் பெருமையாக நினைப்பது வெறுமனே பழம் பெருமை பேசுவதாகச் சொல்ல முடியாது" என்றான். அவன் இப்படித் தொடர்பில்லாமல் நிறைய சொன்னான். அவற்றைப் புரிந்துகொள்ளாமல் போவதுகூட வரலாற்றுக்குச் செய்யும் துரோகமாக மாறிவிடும் என்பதால் அவனிடம் பேசிய அனைத்தையும் சரவணன் அப்படியே ரெக்கார்ட் செய்துவிட்டான்.

மரபியல் ரீதியாக சில உடற்கூறுகள் அடுத்த தலைமுறையினருக்குத் தொடர்வது உண்டு. ஜான் வில்பர் அப்படியான எந்த தமிழ் அடையாளங்களும் அற்று இருந்தான். நூறு சதவிகித ஆங்கிலேயனை, சரவணன் தமிழன் என யோசிக்கச் சிரமப்பட்டான். அவன் கோழியூர்களை நேரில் பார்த்ததுபோலச் சொன்னான். சிந்து வெளியில் இருந்து எகிப்துக்குக் குடிபெயர்ந்த ஆயர்களை அவன் நேரில் பார்த்தது போலச் சொன்னான். நிறைய மாடுகள் வைத்திருந்தவன் ஆயன். ஆய் என்றால் மன்னன். மாடு என்றால் செல்வம் என தமிழில் இருக்கும் அர்த்தங்களைச் சொன்னான். இப்போதும் நைல் நதி பகுதிகளில் கால்நடைகளைப் பாதுகாக்கும் மக்கள் இனத்தவர் நூயர்கள் என அழைக்கப்படுவதில் ஆயர் இனம் ஒளிந்திருப்பதை அவன் விவரித்த தருணத்தில் ஒருவேளை அவன் பல ஆயிரம் ஆண்டுகளாக வாழ்ந்து வருகிறானோ என எண்ணத் தோன்றியது. கிளியோபாட்ரா கருப்பாகவும் கிளியைப் போன்ற மூக்கு அமையப் பெற்றவள் என்பதும் அவள் தமிழ்ப் பெண்தான் என்பதை உறுதிப் படுத்தின. தமிழர்கள் எகிப்து தேசத்து மன்னர்களாக இருந்தனர் என்பதோடு, எகிப்து மொழியில் இன்றும் உள்ள பலநூறு தமிழ்ச் சொற்களின் வேர்ச்சொற்களைச் சொன்னான். கொல் என்பதும் போர் என்பதும் ஆதி வார்த்தைகள். அவை ஐரோப்பாவில் கில் என்றும் வார் என்றும் ஒலிப்பதைச் சொன்னான்.

நெருப்பு, தண்ணீர், ஊர், கண், மாடு, மீன் போன்ற நூறு ஆதிச் சொற்கள் உலகில் உள்ள அனைத்து மொழிகளிலும் ஒன்றே போல் இருப்பது அசாதாரணமான உண்மையாக இருக்கிறது. அனைத்தும் தமிழ் வேர்ச் சொல்லில் இருந்து கிளைத்தவை. எகிப்தில் நெருப்பால் வேகவைப்பதை 'நெப்' என்கிறார்கள். மழை நீரைப் பெய் என்கிறார்கள். மழை பெய்தது என்கிறோம். அவர்கள் மழை நீரையே பெய் என்று சொல்கிறார்கள்.

தமிழ்மகன் | 65

‘இவை எல்லாம் நம்புகிற மாதிரியா இருக்கு’ என சந்தானம் பட வசனம் சரவணனுக்கு நினைவுக்கு வராமல் இல்லை. ஜான் வில்பர் அதற்கும் ஒரு விடை வைத்திருந்தான். “மண்வெட்டி என்பதை நீங்கள் மம்டி என சொல்லுவதில்லையா, தமிழ்நாட்டிலேயே ஒரு மாவட்டத்தில் சொல்லுகிற வார்த்தை இன்னொரு மாவட்டத்தில் புரியாமல் போகிறது. தமிழ்நாட்டில் இருந்து சிந்து சமவெளிக்குப் போய் அங்கிருந்து எகிப்துக்கும் ஆப்ரிக்காவுக்கும் பயணித்த தமிழ் என்ன கதி ஆகியிருக்கும் என்பதைக் கற்பனையால்தான் தரிசிக்க முடியும்” என்றான்.

ஆதி தமிழ் மொழி, ஆந்திரத்து தெலுங்கிலும், சேர நாட்டு மலையாளத்திலும் கன்னடம், துளு என்றும் கோண்டு, பிராகுயீ என்றும் பாகிஸ்தான், ஆப்கானிஸ்தான், அஸாம் வரை வேரை வைத்திருப்பதை அவன் சொன்னபோது பெருமையாகவும் பிரமை யாகவும்தான் இருந்தது. குன்று, குறிஞ்சி, ஆமூர், மத்ரை, கொற்கை, பாலை, வஞ்சி, பாண்டியன், கிள்ளி, நொச்சி, காவ்ரி என பல நூறு ஊர்ப் பெயர்கள் இன்னமும் பாகிஸ்தானிலும் ஆப்கானிஸ் தானிலும் ஈரானிலும் இருப்பதை பாலகிருஷ்ணன் ஐ.ஏ.எஸ். எழுதி யிருந்ததைச் சொன்னான்.

நமக்கென்ன வந்தது, சேனலுக்கு ஒரு அரை மணி நேர டாகு மென்டரி ஆச்சு என அப்போதைக்குத் தேற்றிக்கொண்டான் சரவணன். முன்பு ஒருமுறை இந்தி எதிர்ப்புப் போராட்டத்துக்கு டாகுமென்டரி எடுத்தபோதும் இதே போன்ற மனநிலையில் அலட்சியமாக இறங்கி ஆர்வத்துடன் பணியாற்றியது நினைவுக்கு வந்தது. அவனுடைய தமிழ் ஆர்வம் அரை மணி நேர ஸ்லாட்டை அலங்கரிக்கும் வரைக்கும் தாக்குப் பிடிக்கக் கூடியதாக இருந்தது.

‘கோழியூரில் சேவல் சண்டை நடக்கும்போதெல்லாம். அங்கிருந்து எகிப்துக்கு நடந்த கடல் வர்த்தகம் பற்றியும் கால்நடைகளை நைல் நதியின் கரைக்கு ஓட்டிச் சென்ற கூட்டத்தினர் பற்றியும் பெரிசுகள் சொல்லிக்கொண்டிருக்கும். காளைகளைத் தெய்வமாக வழிபட்ட அந்தக் கூட்டம் மேய்ச்சல் நிலம் நோக்கிச் சென்றுவிட்டது. அந்த நேரத்தில்தான் ஊருக்கு மேற்கே புதிய கால்நடை மேய்க்கும் கூட்டம் ஒன்று வந்து சேர்ந்தது. செக்கச் சிவப்பான தோல்நிறம் கொண்ட அவர்கள் பேச்சு, நடத்தை எல்லாமே வினோதமாக இருந்தன. குதிரைகளை மேய்க்கும் கூட்டம் அது. வேட்டைக் கூட்டம். குதிரைகள் பூட்டிய தேர்கள் பிரம்மாண்டமாக இருந்தன. குதிரைகளை வாட்டி வதைத்துத் தின்னவும் குதிரை மீதேறி நெடுந்தூரம் பயணிக்கவும் வேட்டை ஆடவும் தெரிந்திருந்தாலும் அவர்கள் நிரந்தரமாக ஓர் இடத்தில் வாழ்பவர்களாக இல்லை. ஆண், பெண் இருவருமே கால்நடைகளை மேய்த்துத் திரிபவர்களாக இருந்தனர். சிவந்த மேனியும் நீண்ட முடியும் உள்ளவர்கள். ஆனால், அவர்கள் குதிரை களின் தோல்களையே ஆடைகளாக அணிந்துதிரிந்தனர். ஐந்து நதிகள் சேர்ந்து பாயும் இந்த இடத்தின் சமவெளி பகுதி அவர்களுக்கு மிகவும் பிடித்துவிட்டது என்றே சொல்ல வேண்டும். கால்நடைகளை ஓட்டிக்கொண்டு

அவர்கள் உடனே கடந்துவிடவில்லை. சில நேரங் களில் ஊர் மக்களின் குடியிருப்புப் பகுதிகளில் சிலர் திடீரென நுழைந்து விளைப்பொருட்களை அள்ளிச்சென்றனர். சிலர் பருத்தி ஆடைகளைக் களவாடினர். சில நேரங்களில் ஆங்காங்கே சில சச்சரவுகள் ஏற்பட்டாலும் அரசர் எந்த எதிர் நடவடிக்கையும் எடுக்கவில்லை. 'அவர்கள் வேட்டை சமூகம்... நாடோடிகள். நம்முடைய ஆயர் இனத்துக்கும் அவர்களுக்கும் நிறைய வேறுபாடு உண்டு' எனச் சொன்னார். அவர்களுக்கு எதிராக எந்த முடிவும் எடுக்கவில்லை. ஆனால் அரசர் நினைத்ததுபோல அவர்கள் அத்தனை சீக்கிரம் கிளம்பவில்லை. காட்டுக்குப் பக்கத்தில் குடில் போட்டு தங்கியிருந்தனர். ஊர்மக்கள் சிலரிடம் நட்பு பாராட்டியவர்களும் இருந்தார்கள். பசுக் கூட்டங்களை மேய்க்கச் சென்ற சிலர் அந்தச் சிவந்த பெண் களுடன் கூடிக்குலாவி மகிழ்ந்ததோடு, சில பையன்களோடு அதில் சில பெண்கள் ஊருக்கும் வந்துவிட்டனர்.

அப்படி முருகுவுடன் வந்துவிட்ட ஒருத்தியின் பெயர் அசுவினி. அவள், முருகுவிடம் கேட்டாள்... "நீங்கள் பேசுகிற பாஷை நன்றாக இருக்கிறது. அதன் பெயர் என்ன?"

"தமிழி... தம்மொழி என்பதில் இருந்து மருவியது என்பார்கள்."

"ஊர் என்றால்?"

"மக்கள் குடியிருக்கும் பகுதி..."

"மேலூர்... கீழூர் என பிரித்துவைத்திருக்கிறீர்களே?"

"மேடான பகுதியில் அமைந்தது மேலூர்... பள்ளமான பகுதியில் அமைந்தது கீழூர்... அவ்வளவுதான்."

"மே... கீ என்பதை திசைகளுக்கும் பயன்படுத்துகிறீர்களே?"

"ஆதியில் நாங்கள் தெற்கே இருந்தோம். அங்கே எங்கள் நிலப் பகுதியைக் கடல் கொண்டதால் பல காதம் பிரயாணித்து இங்கே வந்து சேர்ந்தோம். நாங்கள் கடல் மார்க்கமாக பயணித்தோம். அங்கே நாங்க வசித்த பகுதியில் மலைத் தொடர் இருந்தது. அந்த மேட்டுப் பகுதியை மேற்கு என்றோம். கீழான பகுதியை கிழக்கு என்றோம். அதனால் அந்த இடத்தைப் பொறுத்து மேடு என்பது மேற்காகவும் இருந்தது."

அந்தப் பெண் கேட்கக் கேட்க முருகு சொல்லிக்கொண்டே இருந்தான். அவளுக்கு வானவியல் சாஸ்திரங்கள் தெரிந்தன. வானத்து நட்சத்திரங்களைப் பின் தொடர்ந்து நாங்கள் பயணிப்போம்... அசுவினி என்பது ஒரு நட்சத்திரத்தின் பெயர்தான் என்றாள். வெளிறிப் போய் இருந்த அவளுடைய சருமம் அவனுக்கு ஆச்சர்யம் தந்தபடியே இருந்தது. இருளிலும் ஒளிரக் கூடியவளாக அவள் இருந்தாள். நட்சத்திரத்தின் பெயர் உனக்குப் பொருத்தமாக இருக்கிறது எனக் கூடி முயங்கிய நேரத்தில் முருகு அவள் காதில் சொன்னான்.

"எங்களைப் பற்றிக் கேட்க மாட்டாயா?"

"சொல் அசுவினி."

"நாங்கள் எந்த பூமியிலும் வேர்விட மாட்டோம். சுற்றிச் சுழன்று கொண்டே இருப்போம். படை நடத்திச் செல்வோம். உணவும் மேய்ச்சல் நிலமும் இருக்கும் இடங்களில் தங்குவோம். வீடு கட்டி ஒரே இடத்தில் தங்குவது அழிவைத் தரும் என்பது எங்கள் வேதம்."

"வேதமா?" "ஆமாம். எங்கள் மூதாதையர் வகுத்த வாழ்க்கை நெறி. அக்னியும் இந்திரனும் எங்கள் கடவுள். அதைத்தான் நாங்கள் பின்பற்றுகிறோம்."

"அவர்கள் பின்பற்றுகிறார்கள் எனச் சொல்."

அசுவினி சிரித்தாள். "நீங்கள் அப்படிப் பின்பற்றும் நெறி ஏதேனும்?"

"இருக்கிறது... நாங்கள் யாரையும் கொல்ல மாட்டோம்."

"எக்காரணத்தைக் கொண்டுமா?"

"அதிலென்ன சந்தேகம்?"

"ஏன்?"

"எல்லா மனிதருக்குள்ளும் சீவன் இருக்கிறார்... எல்லா மனுஷிக் குள்ளும் சக்தியிருக்கிறாள். சக்தியை சீவனைக் கொல்வது எப்படி?"

அசுவினி, "இது நன்றாக இருக்கிறது" என்றாள். "ஆனால், ஆற்று நீரைத் தேக்கிவைத்து விவசாயம் செய்கிறீர்கள், கடல் நீரில் பயணம் செய்கிறீர்கள், பெரிய பெரிய வீடுகள் கட்டிக் குடியிருக்கிறீர்கள்... இனப்பெருக்க உறுப்பை வழிபடுகிறீர்கள்... இதெல்லாம்தான் எங்கள் குழுவினருக்கு பெரிய எதிர்ப்புணர்வைத் தருகிறது. நான் அறிந்த வரையில் சொல்கிறேன்" அசுவினி தொடர்ந்து சொன்னாள்.

அவள் விரும்பத்தான் செய்தாள். அவளுடைய குழு முற்றிலும் திரமிடா மக்களுக்கு எதிராக இருந்தது. திரமிடா மக்களை தஸ்யூக்கள் என அவர்கள் சொல்லி வந்தனர். அது ஒரு பொருளில் அடிமைகள், இன்னொரு பொருளில் அசுரர்கள். இயற்கையைக் கட்டுப்படுத்த நினைக்கும் திரமிடா மக்களை ஒழிப்பது தங்கள் தேவர்களின் கட்டளையெனக் கருதினர். இந்திரன் கோட்டைகளை அழிப்பதைக் கொள்கையாகக் கொண்டவன் என்றால் ஆற்றின் குறுக்கே தேக்கங்கள் கட்டி விவசாயம் செய்தவனை உருத்திரன் என அழைத்தனர். கோட்டைகளை அழிப்பவன் அனைவருமே இந்திரன். ஆற்றில் நீரைத் தேங்கச் செய்பவன் அனைவருமே உருத்திரன். இந்திரனுக்கும் உருத்திரனுக்குமான யுத்தம் தொடர்ந்து நடந்தது.

"கடலில் பயணம் செய்தவனை எங்கள் இனத்தில் இருந்து ஒதுக்கிவைத்துவிடுவார்கள்... நாங்கள் நிலத்தில் ஊர்பவர்கள்... நீங்கள் கடலில் நீந்துபவர்கள்" என்றும் சொன்னாள் அசுவினி.

"நீ என்னை ஒதுக்கிவைக்க மாட்டாய் அல்லவா?" என்றான் முருகு.

ஜான் வில்பரிடம் வாட்ஸ் அப் வீடியோ காலில் சரவணன் பேசியபோது நடைபெற்ற உரையாடல்களைத் தொடர்ந்து தான் வேறொரு உலகில் சஞ்சரிக்கத் தொடங்குவதை தேவ் நன்றாகவே உணர்ந்தான். டான் க்யிக்ஷாட் கதை போல ஆகிவிடக்கூடாது எனவும் நினைத்துக்கொண்டான். இந்தித் திணிப்பு எதிர்ப்புப் போராட்ட ஆவணப்படத்தைப் பார்த்த பிறகு தேவின் சிந்தனை சங்கிலியால் ஆன சிக்கு முடி போல ஆகிவிட்டது. ஒன்றில் இருந்து ஒன்று ஜாம்பி போல எழுந்து வந்தது. ஆல்டேபில் இருந்து அதை நீக்கிவிடுமாறு அவர் சொன்னதையும் அவன் கேட்கவில்லை.

10 வது குறிப்பு

கி.பி.2017, மலேசியா.

'தி ஜீன்' 2037, நவம்பர் மெடிக்கல் ஜர்னலில் ஜான் வில்பர் என்பவன் பற்றி ஒரு நியூராலஜிஸ்ட் எழுதிய கட்டுரை ஒன்று வெளிவந்திருந்தது. அது அவனுடைய விசித்திரக் கனவுகளைப் பிரித்து ஆய்ந்திருந்தது. சுமார் 20 ஆண்டுகளுக்கு முன்னர் அமெரிக்காவில் வாழ்ந்தவன் அவன். ஒரு கொலை செய்த பித்தன். கட்டுரையின் முதல் வரியிலேயே இந்த விவரம் இருந்தது. கொலைகாரப் பித்தன் என்பது முக்கிய விஷயமில்லை. அதற்காகவும் அந்தக் கட்டுரை எழுதப்பட்டிருக்கவில்லை. அவன் ஒரு தமிழ்ப்பித்தன் என்ற அடுத்த வரியில்தான் டாக்டர் மாறனுக்கு ஒரு சம்மட்டி அதிர்ச்சியிருந்தது. பிறப்பால் அமெரிக்கானான அவன், தமிழில் ஒரு அட்சரம்கூட அறியாதவன். தமிழ்நாட்டுக்கு வந்தவன் அல்ல. அவன் தமிழ் உணர்வு மேலோங்கிப் போய் அதற்காக ஒரு கொலையையும் செய்தான் என்பது மாறனுக்கு அதிர்ச்சியூட்டியது. தேவ் விஷயத்தில் குழம்பிப் போயிருந்த அவர் அந்தக் கட்டுரையை ஆல்டேப்பை சைலன்ஸரில் போட்டுவிட்டுப் படிக்க ஆரம்பித்தார். வேகமாகப் படிக்க வேண்டி, கட்டுரையை எளிமை மோடுக்கு மாற்றினார். அது கட்டுரையின் சில கடினமான வார்த்தைகளை எளிமைப்படுத்திக் காட்டியது.

நியூரோ கன்ட்ரோல் பிசிக்ஸ் டிவிஷனில் தேவ் வெள்ளை உடையுள் புகுத்திய நிலையில் கிடத்தப்பட்டிருந்தான். நியூரோ எமிஷன் ஆட்டோடேட்டாவில் அவனை உட்படுத்தியிருந்தார். இன்னொரு அரை மணிநேரத்துக்கு அவன் இயந்திரங்களின்

பிடியில் இருக்க வேண்டும். மாறன் இதழில் இடம் பெற்றிருந்த இன்னும் சில கட்டுரைகளையும் மேலோட்டம் செய்தார். தேவின் கனவுச் சிக்கலைச் சொல்லி, இது சம்பந்தமான கட்டுரைகள் வெளியாகியிருந்தால் தனக்குப் பிரசுரிக்குமாறு மாறன் கேட்டிருந்தார். மாறனுக்கான பிரத்யேக இதழாக அதை வெளியிட்டிருந்தார்கள். இதழ் முழுதுமே வித்தியாசமான கனவுச் சிக்கல்களின் தொகுப்பு. லண்டன் நூலக சஞ்சிகை ஒன்று தன் நூற்றாண்டு செய்தித் திரட்டிலில் இருந்து மாறனுக்காக அதை வழங்கியிருந்தது.

ஜான் வில்பர் என்பவன் ஓர் அமெரிக்கன். அவன் இந்திய நாட்டில் வாழ்ந்த ஒரு குறிப்பிட்ட மக்கள் பற்றிய தொடர்ச்சியான சிந்தனைத் தொடர்ச்சியினால் அவதிப்பட்டான் என்கிற அந்தக் குறிப்பு, 2017ஆம் ஆண்டின் அமெரிக்கப் பத்திரிகைகளின் சுவாரஸ்யத் தீனியாக இருந்திருக்கிறது.

தேவ் படுகிற அவதியும் ஏறத்தாழ அதே போன்றதுதான். ஒரே வித்தியாசம், தேவ் தமிழ்நாட்டுக்காரன், தமிழன்.

உறக்கமற்ற அவதியான மயக்கப் பொழுதுகள் அவனுக்கு அடிக்கடி நேர்ந்தன. இரவெல்லாம் இப்படியும் அப்படியுமாகத் தலையை அசைத்தபடியே இருந்ததாக அவனுக்கு நன்றாக உணர முடிந்தது. உறங்கவே இல்லை போல இருக்கும்... ஆனால், பொழுது விடிந்திருக்கும். இரவெல்லாம் கனவுகளின் ரணகள ருத்ர தாண்டவம் மண்டையை உலுக்கியது. கனவுகள் என அவற்றைத் தரம் பிரிப்பது தவறு. பொது வழக்கில் உறக்கத்தில் ஒருவன் மனதில் கிளர்ந்தெழுகிற அனைத்தையும் கனவுகள் எனச் சொல்லிப் பழக்கிவிட்டோம்.

‘தொன்மம் என்பது வரலாறு உருவாக்கிய பெரும் கனவு.... மனிதன் காணும் கனவு என்பது வரலாற்றின் தொடர்ச்சி’ அப்படித்தான் தேவ் நினைத்தான். அவனுடைய கனவுகள், தொடர்ச்சி இல்லாமல் இருந்ததையும் சொல்ல வேண்டும். அவை பகுதி பகுதியாக வெளிப் பட்டன. அந்தப் பகுதிகள் அடுத்தடுத்த பகுதிகளாக இருப்பது இல்லை. அவற்றின் தொடர்ச்சியை இனம்கண்டு கோப்பது அசாதாரண மானது. முன்னிரவில் தோன்றிய ஒரு காட்சியின் தொடர்ச்சி விடியற்காலையில் தோன்றும் காட்சியுடன் ஒன்று சேரும். நள்ளிரவில் வந்துபோன காட்சிக்கான விடை பிரிதொரு நாள் வரலாம். இவற்றை யெல்லாம் கனவு மனத்தில் இருந்து நனவு மனத்துக்கு பிரதியெடுத்து வரிசைப்படுத்துகிற வேலை, தேவின் மனத்தில் இயல்பாக நிகழ்ந்து கொண்டிருந்தது. அதனாலேயே அவன் இரண்டு மனிதன் போல நடமாடும் பாரத்தை உணர்ந்தான். சில நாட்களாக நபர்களின் எண்ணிக்கை கூடிக்கொண்டே போவதாகவும் சொன்னான். கம்ப்யூட்டரில் அவன் வேலை பார்க்கும்போது, இன்னொரு பக்கம் அவனே கடலில் பயணம்செய்யும் மீகாமனாகவும் இருப்பான். ஒருவன் கார் ஓட்டுவான்... இன்னொருவனோ தீப்பந்த வெளிச்சத்தில்

குகைச்சுவரில் எதையோ எழுதிக்கொண்டிருப்பான். எல்லா நேரமும் அவன் இரண்டு மனிதனாக இருந்தான். அவன் தோளில் அமர்ந்து சவாரி செய்யும் இன்னொரு மனித அழுத்தத்தை தேவால் சமாளிக்கவே முடியவில்லை.

தேவின் மூளைக்குள் நடக்கும் ரசாயன மாற்றங்களை டாக்டர் மாறன், ஹிப்போ காம்பஸ் பகுதியில் 'பெட் டெஸ்ட்'டைத் தொடங்கி யிருந்தார். அவனுடைய மூளை, பிறவிகளைக் கடந்ததாக இருந்தது. ஓர் அறிவியல் அறிஞராக, 'பிறவிகளைக் கடந்த மூளை' என்ற வார்த்தையை யோசித்ததற்கே சங்கடப்பட்டார். மொழி எப்படி மரபியல் ஏணிக்கு வந்திருக்க முடியும் என அவருக்குப் புரியவில்லை. தேனீ பிறந்ததும் பூவில் இருந்து தேனை எடுக்க யாரும் சொல்லித்தர வேண்டியதில்லை. யாராவது தேன் கூட்டை எடுக்க வந்தால் கொட்ட வேண்டும் என்பதையும் அதற்கு யாரும் சொல்லித்தர வேண்டியது இல்லை. இது ஜீனிலேயே இருக்கிறது என்றால் சரி. தமிழனாகப் பிறந்த பலரும் தமிழை உயிராக நேசிப்பார்கள் என்றால் எப்படி? சாதி, மதம், வர்க்கம் எல்லாவற்றையும் தூக்கி எறிந்துவிட்டு வருகிறானே எப்படி? 'மம்மி டாடி' தமிழனும் இருக்கத்தான் செய்கிறான். அவன் இங்கிலீஷுக்கு உயிரைத் தருவதில்லை.

சுனாமியில் தேவ் கடுமையாகப் பதிக்கப்பட்டான். அது அவனுடைய ஹிப்போ காம்பஸ் பகுதியில் பெரும் பாதிப்பை ஏற்படுத்திவிட்டது. கனவு, நினைவு எல்லாவற்றிலும் அவன் சரித்திரப் பக்கங்களைப் புரட்ட ஆரம்பித்துவிட்டான். இது ஒரு நோய்... பாதிப்பு. சிந்து சமவெளி என்கிறான், ஆதிச்சநல்லூர், கீழடி, பூம்புகார், சுவர்ண தீபம், நக்காவரம், சீனம், எகிப்து, கிரேக்கம் என கிழக்கு மேற்காக, வடக்கு தெற்காகக் கிடந்து அலை பாய்கிறான். தொல்மொழி கடந்த பாதை என்கிறான். மாறனுக்குப் புரியாமல் இல்லை. தனக்கு மாறன் எனப் பெயரிடுவதற்கும் ஏதோ சரித்திர சம்பந்தமுள்ள தலைமுறை காரணமாக இருக்க வேண்டும் என்பதையும் அவர் உணர்ந்திருந்தார்.

ஜான் வில்பர் கதை வினோதமாக இருந்தது. முற்கால சோழ சாம்ராஜ்ஜியத்தில் ஆரம்பிக்கிறது அவன் கதை. "வேங்கை நங்கூரம் எங்கே?" என்கிறான். யவனர்கள் தலைமையில் சென்ற அந்த நாவாய்க்கு என்ன ஆனது என்கிறான். வெண்ணிக்குயத்தியார் என்கிறான். சோழ சாம்ராஜ்ஜியத்தில் மெய்க்காவலர்களாகப் பணியாற்றிய யவனனுக்கும் ஒரு தமிழச்சிக்கும் பிறந்த தன் மூதாதையர் ஒருவர், கிரேக்கத்தில் ஜன்னி கண்டு இறந்தபோது திரமிடா தேசத்தைப் பற்றிப் புலம்பிச் செத்ததாக ஜான் வில்பர் சொன்னான். விசாரிக்கப் போனால் பல வில்லங்கங்கள் வெளியே வரும்போல இருந்தது. இரண்டாயிரம் ஆண்டுகளாக மறைந்திருந்த மொழிக் கூறு திடீரென விழித்துக் கொண்டதா? சேவல் சண்டையைப் பழித்ததற்காகக் கொலை செய்தானா?...

ஜான் வில்பரின் கூப்பாடுகள் அதிரடியானவை. 'சுமேர் நாகரிகம்

தமிழர்களின் நாகரிகம் என்றான் ஒரு முறை.

சுமேரிய மொழியில் துகுல் என்பது தமிழிலே துகில். மயில் தோகை தமிழகத்திலே இருந்து சுமேரியாவுக்கு வர்த்தகம் செய்யப்பட்டதற்கு இதைவிட ஆதாரம் வேண்டுமா என்றான். தமிழ் நாட்டில் இருந்து எள் அங்கே ஏற்றுமதி ஆனது. எள் எண்ணெயைத்தான் சுமேர்கள் இல் எண்ணெய் என்கிறார்கள். ஆடு என்பதை ஊடு என்றார்கள். ஊர் என்பதை ஊர் என்றே அழைத்தனர். சாகாவரம் வேண்டிய கில்காமேஷ் மன்னனின் கடல் புஷ்பம் கதையைச் சொல்லி, தமிழருக் கான ஒற்றுமையை அதன் மூலம் விவரித்தான் ஜான். தாங்கள் கடல் மார்க்கமாக வந்தவர்கள் என்ற சுமேரிய வரலாறு, தென்னிந்திய மாந்தர்கள் கடல் பயணத்தின் சான்று. அந்த கல்படிவச் சரித்திரம் சொல்லும் கதை...' இதையெல்லாம் கேட்டபோது மாறனுக்கு மண்டையே வெடித்துவிடும்போல இருந்தது.

தமிழ் எங்கள் உயிர் என்ற போக்கு தமிழர்களிடம் வெகுகாலமாக இருக்கிறது. அதற்கு முன்னரும்கூட இருந்திருக்கிறது. ஆனால், அப்போது அதைத் தங்கள் உயிர் என அறிவிக்க அவர்களுக்குத் தெரியவில்லை. அது அவர்களின் ரத்தத்தில் இருக்கிறது. மூச்சில் இருக்கிறது. மொழி மூளையில் இருக்குமா என்பது தெரியவில்லை. ஒரு பட்டாம்பூச்சி கூட்டுப் பருவத்தில் இருந்து வெளியே வந்ததும் தேனைத் தேடி பறப்பதுபோல தமிழனுக்குப் பிறந்ததும் தமிழை நேசிக்க வேண்டும் என்பது மூளையில் எழுதப்பட்டிருக்கிறதா?

சான்ஸே இல்லை.

யாரும் சொல்லித் தராமலேயே ஒரு நாய்க்குட்டி இனப்பெருக்கம் செய்வதை அறிந்திருப்பது எப்படி? ஒரு யானைக் குட்டி பிறந்ததும் தாய் மடி அறிவது எப்படி? அதெல்லாம் மூளையில் எழுதியிருக்கும் என்றால் தமிழை நேசிப்பது தமிழருக்கு மூளையில் இருக்கிறது என்பதையும் ஏற்றுக்கொள்ள வேண்டும் என்கிறார்கள்.

எப்படி?

உலகில் மலர்களே இல்லாமல் போனால் தேனீ அழிந்துவிடும். தமிழ் இல்லாமல் போனால் தமிழர்கள் அழிந்துபோவார்களா? நீரே இல்லாமல் போனால் மீன்கள் அழிந்துபோகும். தமிழ் இல்லாமல் போனால் தமிழர்கள் இல்லாமல் போவார்களா? செக்ஸும் தமிழும் ஒன்றா? உயிர்களுக்கு இனப்பெருக்கம் மூளையில் எழுதப்பட்டிருக் கிறது. தமிழர்களுக்கு மொழி எழுதப்பட்டிருக்குமா? பால் பருவத்தில் செக்ஸ் நாட்டம் வரும். அது ஹார்மோன்களின் தூண்டல்... மொழிக்கு என்ன தூண்டல் இருக்க முடியும்?

இல்லை... இருக்கவே முடியாது.

தேவ் செயல்பாடுகள் சொல்ல வேண்டுவது இவற்றைத்தான். தமிழர்களுக்கு மூளையில் தமிழ் நேசம் இருக்கிறது. இத்தனை

தலைமுறையாக தமிழ் நரம்புகளில் ஜீன்களில் எழுதப்பட்ட மரபுச் செய்தியாக... தமிழாக... தமிழ் வரலாறு சேகரமாகியிருக்கிறது என்கிறது அவனுடைய கனவுகளும் நினைவுகளும். தமிழுக்குப் பல ஆயிரம் ஆண்டு வரலாறு இருப்பதுபோல தமிழை ஒழிக்க நினைப்பவர்களுக்கும் மூவாயிரம் ஆண்டு வரலாறு உண்டு என அந்த ராமநாதன் பேசியதற்கு என்ன அர்த்தம்? அப்படி யார் தமிழரை அழிக்க வந்தார்கள்? ஸ்டுப்பிட்!

டாக்டர் மாறனுக்குப் பெரிய சவாலாக இருந்தது.

ஆல்டேபில் தேவ் சொன்ன அத்தனை கதைகளோடு ஜான் வில்பர் விவகாரத்தையும் சேர்த்து தன் ஆய்வுக்கட்டுரையை நோபல் பரிசு வென்ற நியூரோ சயின்டிஸ்ட் ரெனால்டுக்கு அனுப்பினார். நோபல் அகாடமீடியா பல சயின்டிஸ்டுகள் உறுப்பினர்களாக உள்ள ஃபோரம். ரெனால்டைத் தொடர்ந்து அவர்களும் கருத்துச் சொல்லக் கூடிய வசதியுள்ள இணைய அமைப்பு.

இந்த விவகாரம் எப்படிப் போகிறது என்று பார்க்கலாம். மாறன் ஆவலோடு காத்திருந்தார்.

பலரும் அந்த விவாதத்தில் தங்களை வேகமாக இணைத்துக் கொண்டிருந்தனர். மாறனுக்கு ஆச்சர்யமாக இருந்தது. முன்பு ஒரு இஸ்ரேல்காரன் விவாதம் என்ற பெயரில் வம்புக்கு வந்தது நினைவிருந் தது. ஒருவேளை அவன் இதில் இணையக்கூடும் என நினைத்தார்.

11 வது குறிப்பு

2017 சிவகங்கை, இந்தியா.

கீழடி அகழாய்வின் மூன்றாம் கட்ட ஆய்வு 2017 அக்டோபர் 10ஆம் தேதி வெளியான செய்தித்தாளில் அந்த அதிரடிச் செய்தி வந்திருந்தது. 30ஆம் தேதியோடு முடிந்துவிட்டதாக அகழாய்வு பொறுப்பாளர் ஸ்ரீராமன் பத்திரிகையாளரிடம் கூறிக்கொண்டிருந்தபோது சரவணன் அங்கே செய்தி சேகரிக்க வந்திருந்தான். அது பரபரப்பான நிமிடம். வரலாற்றைக் குழிதோண்டிப் புதைப்பது என்பார்களே அதற்கு வேலை நடந்துகொண்டிருந்தது. சரவணன் மிகு கோபத்தில் இருந்தான். அப்போதுதான் சொப்னா குஜராத்தில் இருந்து பேசினாள். பேட்டிக்கான ஆயத்தங்களில் இருந்த அவன், பிறகு பேசிக்கொள்ளலாம் என நினைத்தான்.

ப்ரஸ் மீட் ஆரம்பமாகிவிட்டதும் ஒரு காரணம்.

சரவணன் கேள்வியை ஆரம்பித்தான். "கீழடியோடு அகழாய்வு துவக்கப்பட்ட குஜராத்தில் மோடியின் சொந்த ஊரான வத் நகர், ராஜஸ்தானில் இரண்டு இடங்கள்ல போன டிசம்பர் மாசமே 2017ஆம் ஆண்டு அகழாய்வு செய்வதற்கான உத்தரவை மத்திய தொல்லியல் துறை வழங்குச்சு. கீழடிக்கு அனுமதி வழங்காம அந்த ரெண்டு இடங்களுக்கு மட்டும் அனுமதி வழங்கினது ஏன்?"

"கீழடியிலதான் அதிகத் தொல்பொருட்கள் கிடைச்சது. எனவேதான் கீழடிக்கு மட்டும் தனியா அறிக்கை கேட்டோம். அமர்நாத் ராமகிருஷ்ணன் தாமதமாகத்தான் அறிக்கை கொடுத்தார்."

“தமிழார்வலர்கள் தொடர்ந்து போராடியபின், வேறு வழியில்லாம அறிக்கை கேட்கப்பட்டதுனு சொல்றாங்களே?”

“அதுபத்தி எனக்குத் தெரியாது.”

“தொடர்ந்து எழுப்பப்பட்ட எதிர்ப்புக் குரல் காரணமா வேறு வழியில்லாம பிப்ரவரி 20ஆம் தேதி அனுமதி வழங்கினாங்க. ஆனா, நிதி வழங்கலை. மார்ச் 17ஆம் தேதி நிதி வழங்கிவிட்டு 24ஆம் தேதி அமர்நாத் ராமகிருஷ்ணனை அசாமுக்கு ட்ரான்ஸ்பர் செஞ்சுட்டாங்க. சரியா?”

“நான் பொறுப்பேத்த பிறகு என்ன நடந்ததுனு மட்டும் கேளுங்க.”

“ஆய்வுக்கான புதிய பொறுப்பளராக நியமிக்கப்பட்ட ஸ்ரீராமனாகிய நீங்கள், ஏப்ரல் 24ஆம் தேதி பொறுப்பேற்று ஆய்வைத் தொடங்கி செப்டம்பரில் முடித்துவிட்டதாக அறிக்கை வெளியிட்டுள்ளீர்கள்.”

“முடிந்துவிட்டதை முடிந்துவிட்டது என்றுதானே சொல்ல முடியும்?”

“தமிழகத்தில் தமிழறிஞர்கள்லாம் சந்தேகப்பட்டது மாதிரியே கீழடி அகழாய்வை முடக்குவதற்கான வேலையைச் செஞ்சிருக்கீங்க. இதற்கு முன்னாடி நடந்த அகழ்வுப் பணியோடு உங்கப் பணியை ஒப்பிட்டா...?”

“ஏன் இரண்டையும் ஒப்பிடுறீங்க?”

“ரெண்டு வருஷமா 2,500 சதுர மீட்டர் பரப்பளவுல ஆய்வு செஞ்சாங்க. ஆனா இந்த ஆண்டு வெறும் 400 சதுர மீட்டர் பரப்பளவு தான் ஆய்வு செஞ்சிருக்கீங்க. முன்னாடி 102 அகழாய்வுக் குழிகள் தோண்டினாங்க. உங்க தலைமையில் தோண்டப்பட்டது எட்டுக் குழிகள் மட்டும்தான். ஒப்பிடாம எப்படி சார்?”

“தேவையில்லாமல் குழிகள் தோண்டச் சொல்றீங்களா? அது ஆய்வுக்கு அழகல்ல.”

“அந்த எட்டுக்குழிகளில் ஒன்றுகூட இயற்கை மண்படிவம் வரை தோண்டப்படவில்லை. அதாவது ஒரு குழியைக்கூட முழுமையாகத் தோண்டவில்லை.”

“தேவைப்பட்டால்தான் தோண்ட வேண்டியிருக்கும்.”

“கடந்த ஆண்டு கண்டறியப்பட்ட தொழிற்கூடம் போன்ற பகுதியின் கட்டட அமைப்புகளின் தொடர்ச்சி தென்திசையில் நிலத்துக்குள் இருந்துச்சு. அதன் தொடர் கட்டட அமைப்பைக் கண்டறிய வேண்டுமென்றால் தென்திசையில் அகழாய்வுக் குழியை அமைத்திருக்க வேண்டும். ஆனால், தெற்குப் பக்கம் ஒரு குழிகூட தோண்டாம நேர் எதிர் திசையில தோண்டியிருக்கீங்க. வடதிசையில மட்டுமே எட்டுக்குழி தோண்டினீங்க... அதற்கு என்ன காரணம் சார்?”

“புதிய திசையில் தடயங்கள் கிடைக்கும் என நினைத்தோம்.”

“முன்னாடி ஆய்வு செஞ்சவரு கீழடி தொல்லியல் மேட்டின்

வெவ்வேறு இடங்கள தேர்வு செஞ்சு ஒன்பது இடங்கள்ல அகழாய்வுக் குழிகளை அமைச்சாரு. ஒரு இடத்தில் தடயங்கள் கிடைக்காட்டியும் இன்னொரு இடத்தில கிடைக்கும்னு அப்படி பண்ணாரு. ஆனா, இந்த வருஷம் ஒரே ஒரு இடத்திலயே எட்டுக் குழியையும் தோண்டி யிருக்காங்க. தடயம் எதுவுமே கிடைக்கக் கூடாதுன்னே இந்த ஏற்பாடா?"

"மழை பெய்ததுதான் காரணம்." தொல்லியல் உதவியாளர் சலனமே இல்லாமல் பொறுமையாகச் சொன்னார்.

"அமர்நாத் இராமகிருஷ்ணன் ஆய்வு மேற்கொண்ட ரெண்டு வருஷத்தில கீழடியில் மழை பெய்யலையா? இல்லைனா இந்த ரெண்டு வருஷம் இடைவிடாம இங்க மழை பெஞ்சுதா? 2015இல் அகழாய்வுப் பணியை மூணு மாசம் லேட்டாத்தான் அமர்நாத் ராமகிருஷ்ணனால ஆய்வைத் தொடங்க முடிஞ்சது. அப்படியிருந்தும் அவரால 43 இடத்துல ஆய்வுக்காகக் குழி தோண்ட முடிஞ்சுது. ஆனா, இப்போ எட்டுக் குழிதான் தோண்டியிருக்கீங்க. இவ்வளவு குறைவா தோண்டினதுக்கு என்ன காரணம்?"

"இங்கு நடப்பது பொதுப்பணித்துறை வேலையல்ல." ராமன் கோபமாகிவிட்டது நன்றாகத் தெரிந்தது. சரவணன் நிகழ்ச்சியாளர்கள் விரும்புவதையும் உத்தேசித்து நிகழ்ச்சியை சூடாக்கத் துணிந்தான். ராமன் அங்கிருந்து போய்விட்டார். ஆனால், சரவணன் கேமிராவுக்கு முன்னால் நின்று பொங்குவதை நிறுத்தவில்லை.

"லாஸ்ட் டூ இயர்ஸ்ல அகழாய்வுப் பணியில ஈடுபடுத்தப்பட்ட தொழிலாளிகளின் எண்ணிக்கை டெய்லி சராசரியா 80 பேருக்கு மேல். இந்த வருஷம் சராசரியா 20 பேர்தான் வொர்க் பண்ணி யிருக்காங்க. அதாவது கீழடி அகழாய்வுக்கு அனுமதி கொடுக்க மறுத்தா பிரச்சினை வரும்னு அனுமதிகொடுத்துட்டு, இப்ப தோண்ட மறுக்கிறீங்கன்னு சொல்றாங்க.

6000க்கும் மேற்பட்ட தொல்பொருட்கள் கிடைச்சது. அதில் 90 சதவிகிதம் கண்ணாடியால் செய்யப்பட்டவை எனக் கூறுகிறது அறிக்கை. கட்டடங்கள் தொடர்ச்சியாகவோ அல்லது பரவலாகவோ கட்டப் பெறவில்லைனு ரெண்டு வருஷத்துக்கு முன்னாடி வந்த அறிக்கைகளுக்கு முரணாச் சொல்லியிருக்கீங்க.

தமிழர் குடியிருப்பின் ஒரு நகர அமைப்பு முழுமையான கட்டட வடிவத்தில் இதுவரை நமக்குக் கிடைக்கவில்லை. மிக விரிந்த அளவு கட்டடம்லாம் முதல் முறையா கீழடியில்தான் கிடைச்சது. அது ஒரு முக்கியமான விஷயம்.

முதல் வருஷ ஆய்வில் கிடைச்சது எல்லாம் குடியிருப்புப் பகுதி களாக இருந்தன. ரெண்டாம் வருஷ ஆய்வில் பெருந்தொழிற்கூடம் கண்டறியப்பட்டது. ஆனா, அதன் தொடர்ச்சியா எந்தக் கட்டடப் பகுதியும் கிடைக்கவில்லைனு இப்ப பல்டி அடிக்கிறீங்க. விட்டா

'பிளாஸ்டிக் வளையல்கள் கிடைத்தன'னு சொல்லிடுவீங்க போல."

பத்திரிகையாளர்கள் எல்லோரும் சிரித்தனர்.

சரவணன் அவனுக்குக் கொடுக்கப்பட்டிருந்த மைக்கில் தொடர்ந்து பேசிக்கொண்டே இருந்தான். அவனுடைய சேனல் கேமிராமேன் படம்பிடித்துக்கொண்டே இருந்தார். "கடந்த வருஷம் அமர்நாத் ராமகிருஷ்ணன் குழு இருபது மாதிரிகளைச் சேகரிச்சார். அதை ஆய்வுக்கு அனுப்ப அனுமதி கேட்டது. ஆனா, மத்திய அரசோ ஒரு லட்சம் ரூபாய் மட்டுமே ஒதுக்கி இரு மாதிரிகளை மட்டுமே ஆய்வுக்கு அனுப்பியது. ஆய்வுசெய்யப்பட்ட இரு மாதிரிகளின் காலம் கி.மு. 200 மற்றும் கி.மு. 195 என்ற முடிவு வெளியானது.

லாஸ்ட் இயர் நாலரை மீட்டர் தோண்டப்பட்ட அகழாய்வுக் குழியின் நடுப்பகுதியில, அதாவது இரண்டாவது மீட்டர்ல சேகரிக்கப் பட்டவைதான் அவை. அதற்குக் கீழே இரண்டரை மீட்டர் ஆழத்தில் சேகரிக்கப்பட்ட புதைபொருள் எல்லாம் இன்னும் ஆய்வுக்கு அனுப்பப் படவே இல்ல. அவை அனுப்பப்பட்டால் கீழடியின் காலம் இன்னும் பழசு என்பது தெரியவரும்.

தொல்லியல் அதிகாரியான ராமன், 'இப்ப சேகரிக்கப்பட்ட பொருள்களைக் கரிமப் பகுப்பாய்வுக்கு அனுப்பி காலநிர்ணயம் செய்யப்படும்'னு அறிவிச்சிருக்கார். ஆனா இப்ப தோண்டின ஒரு குழிகூட அந்தப் புதைபொருட்கள் இருக்கும் இடம் வரைக்கும் தோண்டவில்லைனு சொல்றாங்க. இப்ப எடுத்துள்ள பொருள்களெல்லாம் மேல்பகுதியில இருந்து எடுத்திருக்கிறதா பல அறிஞர்கள் சொல்றாங்க. இதைக் காலநிர்ணய ஆய்வுக்கு அனுப்பிவெச்சா அது மிகவும் நவீன காலத்தையே குறிக்கும். இங்க இருந்து சோப்பு டப்பிகள், வாட்டர் பாட்டில்களை எடுத்துவிட்டு ப்ளாஸ்டிக் காலகட்டம்தான் கீழடி சமூகம்... கருணாநிதி ஆட்சிக்காலத்தில் உருவான சமூகம் எனச் சொல்லக்கூடும்னு பல தமிழறிஞர்கள் சொல்லி வருத்தப் படுறாங்க. அதனால முறையான ஆய்வுகள் செய்யப்படணும்ங் கிறதுதான் தமிழர்கள் எல்லோருடைய ஆசை.. கனவு... கீழடியில் இருந்து கேமிராமேன் ஜானகிராமனுடன் ராஜபாளையம் சரவணன்" சொல்லி முடித்துவிட்டு மூச்சுவிட்டான் சரவணன்.

எம்.எம். மெட்ரோபாலிடன் மீட்டிங் முடிந்து, ஆல்டேபை மூடி வைத்தான். எம்.எம். நகரமும் கீழடி நகரமும் அவனுக்கு ஒரே நேரத்தில் விர்ச்சுவலாகத் தெரிந்தன. ஒன்று இருந்து மறைந்துபோனது... இன் னொன்று இல்லாமல் இருந்து உருவாக இருப்பது. ஒரு கண், காலத்தின் முன்னோக்கிப் போய் தரிசித்தது. இன்னொரு கண், காலத்தின் பின்னோக்கிப் பயணித்து தரிசித்தது.

உலகத்தின் பெட்ரோலின் கடைசி சொட்டு ஆவியானபோது, அது எப்படியோ கிறிஸ்துவ, இஸ்லாமியப் போராக மாறி முடிவுக்கு வந்தது. அந்தத் தருணத்தில் வழக்கம்போல் உருவாகியிருக்க வேண்டிய மதவாத உணர்வு திடீரென ஒரு முற்றுப்புள்ளிக்கு வந்துவிட்டது. போரின் பின்னணியில் கடவுளை நிறுத்திவைத்திருந்தவர்கள் முதலில் தங்களைக் காக்க வந்த கடவுள்களின் மரணத்தைத்தான் பார்த்தனர். பிறகு, கடவுள்மீது இருந்த இருந்த நம்பிக்கை பரம ஏழைகளுக்கோ, பெரும் செல்வந்தர்களுக்கோ அவசியமற்றுப் போய்விட்டது. இத்தனைக் காலமாக அந்த இரண்டு தரப்பினரும்தான் கடவுளைக் காப்பாற்றி வந்தனர். தேவுக்குக் கடவுளின் அவசியம் இல்லாமல் இருந்தது. அவருடைய துணையில்லாமலேயே வாழவும் சாகவும் தன்னால் முடியும் என நினைத்தான். ஆனால், கடவுள் தன் பேச்சைக் கேட்டு நடப்பதாக இருந்தால் அவருக்கு ஒரே ஒரு கேள்வி வைத்திருந்தான். இந்த இரண்டு நகரங்களையுமே ரட்சிக்க வாய்ப்பு இருக்கிறதா?

12 வது குறிப்பு

கி.மு. 2008, மதுரை.

பொருள் ஈட்டுவதற்காக நாடுகள் பல கடந்து பிரயாணிப்பது தமிழ் இளைஞனுக்குப் புதிய விஷயமில்லைதான். கடல் கடந்து, நாடுகள் பல கடந்து, திங்கள் பல கடந்து, ஆண்டுகள் பல பயணித்து திரவியம் திரட்டி, வீடு வந்து சேர்வது ஆணுக்கான அடையாளம். அகத்திணை பாடல் எங்கும் தலைவன் பொருள் ஈட்ட நாடுகடந்து செல்வதுதான் அதிகம். சொல்லப்போனால் காதல் செய்வதைவிட அதிக காலம் அதற்குத்தான் செலவிட்டான். பிறகு எதற்கு அதற்கு அகத்திணைப் பாடல்கள் என்றும் அகநானூறு என்றும் பெயர் இட்டார்கள் என்றே தெரியவில்லை. வடுமான் நெடுங்கிள்ளிக்கு வேடிக்கையாகத்தான் இருந்தது. புறத்திணைப் பாடல்களைச் சொல்லவே வேண்டாம். போரும் வர்த்தகமும்தான்.

அதனினும் வேடிக்கையான விஷயம் ஒன்றும் அவனுக்குள் குடைந்துகொண்டிருந்தது. பொருள் ஈட்டுவதற்காக ஓடித் திரியும் இளைஞர்களுக்கு மத்தியில் அவனுடைய செயல்பாடு வேறுபட்டு இருந்தது. பெரும்புலவனாக இருந்தும் அவன் எழுதும் பாடல்கள் சமூகத்துக்குப் பொருந்துபவையாக இல்லை. அவன் எழுதும் பா வகை வினோதமாக இருந்தது. உலகம் யாவும் சுற்றிச் சுற்றி வருகிறானே ஒழிய ஒரு பொற்காசும் பெற்றான் இல்லை. அவனுடைய குடும்பத் தாரும் தமக்கு ஒரு ஆண் மகன் பிறந்தான் என்பதையே மறந்து போயினர். காடாறு மாதம் வீடொரு மாதம் என்பதாக இருந்தது அவன் போக்கு. தாடி வளர்த்துத் திரிவான், பிறகவனே மொட்டை அடித்துத் திரிவான்.

மழித்தலும் நீட்டலும் வேண்டாவாம் என ஒரு பாட்டு எழுதுவான். சரியான கிறுக்கன் என்பார் அவனைச் சிலர். கிறுக்கனைப் பிடித்துப் போன கிளிப் பேச்சுப் பெண் ஒருத்தி மதுரையில் இருந்தாள். அவனுடைய பாடல்கள் தமிழில் இதுவரை வந்த பாடல்களில் இருந்து வித்தியாசப்படுவதாக அவள் பூரித்துப் போவாள். மதுரையை ஒட்டியிருந்தது அவனுடைய கிராமம். புலவன் என்றால் முழுநேரமும் அதுவே தொழில் அல்ல. அவன் ஊர்சுற்றி. அசோகன் பரப்பிய பௌத்தம் அவன் அறிந்திருந்தான். அதை அவன் ஏற்கவும் செய்தான். ஆனால், எந்த முத்திரையும் இல்லாமல் ஓர் அறநூல் படைக்க வேண்டும் என்பது அவனுடைய தாகம். படைப்பூக்கமும் அதுவேதான். தனி நபரைப் பாட வேண்டாம் என சங்கல்பம் எடுத்திருந்தான். தன்னுடைய ஊரோ, மன்னனோ, நகரமோ இல்லாத ஞாலம் போற்றும் நூல் அவனுடைய எண்ணம். அதுவரை இல்லாத பாவகை. இரண்டு வரிகளில் எல்லாவற்றையும் எழுதினான்.

மற்ற புலவர்கள் அவனை நாடி வருவார்கள். அவன் எழுதியதை வாங்கிப் படிப்பார்கள். சேர, சோழ, பாண்டிய மன்னர்களைப் பற்றிய எந்த விவரமும் இருக்காது அதில். மன்னனைப் பாடிப் பரிசில் பெறுகிற நோக்கம் இருக்காது. "ஏனடா இப்படி இருக்கிறாய்?" என்றால் "அது போலப் பாடத்தான் நீங்கள் இத்தனைப் பேர் இருக்கிறீர்களே?" என்பான்.

பூங்குன்றனார் ஒரே ஒரு கேள்வியைத்தான் கேட்டார். "மன்னனின் பெயரோ, நாடோ, ஊரோ, இறைவனின் பெயரோ எதுவும் குறிப்பிட வில்லையே?... ஏன்?"

வள்ளுவர் சொன்னார்: "காலத்தின் போக்கில் இவையெல்லாம் காணாமல் போகும். இவை காலம்தோறும் மாறும். இலக்கியம் காலத்தைக் கடந்தது. அதனால்தான் தமிழின் பெருமை குறித்தும் எழுதவில்லை."

"தமிழி, பிராமி போன்ற சிக்கல்களும்கூட வேண்டாம் என நினைத்தாய் போலும்."

"என் எண்ணப்படி தமிழுக்கு ஏராளமான எதிர்ப்புகள் இருக் கின்றன... தமிழைப் பற்றி இல்லாததாலேயே இது தப்பிப் பிழைக்கும். வேதம் பயிற்றுவிக்க வந்திருப்பவர்கள் வேகமாக பரவிவிடுகிறார்கள். அவர்கள் எண்ணமே தமிழுக்கு மாற்றாகத் தம் மொழியைக் களம் இறக்குவதுதான். ஞாலம் முழுதும் வியாபித்துவரும் சமணமும் மொழிகளைக் கடந்தது. தமிழர் பெருமை பேசும் இலக்கியம் இவர் களால் வடிகட்டப்படும் என்பதும் என் எண்ணம். உலகப் பொது இலக்கியம் அவர்களின் நோக்கம்."

"யாதும் ஊரே... யாவரும் கேளிர்" என்றார் பூங்குன்றன்.

பூங்குன்றனோ, இறையனோ எழுதுவதுபோன்ற பா வகை அல்ல அது. மதுரைத் தமிழ்ச் சங்கத்தில் அவன் எழுதிய பா வகையை யாரும் ஏற்பார் இல்லை. அது வினோத வடிவமாக இருந்தது. இரண்டே இரண்டு அடிகள். முதல் அடியில் நாற்சீர். இரண்டாம் அடியில் முச்சீர். குறள் பா எனப் புதிய வகைச் செய்யுள். வெண்பாவின் இறுதி இரண்டு அடிகள். கருப்பொருளும் புதிது. கவி உத்தியும் புதிது. இதை பா என ஏற்பதா என்பதில் புலவர்களுக்குள் பெரும் கேள்வியும் சிறு சலசலப்பும் இருந்தது. ஒரு புலவர் சக புலவர்கள் மூலம்தான் அறியப்படுவதும் அரங்கேற்றப்படுவதும் நிகழும்.

நக்கீரரோ, உருத்திரங்கண்ணனாரோ, ஔவையோ தனியாக வள்ளுவனைச் சந்தித்தபோது குறட்பாக்களைச் சிலாகித்து மகிழ்ந்தார்களே தவிர, ஊரறிய உலகறிய அந்தப் பாக்களை எடுத்துச் சொல்ல இயலவில்லை. வள்ளுவனோ, வாசுகியோ அதைப் பற்றிக் கவலைப் படவும் இல்லை. ஆனால், வடுமான் நெடுங்கிள்ளியால் அப்படி வாளாயிருக்க முடியவில்லை. சோழமான் கரிகாலனைச் சந்தித்து வள்ளுவனின் பெருமையைச் சொல்ல வேண்டும் என முடிவெடுத்தான். வள்ளுவனுக்கும் வாசுகிக்கும் தெரியாமல் அதைச் செய்ய வேண்டும் எனவும் நினைத்தான்.

கரிகாலன் அரண்மனையில்தான் வெண்ணிக்குயத்தியாரும் இருப்பதாக அறிந்திருந்தான். வள்ளுவன் பற்றிய மிகுந்த மதிப்புகொண்டவர் வெண்ணிக்குயத்தியார். அவர் மூலம் அரசனிடம் இந்தக் குறட்பாக்களைச் சொல்ல வேண்டும் என நினைத்தான். பாண்டி நாட்டுக்கும் சோழ நாட்டுக்கும் போர் சூழல் அற்ற தருணம். போர்ச் சூழல் ஒரு துயர நிலைதான். அவனுடைய முப்பாட்டன் அவனுக்கு ஒரு கதை சொல்லியிருந்தார். கடல்கொண்ட பாண்டிய ராஜ்ஜியம் ஒன்று இருந்ததாக. அப்போது சோழனோ, சேரனோ அத்தனை பெரிய அரசர்கள் அல்ல. கடல்கொண்டுவிட்ட அந்த தேசத்தையும் மீறி பாண்டிய அரசனுக்கு வேறு இடம் தேவைப் படவில்லை எனவும் அத்துனை பெரிய ராஜ்ஜியத்தை அசைத்துப் பார்த்து மிதிபட்டுச் சாகும் தைரியம் சேர, சோழர்களுக்கு இல்லை எனவும் இருந்தது அந்தச் சூழ்நிலை. ஆகவே, பாண்டியனே பேரரசனாக இருந்தான். வையம் காக்கும் மாபொறுப்பு அவனுக்கு இருந்தது. மக்களைக் காக்கும் பொறுப்போடு தமிழையும் அவன் காக்க நினைத்தான். உலகில் அந்த நாளில் எந்த ஒரு அரசனுக்கும் மொழியைக் காக்க வேண்டும் என்ற எண்ணமே தோன்றியிருக்கவில்லை. பல நாடுகளில் மொழியே தோன்றியிருக்கவில்லை; ஏன் நாடே தோன்றி யிருக்கவில்லை.

“விதி வலியது பெயரனே... அத்தனைப் பெரிய நாடு பாண்டியனுக்கு இருந்தது இயற்கைக்குப் பொருக்கவில்லை. பாதி தேசத்தைக் கடல் விழுங்கிவிட்டது. கலங்கித்தான் போனான் மன்னன். ஆனாலும் அவனுடைய எதிரியான இயற்கையை அவன் நண்பனாகப்

பழக்கிக் கொண்டான் என்றுதான் சொல்ல வேண்டும். கடலைத் தன் தோழனாக்கிக்கொண்டான். எந்தக் கடல் தன் நிலப்பரப்பை எடுத்துக் கொண்டதோ, அந்தக் கடலையே அவன் ஆண்டான். கடல் அவனுக்குக் குளமாக மாறிவிட்டது. நான்கு பேர் பயணிக்கிற மரக்கலத்தில் இருந்து நானூறு பேர் பயணிக்கிற நாவாய் வரை அவனிடம் இருந்தன. கடற்கரை ஓரமே அவனுடைய கப்பல்கள் நகர்ந்து போய், உலகத்தையே அளந்தன என்றுதான் சொல்ல வேண்டும்.

முன்னொரு காலத்தில் இதைவிட பெரிய ஊழி ஒன்று ஏற்பட்டு, மக்கள் நிலப்பரப்புகள் வழியாக எங்கெங்கோ ஓடினர். அது பல்லாயிரம் ஆண்டுகளுக்கு முன்னர் நடந்தது. அப்போது ஓடிய மக்கள் வெவ்வேறு பகுதிகளில் வாழ்ந்து வந்தனர். அவர்களையெல்லாம் தம் கப்பல் பயணத்தின் மூலம் மக்கள் மீண்டும் கண்டனர். ஆனால், ஆயிரம் ஆண்டுகளில் அவர்கள் பேசுகிற தமிழும் நாம் பேசுகிற தமிழும் மாறிப் போய்விட்டன. சில நூறு தமிழ் வார்த்தைகள் மட்டும்தான் அவர்களுக்கும் நமக்கும் இடையில் இருந்தன. அதனால் என்ன, வர்த்தகம் செய்யும் அளவுக்குப் பேசிக்கொள்ள முடிந்தது. வர்த்தகம் என்றால் சாமானியமான வர்த்தகம் இல்லை. இரவும் பகலும் இப்போது அங்காடி வைத்து நடத்துகிறார்களே... காவிரிப் பூம் பட்டணத்தில் பார்க்கிறாயே அது அல்ல... அது போல பல மடங்கு பெரிய அங்காடிகள். உலக மக்கள் எல்லாம் கொற்கைக்கு வந்து போவார்கள். நம் நாட்டுப் பொருட்களை வாங்கிப் போவார்கள்.

முத்து, நவமணிகள், மயில் தோகை, மிளகு, சந்தனம், எள் போன்றவை கொற்கையில் இருந்து எந்த நேரமும் கடலில் ஏற்றுமதி ஆன நிலையில் இருக்கும். அவை எல்லாம் தூர நாடுகளுக்குப் போய்ச் சேரும். நாவாய்களை நிறுத்திச் செல்ல ஆங்காங்கே மன்னனுக்குத் துறைமுகங்கள் இருந்தன. நெடுந்தூரத்தில் மதுரா என ஒரு பட்டணத்தை உருவாக்கியிருந்தான். அதையும் கடந்து திரமிடா என ஒரு துறைமுக நகரம் அந்த மன்னனின் கட்டுப்பாட்டில் இருந்தது.

கொற்கையில் இருந்து கொண்டு செல்லப்படும் பொருட்கள் மதுராவிலும் திரமிடா கிடங்குகளில் வைத்துப் பாதுகாக்கப்படும். அங்கிருந்து வேறு சில நாடுகளுக்குப் பொருட்களை வாங்கிச் செல்வார்கள். திராமிடாவும் மேலூரும் என்ற ஊரும் அவர்களின் நெடிய வர்த்தகப் போக்குவரத்து நாடுகள். பாண்டிய நாட்டுக்கு ஈடான வளர்ச்சி அங்கே இருந்தது. கோட்டையை எதிர்க்கும் இந்திரன்கள் அங்கும் தங்கள் போர்க்குணத்தைக் காட்டினர். போர் தொடுத்தனர் குதிரை வீரர்கள். அப்போது நம்மிடம் குதிரைகள் இல்லை. போர் தொடுக்கும் பழக்கம்கூட இல்லை. அவர்களுக்கு நம்மீது இருந்த இனம்புரியாத எதிர்ப்பு, வித்தியாசமானது. வித்தியாசங்களால் ஏற்பட்ட எதிர்ப்பு எனச் சொல்லலாம். அவர்கள் தங்களை ஆரிய வேந்தர்கள் என்றனர். வெகு காலம் கழிந்த பின்னரே அவர்கள் நகர வாழ்க்கை வந்தனர். ஆரிய வர்த்தம் அமைத்து 53 தேசங்களைப்

தமிழ்மகன் | 83

பின்னர் ஆண்டனர். ஆனால், அதற்கு முன்னர் இருந்த வித்தியாசம் இரு தரப்பினருக்கும் நீயா, நானா என வளர்ந்தது. தீராப் பகை. அந்த வித்தியாசங்கள் காலப்போக்கில் குறைந்தன. ஆனால், விரோதம் குறையவில்லை."

"அப்படி என்ன வித்தியாசம் தாத்தா?"

ஆரியர்கள், நகர வாழ்க்கை குறித்து அறியாதவர்கள். திரமிடா மக்கள் நகர வாழ்க்கையில் இருந்தனர். நன்கு வசதி பெற்ற செங்கல் வீடுகள் கட்டினர். கிணறு, குளியலறை, கழிவு நீர் வடிகால் உள்ள வீடுகளால் அவர்கள் நகரம் நிறைந்திருந்தது.

ரிக் வேதத்தில் இரும்பு பயன்பாட்டில் இருந்தமை அறியப்படுகிறது. திரமிடாவில் வெள்ளி உபயோகத்தில் இருந்தது. கற்களால் செய்யப்பட்ட பாத்திரங்கள் பயன்பாட்டில் இருந்தன. ஆனால் இரும்பு பயன்பாட்டில் இல்லை.

வேதங்கள் மூலம் வில், அம்பு, கோடாரி, ஈட்டி போன்ற ஆயுதங்களும் தலைக் கவசங்களும் பயன்பாட்டில் இருந்தன. திராமிடாவில் பெரும்பாலும் உழவுக்கருவிகள், கப்பல் கட்டும் கருவிகள் போன்ற தொழிற்கருவிகளே இருந்தன. மீன் பற்றி வேதங்களில் அதிக அளவில் குறிப்பிடப்படவில்லை. கடற்பயணங்கள் இல்லை. திராமிடாவில் மீன் அதிக அளவில் உள்ளது. கடல் பயணங்கள் உள்ளது.

வேதங்களில் குதிரைகள் பயன்பாட்டில் இருந்தமை சுட்டப் பட்டுள்ளது; திரமிடாவில் குதிரைகள் இல்லை.

வேதத்தில் பசுவுக்கு மிகுந்த முக்கியத்துவம் கொடுக்கப்பட்டது. இங்கோ பசுவுக்கு முக்கியத்துவம் இல்லை; எருது முக்கிய இடம் பெற்றது.

வேதத்தில் புலி இல்லை; யானை பற்றி மிகச் சிறிதளவே உள்ளது. இவை இரண்டும் திரமிடாவில் அதிக முக்கியத்துவம் பெற்றவை.

திரமிடாவில் சிவலிங்கம் உண்டு. அவர்களுக்கோ சிவலிங்கம் இழி லிங்கம்.

அப்போது நம்மிடம் ஆரம் வைத்த சக்கரங்களுடன் தேர்கள் இல்லை. நாம் பின்னர்தான் பழகிக்கொண்டோம். அவர்களிடம் ரதங்களின் சக்கரங்கள் ஆரங்களுடன் இருந்தன."

வடுமான் நெடுங்கிள்ளி தாத்தா சொன்னவற்றை எல்லாம் அசை போட்டபடி பொதி சுமந்துபோன அந்த மாட்டு வண்டியில் போய்க் கொண்டிருந்தான். பருத்தி மூட்டைகளைச் சுமந்தபடி அந்த வண்டி சோழ நாட்டுக்குத்தான் போய்க்கொண்டிருந்தது. வண்டியில் பொதி களுக்கு மேல், வானத்தைப் பார்த்தபடி படுத்திருந்தான் நெடுங்கிள்ளி. நிலவும் வழித்துணையாக வந்தது. பாண்டி நாட்டு நிலவைக்கைப்பிடித்து சோழ நாட்டுக்கு அழைத்துச் செல்வது போல இருந்தது அவனுக்கு.

“என்ன தேவ்.. வானத்தைவெறிச்சுப் பார்த்துக்கிட்டு உக்கார்ந்திருக்கே? நீயும் எவ்ளோ நேரம்தான் அப்படி உட்கார்ந்திருப்பேன்னு வெயிட் பண்ணிப் பார்த்தேன். விட்டா அப்படியே இன்னிக்கு ஃபுல்லா இருப்ப போலிருக்கே” தோள்பட்டையை அழுத்தி, டாக்டர் மாறன் எழுப்பினார்.

“வானம் பார்த்தபடி வடுமான் நெடுங்கிள்ளி சோழனைப் பார்க்கப் போய்க்கொண்டிருந்தான். நீங்க சொல்றது சரிதான். யாராவது எழுப்பலைன்னா நான் வருஷக்கணக்காகக்கூட இப்படியே இருப்பேன்.”

தேவ் சொன்னதன் ஆழம் தெரியாமல் மாறன் சிரித்தார்.

“ஸ்வாதேஷ் லிஸ்ட் தெரியுமா தேவ் உனக்கு?”

“தெரியும் டாக்டர்.”

“அதைப்பற்றி என்ன நினைக்கிறாய்?”

“மொழியின் ஆதாரச் சொற்கள் அல்லது மூலச் சொற்கள் என அவர் பட்டியல் இட்டார். அவர் சொன்ன 100 சொற்கள் ஒரு மொழியில் இருந்தால் அது தொன்மையான மொழி. பார்த்தீர்கள் என்றால் அதில் உள்ள பல சொற்கள் தமிழில் பல ஆயிரம் ஆண்டுகளாகச் சொல்லப்பட்டு பிற மொழிகளிலும் பின்பற்றப்படுவது தெரியும்.”

“ரொம்பத்தான் ஆராய்ச்சியில் இறங்கிவிட்டாய்.”

தேவ் சிரித்தான். “உதாரணத்துக்குத் தமிழில் ஒன்று என்கிறோம்... ஆங்கிலத்தில் ஒன்! இங்கே கொல் என்போம்... அங்கே கில்... இங்கே பாதை... அங்கே பாத்... இப்படி உலகமொழிகள் அனைத்திலும் தேடிப் போனால் ஸ்வாதேஷ் சொன்ன 100 சொல்லுமே தமிழில் இருக்கிறது என்பது மட்டும் இல்லாமல் அதே ஓசையுடன் அதே அர்த்தத்தில் மற்ற மொழிகளிலும் இருப்பதைச் சொல்லலாம். திராவிட மொழிக்குடும்பம் மட்டுமின்றி சில இந்தோ-ஆர்யன் மொழிக் குடும்பங்களிலும் இருப்பதைப் பார்த்தேன்.”

“உன் மண்டையைப் பிளந்துதான் துடைத்து மாட்ட வேண்டும்!” என்றார் மாறன்.

“இல்லை டாக்டர். முக்கியமான விஷயம். இங்கே யார் என்கிறோம். ஜெர்மனியில் வேர் என்கிறார்கள். இங்கே தெலுங்கிலேயே யார் என்பதை ‘எவெரு?’ என்கிறார்கள். தமிழில் ‘எவர்’ என்போம். யார் என்பது வேர் எனத் திரிந்ததைக் கண்டுபிடிக்க முடியும். உலகின் அத்தனை மொழிகளிலும் தமிழைக் கண்டுபிடிக்க ஒரு வார்த்தையாவது இருக்கிறது. இப்போது ஐயாயிரம் மொழிகளாவது உலகில் இருக்கும் என நினைக்கிறேன். அது அத்தனையிலும் தமிழ் இருக்கிறது. அதனால்தான் அதை மூலமொழி என்கிறேன்.”

“ம்...”

"பேச்சு என்றால் 'ஸ்பீச்சு' என்கிறார்கள். உடன் என்றால் 'சடன்' என்கிறார்கள். பஞ்சு என்றால் 'ஸ்பாஞ்சு' என்கிறார்கள். 'ஸ்' சேர்த்தால் பல தமிழ் வார்த்தைகள் ஆங்கிலமாகிறது..."

"இந்தி, சமஸ்கிருதம்?"

"தமிழின் பேரன் பேத்திகள்"

அஹா ஹா என தேவ் சிரித்தான். இவனுக்கு எங்கிருந்து வைத்தியம் ஆரம்பிப்பது என மாறன் உண்மையிலேயே நினைத்தார். தேவின் தந்தை தமிழகத்தில் சென்னை யில் இருந்தார். ஆல்டேபில் அவரைத் தொடர்புகொண்டு உங்கள் பையனிடம் சிறுவயதில் ஏதாவது வினோத அறிகுறிகள் எதையேனும் கண்டிருக்கிறீர்களா எனவும் விசாரித்தார்.

அவர் தனக்கு அந்தணன் எனப் பெயர் வைத்ததற்கான காரணத்தைச் சொல்லி ஆரம்பித்தார்.

'அந்தணர் என்போர் அறவோர்' என திருவள்ளுவர் சொல்லி யிருக்கிறார். அறத்துடன் வாழ்பவர்கள் எல்லோருமே அந்தணர்கள் என்பதுதான் அதற்குப் பொருள். தன் பேரன் அறத்துடன் வாழ வேண்டும் என்ற ஆசையில் என் தாத்தா வைத்த பெயர் இது என்றார். தாத்தாவுக்கு அவ்வளவு தமிழார்வம். அவர், கி.ஆ.பெ. விஸ்வநாதம் அவர்களின் சீடர் என்றார். அவர் ஒரு தமிழறிஞர் எனச் சொன்னார். தேவுக்கு நோய் எங்கே ஆரம்பித்தது என மாறனுக்குத் தெரிந்தது.

13வது குறிப்பு

2017, சென்னை.

தேவுக்கு அது தனக்குக் கிடைத்த ஆற்றல் எனவே நினைக்கத் தொடங்கினான். காலத்தையும் தூரத்தையும் கடந்த நினைவிலி பயணம்.

கிரேக்கனான ஆன்டானமஸ்ஸின் 100ஆம் தலைமுறையைச் சேர்ந்தவன்தான் ஜான் வில்பர் கர்ஸெர் என்பதை சரவணன் கண்டுபிடித்தான். அதைக் கண்டுபிடிக்கும் முயற்சியின்போது சரவணன் கொல்லப்பட்டான் என்பது அதிர்ச்சிகரமானது. அவன் கொலை செய்யப்பட்டு இறந்தான் என்பது அவன் இறந்து 20 வருடங்களுக்கு ஆனபின்பும்கூட யாருக்குமே தெரியாமல் இருந்தது. தேவ் அதை அறிய வந்தபோது பேரதிர்ச்சி அடைந்தான். அந்த இழப்புக்கு யாருக்குத் தண்டனை கொடுப்பது? அவனுக்கு ஏற்படும் முக்கிய நினைவோட்டங்களில் எல்லாம் நடந்திருப்பது போலவே தமிழ் வளர்ச்சிக்கான ஒரு முட்டுக்கட்டைதான் சரவணனின் மரணமும்.

ஜான் வில்பர் சேகரித்து வைத்திருந்த சில பொருட்களை முர்கோஷ் திரட்டி ஒரு ஏர் மெயில் பார்சலாக சரவணனுக்கு அனுப்பி வைத்திருந்தான். அது அவன் அனுப்பிய பதினைந்தாம் நாள் வந்து சேர்ந்தது. ஜான் ஒரு கிறுக்கன் என எல்லோராலும் நம்பப்பட்டான். ஏராளமான கிறுக்கல்கள் அந்தப் பார்சலில் வந்திருந்தன.

சரவணன் அந்தப் பார்சலுக்காகத் தவமாய்த் தவமிருந்தான். ஆனால் இப்போது படிக்க நேரமின்றி இருந்தது. அவன் தன்னுடைய சங்கல்பத்தை முடிக்கும் அரிய தருணத்தை

தமிழ்மகன் | 87

எட்டியிருந்தான். மலேசியத் தமிழறிஞருக்கு அவன் செய்துகொடுத்த ஆவணப்படம் அவனை உலகில் பல தமிழர்களிடமும் நல்ல பெயரை ஏற்படுத்தியிருந்தது. தமிழுக்காக உயிர் இழந்த நூறு பேரைப் பட்டியல் படுத்தி அதிலே சொல்லியிருந்தான். இந்திய அரசே அந்த இந்தித் திணிப்பு எதிர்ப்புப் போராட்டத்தில் 69 பேர் இறந்துபோனதாகச் சொல்லியிருந்தது. உண்மையில் அதைப் போல இன்னொரு மடங்கு பேர் இறந்தனர். அதைத்தான் சரவணன் ஆதாரத்துடன் பட்டியல் இட்டிருந்தான். மகிழ்ந்துபோன கனடா நாட்டில் இருக்கும் டாக்டர் ஞானகிராமன், உங்களுக்கு என்ன வேண்டும் கேளுங்கள், அதை நிறைவேற்றுவது என் கடமை எனச் சொல்லியிருந்தார்.

சரவணன், மூன்று பெண்களுக்கு நல்ல இடத்தில் வரன் பார்த்து திருமணம் செய்துவைக்க முடியுமா என தாமரை மற்றும் அவர்களின் சகோதரிகளின் கதையைச் சொன்னான். இப்படி ஒரு கோரிக்கையை அவர் சற்றும் எதிர்பார்க்கவில்லை. இந்தி எதிர்ப்புப் போராட்டத்தில் ஈடுபட்ட ராமநாதனின் மகள்கள்தான் அவர்கள் என்றபோது ஞானகி ராமன் கலங்கிப்போனார். "சரவணன், உங்க நல்ல உள்ளத்துக்காகவும் அந்த தமிழ்ப் போராளிக்காகவும் இதை நிச்சயம் செய்றேன்" என்றார். மெயிலில் அந்த மூன்றுப் பெண்களின் படங்களையும் அனுப்பி வைத்தான். அவருக்குத் தெரிந்த ஒவ்வொரு பிரமுகருக்கும் அந்தப் போட்டோக்களை அனுப்பிவைத்தார்.

பெரியார் திடல் மூலம் அணுகியதில் சாதி பேதம் பார்க்காத மூன்று இளைஞர்கள் முன் வந்தனர். முப்பது... முப்பத்தி இரண்டு வயதுக்காரர்கள். ராமநாதன் அய்யாவைப் பற்றி எங்களுக்குத் தெரியும் எனவும் சொல்லியிருந்தனர். இது எதுவுமே ராமநாதனுக்கோ, தாமரைக்கோ சொல்லாமலேயே சரவணன் செய்து முடித்திருந்தான். சஸ்பென்ஸாக இதைச் செய்து காட்டி ஆனந்த அதிர்ச்சியில் ஆழ்த்த வேண்டும் என்பது அவனுக்கு இருந்த பேராசை.

ஞானகிராமன், "இப்ப சந்தோஷமா சரவணன்?" என்றார்.

"சார்... காலமெல்லாம் நான் உங்க அடிமையா இருப்பேன்" என்றான் உணர்ச்சிவசப்பட்டு.

"சரவணன்... அப்படிச் சொல்லக்கூடாது... அப்படினா நானும் உங்களுக்கு அடிமையா இருப்பேன்னு சொல்ல ஆரம்பிச்சுடுவேன்."

"மன்னிச்சுக்கங்க சார்!"

"ஒவ்வொரு பொண்ணுக்கும் 25 சவரன் போட்டு சீர்வரிசை செய்ய வேண்டியது எங்களோட கடமை. நாங்க இங்க மூணு டாக்டர்ஸ் அந்தச் செலவை ஏத்துக்குறோம்."

"சார்!"

"சரி சரவணன்... நீங்க ஆக வேண்டிய வேலையைப் பாருங்க."

“கீழடிக்கு அசைன்மென்ட் போட்டிருக்காங்க. அங்கதான் இருக்கேன். நாளைக்கு வந்துடுவேன் சார். வந்ததும் முதல் வேலையா அவங்ககிட்ட பேசிட்டுச் சொல்றேன்.”

சிவகங்கை மாவட்டத்தில் கீழடி என்ற இடத்தில் அகழ்வு செய்து கண்டுபிடிக்கப்பட்ட 2200 ஆண்டுகளுக்கு முந்தைய தமிழர்களின் நகரம் ஒன்றை மீண்டும் மண்போட்டு மூடப்போவதாகச் சொன்னதால் வேகமாகக் கிளம்ப வேண்டியிருந்தது. அதிகாலை 4 மணிக்கு கேமிரா சகிதம் காரில் புறப்பட்டபோதுதான் ஜான் வில்பர் திரட்டித் தந்த தகவல்களையும் அள்ளிப்போட்டுக்கொண்டு கிளம்பினான். கார் செங்கல்பட்டைத் தாண்ட ஆரம்பித்ததும் சீரான வேகத்தில் போக ஆரம்பித்தது. வானம் வெளுக்க ஆரம்பித்தது. கும்பகோணம் டிகிரி காபி என வசீகரித்த கடை ஒன்றின் வாசலில் காரை நிறுத்தி வாய்கொப்பளித்துவிட்டு காபி குடித்தான். கார் மீண்டும் கிளம்பியது, சரவணன் அந்த டைரிக்குறிப்புகளைப் படிக்க ஆரம்பித்தான்.

“மேல் என்பதும் மேற்கு என்பதைக் குறிக்கும் தமிழர் மரபு. தமிழ்நாட்டில் மேற்குப் பக்கம்தான் மேற்குத் தொடர்ச்சி மலை இருந்தது. கிழக்குப் பக்கம் சரிவான பகுதி இருந்தது. மேற்கு என்பது மேடு. கிழக்கு என்பது சரிவு. கீழ் பகுதி. ஈரான், ஆப்கான், பாகிஸ்தான், பஞ்சாப் உள்ளிட்ட சிந்து சமவெளிப் பகுதிகளில் இன்னமும் இருக்கும் கிராமப் பகுதிகளில் இந்தப் பெயர்கள் இருப்பதை ஆய்வுசெய்து பாலகிருஷ்ணன் என்ற கலெக்டர் ஒருவர் வெளியிட்ட நூல் குறிப்பை அவன் பக்குவமாகப் பிரதி எடுத்திருந்தான். ஊர் என்ற பெயரிலேயே எத்தனை ஊர்களின் பெயர்கள் அந்தப் பகுதியில் இருக்கின்றன என்பதை அவன் எழுதிவைத்திருந்தான். இந்தியா முழுக்கவே ஊர் உள்ளது. நாக்பூர், ஜெய்ப்பூர், பதேபூர் என ஊரால் நிரம்பியிருப்பதே தமிழர்கள் இந்தியாவெங்கும் நிறைந்திருந்ததற்கான சாட்சி எனவும் குறிப்பிட்டிருந்தான். அவனுடைய கையெழுத்து எளிதில் புரிந்து கொள்ள முடியாததாக இருந்தது. அவன் இடது கையால் எழுதுப வனாக இருந்திருக்கலாம் எனவும் சரவணன் நினைத்தான். எழுத்துகள் எல்லாம் வலதுபக்கம் சாய்ந்து இருந்தன. திடீரென ஒரு இடத்தில் அவன் ஒருவிதமாகப் பொங்கி அடங்கியிருந்தான். தமிழர்கள் பல ஆண்டுகாலமாக வஞ்சிக்கப்பட்டவர்கள். அவர்களுக்கு என ஒரு நாடு இல்லை. அவர்களின் நாகரிகம் நிர்மூலமாக்கப்பட்டுவிட்டது. அவர்களின் பண்பாட்டைக் காலம்தோறும் வதைத்து முடித்தனர். அவர்களின் இனத்தை சிதைத்துப் பொதுமை ஆக்கினர். அவர்கள் மொழியால் எஞ்சியிருந்தனர். அதை ஒடுக்க இந்தியா முழுக்க சதிகள் நடந்தவண்ணமே இருக்கின்றன. சிலருக்குத் தமிழின் பெருமை தெரியாமல் அந்தச் சதிக்கு உடந்தையாக இருந்தனர். சிலர் அப்படி உடந்தையாக இருந்தவர்களைப் பயன்படுத்திக்கொண்டனர். இல்லை என்றால் பாகிஸ்தானிலும் ஈராக்கிலும் குறிஞ்சி என்ற ஊர் இருப்பது எப்படி என்ற சாதாரணக் கேள்வியைக்கூட கேட்டுப் பெருமிதப்

பட்டுவிடாதபடி அவர்கள் அமுக்கிவைக்கப்பட மாட்டார்கள்.

கீழடியில் தோண்டிக் கண்டுபிடிக்கப்பட்ட வீட்டின் நீள அகலங்கள் 11 அடியின் விகிதங்களிலேயே இருந்தன. சிந்து சமவெளி கட்டடங்களின் நீள அகலங்களும் 11 அடி நீள அகலங்களிலேயே இருந்தன. கட்டடக் கலையின் ஏதோ முறைப்பாடு அதிலே தெரிந்தன. இதை ஏன் எல்லோரும் மறைக்கிறார்கள். சிந்து சமவெளியில் வாழ்ந்தவர்கள் தமிழர்கள்தான் என்பதை ஏற்றுக்கொள்வதில் தொடங்குகிறது தமிழை ஓரம்கட்ட நினைக்கும் சூழ்ச்சியின் வரலாறு. சிந்து சமவெளி நாகரிகம் அழிந்தது ஏன் என்பதை எத்தனையோ அறிஞர்கள் எடுத்துச் சொல்லியும் புறக்கணிப்பது என்ன நியாயம்? அங்கே ஒரு குதிரை சிலை கிடைத்தது என நம்ப வைப்பதும் அங்கே சரஸ்வதி ஆற்றங்கரையில் வேதங்கள் படைக்கப்பட்டன என்பதும் அக்கிரமத்தின் உச்சம். ஆனால் அவற்றுக்கெல்லாம் நிதி உதவி தாராளமாகக் கிடைப்பதென்ன நீதி?"

இந்த இடத்தில் ஒரு வரியை சிவப்பு மையில் எழுதியிருந்தான்.

"மொழி என்றால் உயிர் ஈவர் தமிழ் மக்கள்... மேலும் அவர் உயிர்ப் பறித்தல் பாவம்!"

என்னவோ சொல்லவந்து ஆவேசப்பட்டுப் போய் இப்படியாக முடித்திருந்தான் ஒரு கட்டுரையை. சிவப்பு மை என நினைத்ததுதான் தவறு. அது சிவப்பு ரத்தம். அப்படியே காய்ந்து, காகிதத்தோடு ஊறிக்கிடந்தது. சரவணன் அந்தக் காகிதத்தை எடுத்து ஜீன் சோதனைக்கு அனுப்பினான். ஆன்செஸ்ட்ரல் ஜெனிடிக் லைன் அமைப்புக்கு எழுதிக் கேட்டான். உலர்ந்த ரத்தப் படிவங்களில் இருந்தும் மூதாதையரின் தாய்வீட்டைக் கண்டுபிடிக்கலாம் என பதில் மெயில் வந்தது. 100 டாலர் செலுத்தி, ரத்தக் கையெழுத்தை அனுப்பிவைத்தான். ஒரு மாதத்தில் பதில் வந்தது. கிரேக்கத்தில் ஆரம்பித்த டி.என்.ஏ... தஞ்சையில் வந்து அமெரிக்காவில் சென்று முடிந்தபோது ஜான் வில்பரின் கிறுக்கல்கள் அசாதாரண அந்தஸ்து பெற்றன.

தலையைச் சிலுப்பிக்கொண்டு எழுந்தான் தேவ். இப்போது அவனுக்கு எல்லாமே நூல் பிடித்தாற்போல புரிந்தது. எங்கோ பிறந்த ஒருவன்... என்றோ மரணம் அடைந்த ஒருவன்... கொல்லப்பட்டு இறந்தான் என எதற்காக தேவுக்குத் தெரிய வேண்டும்?

அது தற்செயலானது அல்ல. மிகுந்த பிரயத்தனங்களுக்குப் பிறகே அதைக் கண்டுபிடிக்க முடிந்தது. இந்தி எதிர்ப்புப் போராட்டம் சம்பந்தமான டாகுமென்டரி வேலைகளுக்காக மலேசியா போயிருந்த போது ஜான் வில்பரிடம் இருந்து அந்தக் கடிதம் வந்தது. சரவணனின் பத்திரிகைக்கார மனசுக்கு அதில் ஒரு சுவாரஸ்யம் ஏற்பட்டு, ஜான் வில்பரின் 100ஆம் தலைமுறை தாத்தனைக் கண்டுபிடித்தான். அவர் கரிகாற்சோழன் காலத்தில்... சரியாகச் சொல்லப் போனால்,

இரும்பொறை காலத்திலேயே தமிழ்நாட்டில் இருந்து முத்தும் மிளகும் பருத்தியும் ஏற்றிச் சென்றவன் என்பது தெரியவந்தது. அரிஸ்டாட்டலின் உடம்பைப் போர்த்தியிருந்த நீள அங்கி ஆன்டானமஸ்ஸின் கப்பலில் ஏற்றிச் சென்ற பருத்தி ஆடைதான் என்பதை சரவணன் கண்டு பிடித்தான். ரொம்ப சிம்பிள். இரும்பொறையின் காலமும் அரிஸ் டாட்டிலின் காலமும் ஒன்று என்பது முதல் ஆதாரம். அதைச் சொல்லிவிடுவது சுலபம். அன்றைய நாளில் கிரேக்க அரசக் குடும்பங்களுக்கு ஆன்டானமஸ் பருத்தி ஆடைகளைக் கொண்டுபோய் சேர்த்தான் என்பதற்கான ஆதாரம் ஒன்று கிடைத்தபோதுதான் சரவணன், தொலைக்காட்சியில் இதை 20 வாரத்தொடராகப் பரபரப்பாக்கலாம் என ஆர்வமானான்.

இதற்காகவே கிரேக்கத்தில் இருக்கும் மியூஸியத்தில் அரிஸ்டாட்டில் எழுதிய அத்தனை நூல்களையும் படித்தான். அலெக்ஸாண்டருக்கு அரிஸ்டாட்டில் சொன்ன ஒரு தகவல், சிந்தியாவுக்குப் படை எடுக்க வேண்டும் என்பதைப் பற்றியது. திரமிடாவின் துறைமுக நாடான மேலகா வழியாக சிந்தியாவை எதிர்கொள்வதுதான் சரியாக இருக்கும் என்று சொல்லியிருந்தார்.

அப்போது அலெக்ஸாண்டர் திரமிடா அவ்வளவு பெரிய நாடா எனக் கேட்கிறான்.

“பெரிய நாடுதான். ஆனாலும் நாடு என்பது அகலத்தால் அளப்பது அல்ல. அதன் தொன்மையால் அளப்பது. நீ அடைய வேண்டியது திரமிடாவை. உலகத்துக்கே நாகரிகத்தைச் சொன்னது அதுதான். நீயும் நான் பேசுவதற்கும் உடுத்துவதற்கும் வீடுகட்டி உறங்குவதற்கும் கூட திரமிடா போட்ட அறிவுச்செல்வம்தான் காரணம். இன்று நாம் அணிந்திருக்கும் ஆடையும் பேசும் மொழியும் இதோ நீ சாய்ந்திருக்கும் சுவரும் அவர்கள் கொடுத்த அறிவுதான்” எனப் போகும் நீண்டதொரு பத்தி.

கிரேக்க மொழியில் அதைப் படித்துச் சொல்ல ஆட்கள் இல்லை. கிரேக்கம் படிக்கத் தெரிந்த ஒருவர் இருந்தார். ஆனால், அவருக்கு ஆங்கிலம் தெரியாது. அதை அவர் வாசித்துக் காட்ட, கிரேக்கம் படிக்கத் தெரியாத, ஆனால் புரிந்துகொள்ளத் தெரிந்த ஒருவர் சரவணனுக்கு அதை ஆங்கிலத்தில் மொழிபெயர்த்துச் சொன்னார்.

இந்தத் தகவல் போதுமானதாக இருந்தது. எல்லா டாகுமென்ட்டு களையும் திரட்டிக்கொண்டு மலேசியா வந்து சேர்ந்தான். இந்தி எதிர்ப்புப் போராட்டத்தின் வரலாற்றை டாகுமென்டரி ஆக்கும் பணி இறுதிக்கட்டத்தை நெருங்கிக்கொண்டிருந்தது.

‘மொழிக்காக உயிரைவிடுவது தமிழன் ஒருவன்தான். ஒவ்வொரு முறை மொழியின் உயிர் ஊசலாடும்போதும் ஒருவன் உயிரை மாய்த்துக்கொள்வான். தனக்கு உயிர் இருப்பது போல தமிழுக்கும் உயிர் இருப்பதாக நினைத்தான். ‘மெல்லத் தமிழ் இனி வாழும்’

என்பான். தமிழ் பிழைத்தது என்பான். தமிழ் உயிர் உள்ள ஜீவன். அந்த உயிருக்காகத் தன்னை எரித்துக்கொண்டு சாவது தமிழனுக்குச் சாதாரணம். மொழி உணர்வு அணையாமல் இருக்க தன்னையே தீபமாக எரியவைப்பான்' என டாகுமெண்டரியின் இறுதியில் வாசகம் வரும். முத்துக்குமார், செங்கொடி ஆகியோரின் படங்களைக் காட்டி டாகுமெண்ட்டை முடிக்க வேண்டும். இதுதான் சரவணன் திட்டம்.

அதன் பிறகு 'கிரேக்கனும் தமிழனும்' டாகுமெண்டரி.

தாமரையிடம் பேசும்போது, இதன் சுவாரஸ்யத்தைச் சொன்னான். இரண்டாயிரம் ஆண்டுகளுக்கு முன் நடந்த தமிழ்நாட்டு வர்த்தகத் தையும் கிரேக்கர்கள் தமிழர்களைக் கொண்டாடி மகிழ்ந்ததையும் சொல்ல வேண்டும். ஆன்டானமஸ் இங்கிருந்து அழைத்துச் சென்ற தமிழ்ப் பெண், கிளியோபத்ரா மாதிரி இருந்தாள் என மகிழ்ந்து பூரித்ததாக ஜான் வில்பர் தன் தலைமுறை நினைவுகளில் இருந்து சரவணனிடம் சொன்னான். அந்தக் குறிப்புகளை வைத்து அந்த டாகுமெண்டரிக்கான முழு வரைவையும் டைரிக்குறிப்புகளாக சரவணன் எழுதிவைத்திருந்தான். இந்தி எதிர்ப்புப் போராட்ட டாகுமெண்டரியே அவனைத் தமிழர்கள் மத்தியில் திரும்பிப் பார்க்க வைத்தது. தமிழ் எதிரிகளையும் திரும்பிப் பார்க்க வைத்தது. சரவணன் கொல்லப்படுவதற்கான தேதி குறிக்கப்பட்டது. பி.ஜே.பி ஆட்சி... நரேந்திர மோடி உலக நாடுகள் பலவற்றுக்கும் பயணம் செய்து கொண்டிருந்தார். கல்பார்க்கி, கௌரி லங்கேஷ் உள்ளிட்ட பல எழுத்தாளர்கள் கொல்லப்பட்ட நேரத்தில் சரவணன் கொல்லப் பட்டதும் நிகழ்ந்தது. எந்தக் கொலைக்குமே 'கொலைகாரன்' கண்டுபிடிக்கப்படவில்லை.

கூட்டிக்கழித்துப் பார்க்கிறது மனம். எல்லாம் சரியாக இருந்தது. சந்தேகமில்லாமல் இது கொலைதான். ஒரு வழக்கின் விசாரணையே இப்படித்தான் பின்னப்படுகிறது. வரலாறும் அப்படித்தான் காரண காரியங்களால் அடுக்கப்படுகிறது. உண்மையில் நிகழ்ந்ததா... வெற்றிடங் களின் கற்பனையில் நிகழ்த்தப்படுகிறதா? மனித மூளையின் லாஜிக் பகுதி எழுதி... இட்டு நிரப்பும் வினோத வரலாறுதான் என்னால் சொல்லப்படுகிறதா? தேவ்... பரிதாபமான நிலையில் மூளையை உழுதுகொண்டிருந்தான்.

14 வது குறிப்பு

2038, நியூயார்க்.

தேவ் சம்பந்தமான அத்தனை பக்கங்களையும் ரெனால்டு கவனமாகப் படித்தார். சந்தேகமோ, கேள்வியோ கேட்பதற்கு வாய்ப்பு தராமல் எல்லா தரப்பு சாத்தியக் கூறுகளையும் அவரே அலசியிருந்தார். தேவ் மூளையின் டிஜிட்டல் பிரதி ஒன்றையும் உடன் இணைத்திருந்தார் மாறன்.

மொழி சார்ந்த ஏதோ உண்மையைத் தேடும் ஒரு வரலாற்றுப் பின்னணியை அதில் தெளிவாகக் கவனிக்க முடிந்தது. அந்த அடிப்படையில், வரலாற்று நிகழ்தகவின் - வரலாற்று நிகழ்தகவு என்ற வார்த்தையை அப்போதுதான் அவரே உருவாக்கினார்.

அடுத்து அவன் என்ன வரலாற்றுச் செய்தியைத் தேடுவான் என அந்த டிஜிட்டல் பிரதியைவைத்து ஆராய்ந்தார்.

அது...

எங்கும் வெண்பனியும் குளிரும் மட்டுமே பிரதானமாக இருந்தது. மனிதர்கள் இருந்தார்கள். ஆனால், அவர்கள் மனிதர்களாக இல்லை. அவர்கள் ஆடை உடுத்தியிருந்தது மானம் காக்கும் பொருட்டு அல்ல. குளிரைக் காக்கும் பொருட்டு. ஆடை என்பது ஆடு, மாடு, மான் ஆகியவற்றின் தோல்கள்தான். மாமிசத்தின் வீச்சம் நிரந்தரமாக இருந்தது. மழையும் புயலும் உலகை அழித்துவிடும் ஆவேசத்துடன் வெறியாட்டம் ஆடிக்கொண்டிருந்தது. எங்கும் பனி. நிலப் பரப்பைத் தேடி ஓட வேண்டியிருந்தது. உலகில் பனி சூழாத பகுதி என ஒன்று இருக்க முடியாது என உணர முடிந்தது.

அவர்களில் பலர் பனியில் விரைத்து இறந்துபோயினர். சிலர் வேறு எங்கோ பனி இல்லாத ஓர் இடம் இருக்கும் என்ற நப்பாசையோடு போயினர். கப்பலில் இருந்து தவறி விழுந்தவன் ஏதோ ஒரு பலகையைப் பிடித்துக்கொண்டு வாழ்வதற்குப் போராடுவெதுபோலத்தான். இந்த உதாரணத்தைச் சொல்ல அப்போது கப்பல்களும் இல்லை. பலகைகளும் இல்லை. உயிர் பிழைக்க ஓடியவர்களுக்கு ஒருவேளை வாழ்வதற்கு ஒரு நல்ல இடம் கிடைத்திருக்கலாம்... ஏன்? கிடைக்காமலும் போய் இறந்திருக்கலாம். இன்னும் சில காலம் இந்தக் குகைக்குள் காலம் தள்ள முடியும் என மக்கள் நினைத்தாலும் காட்டு விலங்குகளும் வேறு இடம் கிடைக்காமலும் உண்ண உணவு கிடைக்காமலும் அந்தக் குகையை நோக்கிப் படை எடுத்த வண்ணம் இருந்தன.

குகையை ஒட்டி ஒண்டியிருக்க முடிந்த சில இடங்களில் மான்களும் சில இடங்களில் புலிகளும்கூட இருந்தன. குரங்குகள், நாகங்கள், மலைப்பாம்பு எல்லாம்தான் குளிரில் பசியில் வாடிக்கொண்டிருந்தன. கொஞ்சம் மழை வெளுக்கும் நேரங்களில் அவை வெவ்வேறு இடங்களுக்கு நகர்ந்த வண்ணமே இருந்தன. சரிந்து விழுந்த மரங்களின் மீதமர்ந்து அது செல்லும் வழியில் நெடுந்தூரம் பயணித்து வேறு நிலங்களில் கரை ஒதுங்கிய மனிதர்களில் சிலர் அதன்பிறகு திரும்பி வரவே இயலாத இடத்துக்குப் போய்விட்டார்கள். அவர்களுக்குள் ஒரு ஒப்பந்தம் இருந்தது. ஒப்பந்தம் என சொல்லும் அளவுக்கு அதைச் சொல்ல முடியாது. வாழ்வதற்கான ஒரு முறையை அவர்கள் ஏற்படுத்தியிருந்தார்கள். கற்களைக் கூர்மையாக்கி அதன் மூலம் விலங்குகளைத் தாக்கும்போது அவை சுலபத்தில் மரணமடைவதைக் கண்டுபிடித்திருந்தார்கள். ஒரு கல்லினால் இன்னொரு கல்லைக் கூர்தீட்டும்போது அதில் நெருப்புப் பொறி பறப்பதைப் பார்த்து ஆச்சர்யப்பட்டனர். நெருப்புப் பொரி சருகுகளில் பட்டு, நிகழ்ந்த தீவிபத்தில் அவர்கள் பயந்து போனார்கள். நெருப்பு ஜுவாலையாக எரியும்போது அது நடனம் ஆடுவதுபோல இருந்தது. ஆனால் அது சுலபத்தில் அணைந்துவிட்டது. மீண்டும் அதே போல நெருப்பை உருவாக்க அவர்களுக்குப் பல மாதங்களுக்கு மேல் ஆனது. கல் உரசலும் தீப்பொறியும் சருகும் ஒரு சேர இருக்க வேண்டும் என்ற மகத்தான அறிவியலை அவர்கள் மெல்ல மெல்லத்தான் கண்டடைந்

தனர். அடுத்தடுத்து தீ அணைந்தபடியே இருந்தது. தீயைத் தொடர்ந்து காத்திருக்கவும் மீண்டும் உருவாக்கவும் அந்தக் குழுவில் ஒரே ஒருவனால்தான் முடிந்தது. அதில் அவனுக்கு மகத்தான ஞானம் இருந்தது. ஓரிரு நாட்களிலேயே மீண்டும் நெருப்பை உருவாக்கிவிட அவன் அறிந்தான். திடீரென்று அவன் ஒரு நாள் எந்தக் காரணமும் இல்லாமல் இறந்துபோனபோது, நெருப்பு உருவாக்குவது தவறான செயல் என நினைத்து அதை அப்படியே விட்டுவிட்டனர்.

இந்தக் கடுங்குளிரும் மழையும் அவர்களை மீண்டும் நெருப்பை உருவாக்கும் எண்ணத்தை ஏற்படுத்தியது. முன்புபோல அவர்களிடம்

காய்ந்த சருகுகள் இல்லை. கல்லோடு கல்லை உரசி தீப்பொறிகளை ஏற்படுத்த முடிந்தாலும் அது தீயாக மாறவில்லை. குகையில் மேலே காய்ந்துபோய் கிடந்த குருவிக்கூடுகளை எடுத்துவந்து எரியவைக்க முடியும் என அந்த மனிதக் குழுவில் இருந்த ஒரு பெண் நினைத்தாள். அவள் ஓயாத முயற்சியுடன் வைக்கோலால் ஆன அந்தக் குருவிக் கூட்டை எரியவைக்கப் போராடிக்கொண்டிருந்தாள். ஒரு பொறி அந்தக் கூட்டில் பட்டு மெல்ல கனன்றது. ஆச்சர்யப்பட்ட கூட்டம் ஓடிவந்து பார்த்ததில் நீர்த்துளி தெறித்து கூடு அணைந்துபோனது. மொத்தக் கூட்டமும் ஏமாற்றத்துடன் அந்தப் பெண்ணைப் பார்த்தனர். அவள் கடும் கோபத்துடன் அவர்களைத் தாக்கத் தொடங்கினாள். பற்களை விர்ரென காட்டி நாயைப் போல சீறினாள். மற்ற எல்லோரும் சற்றே அவளிடம் இருந்து விலகி அமர்ந்துகொண்டனர். கொஞ்சம் அவகாசத்துக்குப் பிறகு அவள் மீண்டும் போராடினாள். இந்த முறை அவளுடைய அனுமதி வேண்டிய பார்வையுடன் அவள் அருகில் வந்து அமர்ந்தான் ஒருவன். அவன் 17 அல்லது 18 வயது நிரம்பியவன். அவனும் இரண்டு கற்களை எடுத்து தட்டித் தட்டி தீப்பொறி ஏற்படுத்தப் பிரயத்தனப்பட்டான். அவளும் அவன் அருகில் அமர்ந்தபடி முயற்சி செய்தாள். இந்த முறை தீப்பொறி நன்றாகவே எரிய ஆரம்பித்தது. அவளுக்கு எட்டாத இன்னும் சில குருவிக் கூடுகளையும் காக்கைக் கூட்டின் சிறு குச்சிகளையும் கொண்டுவந்து அதில் கொஞ்சம் கொஞ்சமாகப் போட ஆரம்பித்தான். ஈரம் இல்லாத குச்சிகளை, மரக்கட்டைகளை எடுத்துவந்து நெருப்பின் அருகில் வைத்தான். நெருப்பு எரிய எரிய அதில் கட்டைகளைப் போட்டுக்கொண்டு வர வேண்டும் என்பது அவர்களுக்கு ஓரிரு மாதங்களுக்குள் புரிந்துபோனது.

அவர்கள் ஒருவருக்கு ஒருவர் சைகையால் மட்டுமன்றி ஓசைகளாலும் செய்திகளைப் பரிமாறிக்கொண்டிருந்தனர். ஒரு எழுத்தாலான ஓசைகள் அவை அல்லது ஓர் அசைச் சொற்கள். தீ என்ற சொல் அவர்களுக்கு நன்றாகவே பரிச்சயம் ஆகியிருந்தது. ம்மா என்ற சொல்லுக்கு அடுத்து அவர்கள் பழகியிருந்த சொல் அதுதான். தீயின் சூடு அவர்களின் உடலில் பட்டதும் அவர்களில் ஒருவன் தீ எனப் பதறினான். அது மனித வாயில் இருந்து வந்த புதிய ஓசை. அவனை அந்த மனிதக் கூட்டம் ஆச்சர்யமாகப் பார்த்தது. தீ காற்றின் ஆவேசம் பட்டு திப் திப் என எரிவது அவனுடைய காதுகளில் ஏற்படுத்திய தாக்கம்தான் மூல காரணம். சூட்டின் தாக்கம் திப்என்ற ஓசை தீப் என கத்தும்படி செய்தது. ப் என்ற ஓசையை மெல்லிதாகவே ஒலிக்க முடிந்தது.

ஒவ்வொரு நாளும் மழை வெள்ளத்தால் கடல் மட்டம் பெருகிக்கொண்டிருந்தது. இப்படியே ஒரு நூறு வருஷங்களுக்கு மழையால் இருண்டு கிடந்த அந்த உலகில், அவர்களைக் காப்பாற்றியது தீ... அது ஒன்றுதான். விலங்குகளிடம் இருந்தும் குளிரில் இருந்தும் அது அவர்களைக் காப்பாற்றியபோதும் அவர்கள் எண்ணிக்கையில் மிகவும் குறைந்து போயிருந்தார்கள். அந்த நேரத்தில்தான் ஒருநாள்

தமிழ்மகன் | 95

மழை முற்றிலுமாக நின்று சூரியன் பிரகாசமாகத் தோன்றியது. மா, தீ ஆகிய வார்த்தைகளோடு அவர்கள் போ, வா, நீ, கை, கண் ஆகிய வார்த்தைகளையும் பழக ஆரம்பித்தனர். மரத்துண்டில் ஏறி நீரில் வெகு தூரம் போன சிலருடனும் அந்த வார்த்தைகள் பயணப்பட்டன. அசைச் சொல்லாகவும் உருவெடுக்காத மொழி அது. அவை திசைக்கொன்றாகச் சிதறியது. அதற்கு எல்லோரும் கட்டுண்டு கிடந்தார்கள். அதுதான் அவர்களை இணைத்தது. பாதுகாத்தது. உயிர்ப்புடன் காத்தது. எல்லாமுமாக இருந்தது. சொல்லப்போனால் அசைச் சொல்லை நோக்கி வளர முற்பட்ட குறிச்சொல்லின் பயணம் அது. நீரை, தாயை, தகப்பனை, ஊரை, ஊனை, நெருப்பை அனைத்தையும் ஒரு குறிப்பொலியால் அடையாளம் கண்டிருந்த நேரம். அந்த நேரத்தில் இப்படி ஒரு பிரிவு வந்து சேரும் என அவர்கள் நினைக்கவில்லை. அவர்களிடம் ஏறத்தாழ நூறு சொற்கள் இருந்தன. அந்த ஒலிகளை எழுதிவைக்க முடியும் என அதில் சில அறிஞர்கள் எண்ணினர். மீன் உருவத்தை செதுக்கினால் அது வானில் நீந்தும் விண்மீன் எனவும் பொருள் கொள்ளப்பட்டது. தங்களுக்குள் அடையாளம் வேண்டுமென அவர்களுக்குப் பெயர் வைத்துக்கொள்ள ஆரம்பித்தனர். தத்தன், தாதன், ஆதன், நிதன், சாத்தன், நாதன், முருகன், அருகன், மந்தி, தாதி, நீலி, வள்ளி, அல்லி எனப் பெயர்கள் பெருகின.

வானம் வெளுத்தது... பூமி செழித்தது. சூழ்ந்திருந்த நீர் விலகியது. எஞ்சியிருந்த மனிதன் வேறு புகலிடங்கள் நோக்கி ஓடினான். மலைகளின் புலித்தோல் சுற்றிய வேடன் ஒருவன் அவர்களுக்கு வழிகாட்டினான். சீவன் என்றார் சிலர் அவனை... சீவன் தந்தவன் என்ற பொருளில். இன்னுமொரு மலையில் கடம்பன் என ஒரு வேடன் இருந்தான். விலங்குகளிடம் இருந்து காப்பாற்றி அவர்களுக்கு உணவுக்கு ஏற்பாடு செய்தான் கடம்பன். அவர்கள் மறைந்தபோது அவர்கள் நினைவாக ஒரு கூழாங்கல்லை எடுத்து நடுகல் செய்தனர்.

கடம்பன் என்றொரு பெயர் தனக்கு இருப்பதை தேவ் இப்போது நன்றாகவே உணர்ந்திருந்தான். தன்னுடைய பெண்கள் பட்டியலில் வள்ளியையும் சேர்த்துக்கொண்டான். முருகனைக் காதலிக்காமல் விலகியே இருந்தவள், யானை துரத்தியதும் ஓடிவந்து கட்டியணைத்த அவள்..! அந்த அணைப்பு, அந்த கசகசப்பு... நெஞ்சில் சாய்ந்த கொங்கை தன் மார்பில் கொழுகொழுவென நழுவி நின்ற தருணம்... இதோ இப்போதுதான் நிகழ்ந்ததுபோல இருந்தது. வேடன் வேடம்! காதல் பாடம்!!

ஆ... நினைவுக்குறிப்புகளின் நீள் ஆழத்தில் இருந்து காற்றுக்குமிழ் போல நிகழுலகுக்கு வந்தது. யானே முருகன்... கந்தன்... கதிர்வேலன்... வெறும் வேலன், சுப்பிரமணியன், கார்த்திகேயன். ஒருவனுக்கா இத்தனை பெயர்கள்..? வெவ்வேறு நபர்களுக்கு வெவ்வேறு பெயர்கள். தமிழர்களின் தலைவனாக இருந்தவன் எல்லோருக்கும்

அந்தப் பெயர்கள். காட்டுத் தலைமுறை. ஒருவன் அவ்வையோடு விளையாடுவான்... ஒருவன் அசுரனோடு மல்லாடுவான். ஒருவன் தெய்வானையை மணமுடிப்பான். மற்றொருவன் அப்பாவுக்கே அறிவுரை செய்வான்...எப்படி இருந்தால் என்ன, எல்லாம் முருகன். எங்கள் பாட்டன்கள். அவர்கள் பேச்சு பண்பட்ட மொழியாக வளர்ந்தது. பேச்சும் எழுத்தும் இணைந்தே வளர்ந்தது. மிகுந்த திறமையுள்ள சிலரிடம் செய்யுள் பிறந்தது. முருகனைச் சிலர் பாடினர்.

நாமும் ஒரு வள்ளியை மணந்துகொண்டால் என்ன என தேவ் நினைத்தான். தான் மணக்கப் போகும் பெண்ணுக்கு வள்ளி எனப் பெயர் இருக்க வேண்டும் என தீர்மானித்தபோது ஆச்சர்யமாகத்தான் இருந்தது. மணமுடிக்கும் வழக்கத்தை ஏன் விடவேண்டும்? மணமுடித்துப் பார்ப்போம்... சரிப்பட்டு வரவில்லை என்றால் விட்டுவிடுவோம்... விலகிவிடுவோம் என தேவ் நினைத்தான். வறண்ட நிலத்தில் ஒரு புல் முளைத்த தருணம்.

ரெனால்டு தன் டிஜிட்டல் அனாலிஸஸை நிறுத்தினார். மாறனைத் தொடர்புகொண்டு, "வள்ளி என்ற பெண்ணை தேவ் திருமணம் செய்திருப்பது உண்மைதானா அல்லது இனி செய்ய இருக்கிறானா என விசாரித்துச் சொல்லவும்" என்றார்.

மாறன், "சரி" எனச் சொல்லிவிட்டாரே தவிர, வள்ளியா...அப்படி ஒரு பெயரா எனத் தனக்குத் தானே கேட்டுக்கொண்டார்.

15 வது குறிப்பு

சுமேரியா, கி.மு. 12,407.

கிழக்கில் இருந்து நீந்திவந்தவன் சொன்ன கதை.

"அவர்கள் சென்று சேர்ந்த இடத்தில் எல்லாம் ஊர்கள் உருவாகின. சிற்சில கல் ஆயுதங்கள் அவர்களிடம் இருந்தன. இன்னும் சில ஆயிரம் ஆண்டுகளில் இன்னும் ஒரு கடல் ஊழியில் மேலும் சிலர் அங்கிருந்து வந்து சேர்ந்தனர். அவர்களுக்கு செங்கற்களைச் செய்யத் தெரிந்திருந்தது. செங்கல்லும் சுண்ணாம்பும் இணைந்து பெரிய மாற்றத்தை உருவாக்கின. நகரங்கள் உருவான அந்தத் தருணத்தில் எங்கிருந்தோ அதற்கு எதிர்ப்பு வந்தது. நகரங்களை அழிப்பவன் என்றொருவன் தோன்றினான். இந்திரன் என அவனை அழைத்தனர். இந்திரன் என்றாலே அப்படித்தான் பொருள் என்றனர்.

இந்திரனின் படையினர், சூளை அமைத்து கற்களைத் தயாரித்த வர்கள் மீது கோபமாக இருந்தனர். இயற்கை விரோதம்தான் நாகரிகம் என அவர்கள் நினைத்தனர். வேட்டை ஆடுதலும் ஆ நிரை மேய்த்தலும் ஆங்காங்கே இருத்தலும் அவர்களின் வாழ்க்கை முறையாக இருந்தது. அவர்கள் அடிப்படையிலேயே மாறிப் போயிருந்தனர். நிறம்... பாலாக வெளுத்துப்போயிருந்தது. தொழில் ஆ நிரை மேய்த்தல். இறை... இந்திரன். குதிரையில் பயணம்... குதிரையே தீவனம். பருத்தியை அறியவில்லை. தோலாடைதான். குதிரைக் கறி உள்ளே போகும் போதெல்லாம் அவர்களின் குளிர் காக்க மேலே ஓர் ஆடையானது அதன் தோல். நீண்ட முடி. வானம் பார்த்த மனிதர்கள். நட்சத்திரங்கள் பலன் தந்தன... வழி தந்தன. பூமியை நம்பவில்லை அவர்கள். பயிர் செய்யவில்லை... ஏற்கனவே அதுவாக விளைந்திருந்தால் அதை எடுத்துக்கொண்டனர். எல்லாவற்றிலும் வேறுபட்டு நின்றனர்.

பல்லாயிரம் ஆண்டுகளுக்கு முன் அவர்களிடம் இருந்து பிரிந்து

போன அவர்கள் வேறொரு வாழ்க்கை முறைக்குப் பழகிப் போயிருந்தனர். அவர்கள் நாடோடிகளாக வாழவும் சொந்த மண் என வேரூன்றி வாழவும் விரும்பவே இல்லை. எந்த ஊரில் இருந்தாலும் அந்த ஊரே தனது ஊர் எனவும் அந்த ஊரின் மொழியையே தங்களின் இணைப்பு மொழியாகவும் வாழப் பழகியிருந்தனர். ஆனால், அவர்களுக்கென ஒரு மொழியிருந்தது. அதை அவர்கள் கடவுளின் மொழி எனக் கூறினர். ஒரு குடியில் பிறந்த அவர்கள் காலமும் இடமும் பிரித்ததனால் வேறுபட்டு நின்றனர். இரு தரப்பினரும் இரண்டுபட்டு நின்றனர். கடவுள் அந்த மொழியில்தான் பேசுவார் என்பதால் அதை எழுத்து மொழியாகப் பழக்க விரும்பவில்லை. அவர்கள் நகரங்களை அழிப்பவனையும் நெருப்பு தேவனையும் வணங்கிவந்தனர். வேறு எந்த தெய்வத்தையும்விட அக்னியும் இந்திரனும் முக்கியமானவர்கள்.

அதே சமயம் செங்கல் செய்து வீடு கட்டும் திறம் பெற்றவர்கள் திரமிடா என நாடமைத்து வசித்தனர். மேலூர், கீழூர், காவூர், பாவூர், முல்லை, குறிஞ்சி என ஊர் அமைத்து வசித்தனர். சமவெளி பகுதியில் கடற்கரையை ஒட்டிய ஆற்று நீர் பாயும் வெளியில் வாழ்ந்தனர். விவசாயம், கால்நடை வளர்ப்பு, இனப்பெருக்கக் குறி வழிபாடு, விலங்குகளை வேட்டையாட ஆயுதங்கள் செய்தல், உழவுக் கருவிகள் செய்தல் என மேம்பட்டு நின்றனர். கடல் வணிகம், கடல் பயணம் அவர்களுக்குக் கைவந்த கலை. நிலம் அவர்களுக்கு இளைப் பாறும் இடம். அவர்களில் பலர் பயணம் செய்தபடியே இருந்தனர். கப்பல் கட்டுவதில் திறன் மிக்கவர்களாக இருந்தனர். கடல் மூழ்கிய பகுதிகளில் இருந்து மேடான இடம் நோக்கி நகர்ந்த அவர்கள், அவர்கள் சென்ற திசையை மேற்கு எனவும் மேடு எனவும் பொருள் கொள்ள ஆரம்பித்தனர். இருக் நகரத்தினர், தாங்கள் கிழக்கில் இருந்து நீந்தி வந்தவர் என்றே சொல்லி வந்தனர். இருக்குக்கு இருபுறமும் இரண்டு வற்றாத நதிகள். திப்ரிஸ், தைக்ரிஸ் நதிகள் அவர்களை வளமாக வைத்திருந்தன. திரமிடாவில் இருந்து அவர்களுக்கு மிளகு, முத்து, மயில் தோகை போன்றவை வந்து சேர்ந்தன, நெடுந்தூரக் கடற்பயணம் அவர்களுக்குப் போதிய உணவு சேமிக்கப் போதுமான நாவாய்களைக் கொண்டதாக இல்லை. இடையிலே சில துறை முகங்களை அவர்கள் உருவாக்க எண்ணி, மதுராவிலும் திரமிடாவிலும் துறைமுகங்கள் அமைத்தனர். முசிறி தொடங்கி சுமெரி வரை துறைமுகங்களுக்குப் பஞ்சமில்லை.

மேடான இடங்களில் ஊர் அமைத்து மேட்டூர் என அழைத்தனர். கழிவு நீர் செல்ல கால்வாய்கள், குடிநீர் வருவதற்கான வாய்க்கால்கள் எல்லாம் அங்கே இருந்தன. தங்கள் மூதாதையருக்கு அமைத்த ஈமச் கிடங்குகளை பிரமேடு எனவும் அமைத்தனர். துறைமுக நோக்கங்களுக் காக அமைத்த நகரங்கள் அவர்களிடம் இருந்தன. தாங்கள் ஆதி துறையும் தலைநகருமான மாதுறையின் நினைவாக மாதுறை நகரம் உருவானது. அந்த நகரங்களும் காலப் போக்கில் செழித்தன.

இரண்டு நம்பிக்கைகள் அங்கே எதிர் கொண்டன. ஒன்று விண்

சாஸ்திரம்... இன்னொன்று மண் சாஸ்திரம். அவர்களிடம் குதிரை. இவர்களிடம் காளை. அவர்களிடம் நிலையாமை. இவர்களிடம் நிரந்தரம். அவர்களின் பயணம் போய்க்கொண்டே இருப்பது... இவர்களின் பயணம் போய்விட்டுத் திரும்புவது. அவர்களின் பயணம் தரைவழி... இவர்களின் பயணம் கடல்வழி.

நகரங்கள் உருவாக உருவாக நகரங்களை அழிப்பவனும் உக்கிர மானான். இயற்கை விரோதமான, இறைவனுக்கு விரோதமான அந்த வளர்ச்சியை அவன் அழிக்க விரும்பினான். இந்திரன் என்பவன் ஒருவன் அல்லன். அவன் மரபுத் தொடர்ச்சி. இந்திர வம்சத்தினரோ அக்கினியோடு வந்தனர். குதிரைகள் மீதமர்ந்து ஈட்டிகளில் நெருப்பு ஏந்தி அவர்கள் போரிட்டனர். நாகரிகம் போற்றிய திரமிட மக்களின் வயல்களில் தீயிட்டனர். காளைகளை, ஆடுகளை, கோழிகளைக் கொன்றொழித்தனர். சிந்து பூமியைச் சுற்றி அவர்கள் குடும்பம் குடும்பமாக வந்து தங்கியிருந்தனர். அது ஒரு வர்த்தக நகரம்தான். இரண்டு நிலை நகரங்களான திரமிடாவுக்கும் இருக்குக்கும் இடையில் சில ஆயிரம் மக்கள் தொகையோடு இருந்த அந்த நகரத்தை அழிப்பது சுலபமாகவும் நிலை நகரங்களை நிலையற்றதாக்கவும் போதுமானதாக இருந்தது. அவர்களின் முதல் குறி திரமிடா... கீழூர் துறைமுகம். அதை ஒட்டி வளர்ந்திருந்த மேலூர். அழிக்க வந்தவர்களுக்கும் அழிக்கப் பட்டவர்களுக்கும் ஓர் இடத்தில் வேறுவிதமான பிரச்சினை வந்தது. நாவாய்கள் ஆற்றின் வழி கடலில் இருந்து சில மைல் தூரம் உள்ளே வருவதற்கு வாய்ப்பிருந்த முகத்துவாரங்கள் கடல் நீர் பின்வாங்கியதன் காரணமாகப் படகின் பாதையைக் கேள்விக்குறி ஆக்கின. துறைமுக நகரம்... துறைமுகமாகத் தொடரமுடியாத நிலை. பெரும்பகுதியினர் இந்த நிலைமை மாற வேண்டிக் காத்திருந்தனர். நூற்றாண்டுகளாகியும் நிலைமை மாறவில்லை. சிலர் சிறுகச் சிறுக, ஆதி மாதுறை நோக்கியோ, இருக் நோக்கியோ நகர்ந்தனர். இந்திரன் வழி வந்தோர்... யாருமற்ற அந்த நகரத்தை சின்னாபின்னமாக்கிவிட்டு, இருந்த சிலரைக் கொன்று குவித்துவிட்டு, வேறு மேய்ச்சல் நிலம் நோக்கி நகர்ந்தனர். கங்கை சமவெளி அவர்களுக்குப் புதிய வாழ்க்கையைத் தொடங்கிவைத்தது. இருக் நகரத்தினர் தங்களைக் கிழக்கில் இருந்து நீந்தி வந்தவன் என்றே இப்போதும் சொல்கிறார்கள். அவர்களின் முப்பாட்டன் ஒருவன் இந்தக் கிழக்கதையை வெகு காலம் சொல்லிக்கொண்டி ருந்தான். கேட்ட காதுகள் அவற்றை மூளையில் தாங்கி, இன்னும் சில செவிகளுக்குப் பகிர்ந்த வண்ணம் இருக்கின்றன இப்போதும்.

இருக் இப்போது இராக் ஆனதுபோல் அந்தக் கதையின் அகலமும் ஆழமும் மாறித்தான் போய்விட்டது. இராக்கில் இருக்கும் குறிஞ்சி என்ற ஊரில் வாழும் ஓர் கிழவன் கிழக்கில் இருந்து வந்த கதையைச் சொன்னான். குறிஞ்சி எனவும் குன்று எனவும் இன்னும் அங்கே ஊர்கள் இருப்பதை ஆய்ந்து அறிய ஒருவர் அங்கே இருபது ஆண்டு களுக்கு முன்பொரு முறை வந்து போனதையும் சொன்னான். ஆல்டேப் மூலம் அதைப் பதிவுசெய்தான் தேவ்.

16 வது குறிப்பு

கி.பி. 507, தருமபுரி.

காட்டின் வழியே சென்ற இருவர் பேசிச் சென்றது....
"புல்லின் மீதிருக்கும் சின்னப் பனித்துளி பனையின் உயரத்தைக் காட்டவல்லது எனக் கபிலர் எழுதியிருந்தார். நாடகத்துக்கு வருகிறவர்கள் ஓரிருவராக வந்து சேர்வார்கள். நாடகம் முடியும்போதோ ஒரே நேரத்தில் கிளம்பிச் சென்றுவிடுவார்கள் என்கிறார் வள்ளுவர். எல்லாம் ஊர்தான், எல்லாம் உறவுகள்தான் என்கிறார் பூங்குன்றன்."

"அடேய், இதை எல்லாம் எதற்கு அடுக்கிக்கொண்டு போகிறாய்?"

"புத்தனைப் பற்றிச் சொன்னால் அவர்கள் அதற்கும் மேலே நிற்கிறார்கள். புலமையில் உவமையில் வாழ்க்கையில் எல்லாவற்றிலும் உயர்ந்தோங்கி நிற்கிறார்கள். பௌத்த சன்மார்க்க சங்கத்தினர் குழம்பி நின்றனர்.

அதிகாரத்தைக் கைப்பற்றி சங்கம் மருவப் பாடுபடுவதுதான் ஒரே வழி என நினைத்தனர். ஆனால், அது சங்கத்தின் வேலை அல்ல; சங்க மரபை ஏற்றுக்கொண்ட மன்னர்கள் மரபு. குப்தர்கள், கனிஷ்கர்கள், மௌரியர்கள், பல்லவர்கள் என அவர்களுக்கு உதவும் மன்னர் குலத்தினர் அதிகம் இருந்தனர். கடல் கடந்து ஞானம் பரப்பவும் இவர்களின் துணை தேவை என்பதை சங்கத்தினர் உறுதியாக நம்பினர். அசோகர் தன் இரு வாரிசுகளை இலங்கைக்கு அனுப்பியது போல, மலைநாடு, சுமத்ரா, சீனம், யவனம் எங்கும் பௌத்தம் பரப்ப தமிழர்களின் தயவு தேவையாக இருந்தது. தமிழர்கள் பௌத்தம் தழுவினால், அது உலகம் தழுவிய சங்கம் அமைக்க

தமிழ்மகன் | 101

வசதியாக இருக்கும் என நினைத்தனர். கருநாடகத்துக்கு மேலே ஆட்சிபுரிந்துவந்த களப்பிர மன்னர்கள் தமிழர்களை ஒருங்கிணைத்து பௌத்தத்தில் இணைக்கவும் சபதம் கொண்டனர். களப்பிரர் ஆட்சி முந்நூறு ஆண்டுகள் தமிழத்தில் நிகழ்ந்தது."

"நம்புவது மாதிரியா இருக்கிறது. எப்போது பார்த்தாலும் உனக்குத் தமிழ்ப் பெருமைதான்."

தமிழின் பெருமையைச் சொன்னவன், மருதன். அதை உணராதவன் போல கிண்டிக் கேட்டுக்கொண்டிருந்தவன், நம்பி.

"கடந்த மூன்று நூற்றாண்டாகத் தமிழகத்தில் என்ன நடந்தது?" மருதன் நேரடியாகக் கேள்விக்கு வந்தான்.

"எதுவும் நடக்கவில்லை என நான் நினைக்கவில்லை. நடந்தது. ஏனோ அது வெளியில் தெரியாமல் போய்விட்டது."

"முன்னூறு நூற்றாண்டை மூடி மறைக்க முடியாது. எல்லாம் நம் பாட்டன் பூட்டன் காலம் வரை நடந்தவைதான். அவர்கள் வழி நமக்குத் தெரிந்தவைதான்." மருதன் சொன்னது ஒரு கேள்வி என நம்பிக்கும் புரிந்தது.

நம்பி, "உன் பாட்டன் உனக்குச் சொன்னது என்ன?" என்றான்.

"இமிழ்குரல் முரசம் மூன்றுட னாளுந்

தமிழ்மெழு கூடல் தண்கோல் வேந்தே!... புறநானாறு தரும் தமிழ்ச் சங்கத் தகவல் இது.

'தெந்தமிழ் மதுரை செழுங்கலைப் பாவாய்' என்கிறது மணிமேகலை.

சமணர்களும் பௌத்தர்களும் தமிழகத்தில் தழைத்தோங்கி வளர்ந் தனர். அவர்கள் தமிழ் மொழியை நேசிக்கவில்லை. மொழியைவிட சங்கம் பெரிது என்றனர். தமிழர்களுக்குத்தான் தமிழைவிட எதுவும் உயர்ந்தது இல்லை என்ற எண்ணம் மூச்சிலேயே இருக்கிறதே... அதுதான் பௌத்தத்துக்கு எதிராக அமைந்தது. பௌத்தம் தமிழுக்கு எதிராக நின்றது. இறுதியுத்தம். மக்கள் பௌத்த மதத்துக்கு இங்கே முழுக்குப் போட்டார்கள். அதிகாரத்தில் இருந்த பௌத்தர்கள் தமிழ் நூல்களை அழித்தார்கள். சைவமும், வைணவமும் தமிழே தெய்வம், தெய்வமே தமிழ்தான் என வர்ணித்தன. அதனால் அவை இங்கே தழைக்கத் தொடங்கின."

"இப்படித்தான் உன் பாட்டன் சொன்னானா?"

"ஆமாம்."

"என் பாட்டன் வேறு கதை சொன்னான். களப்பிரர்கள் ஆட்சி. கருநாடகத்துக்கு மேற்கே இருந்து வந்த ஒரு மக்கள் குழுவின் ஆட்சி. அவர்கள் தமிழர்கள் அல்லர். சோழ பாண்டியர்கள் சோர்ந் திருந்த நேரத்தில் தமிழகத்தில் நுழைந்த கோடரிக் காம்புகள். அவர்கள்

காலத்தில் நீதி நூல்கள் மட்டுமே இருந்தன. அது அவர்கள் பயின்ற சமயத்தின் நீதி நூல்கள்."

மருதன், "அதாவது பௌத்த மதத்தில் வந்தவை?" என்றான்.

"இருக்கலாம்."

"இருக்கலாம் என ஏன் நழுவுகிறாய்?... அப்போது வேறு என்ன சமயம் தன்னைப் பரப்பிக்கொள்ளும் நோக்கத்தில் இருந்தது?"

"மருதா... அது பௌத்தம்தான்."

"அப்படி வா... பௌத்தத்துக்கும் தமிழுக்கும் யுத்தம்." "அதை ஏன் யுத்தம் எனச் சொல்ல வேண்டும்? பௌத்தம் நீதி நூல்களை விரும்பியது. தமிழ், காவியங்களை... இல்லற மரபை விரும்பியது."

"நம்பியின் நம்பிக்கை.. ஹா.. ஹா"

"சரி அதைவிடு. பௌத்தர்கள் தமிழைப் புறக்கணித்தார்கள் என எப்படிச் சொல்கிறாய்... உலகம் முழுக்கவே அவர்கள் பரவியிருக்கிறார்கள். அந்தந்த நாட்டில் அந்தந்த மொழியோடு கலந்து பரப்பினார்கள். தமிழ் மட்டும் அவர்களுக்கு உவப்பில்லாமல் போயிருக்குமா?"

"அவர்கள் தத்துவத்தை விரும்பிய அளவுக்குத் தமிழை விரும்பவில்லை. நீ வேண்டுமானால் பார்.. இன்னும் சில ஆண்டுகளில் தமிழகத்திலே பௌத்தம் இருக்காது... இந்தியாவில்கூட இல்லாமல் போகும்."

"ஒரு நெறி அது தோன்றிய இடத்தில் இல்லாமல் போய்... உலகெங்கும் இருக்குமா?"

"இப்போதே அப்படித்தான் ஆகப் போகிறது."

"நீ சொல்வது சரியில்லை மருதா. இங்கே சைவ நெறி ஆழ்ந்த மரபாக உள்ளது. அது சமணத்தை ஏற்கவில்லை. ஒத்துவராமல் போனது அதுதான். இங்கே மொழி எங்கே வந்தது?"

"சைவம் என்பதே தமிழோடு தொடர்புடையதுதான். முருகன்... தமிழ்க் கடவுள் என்றுதான் ஆதி காலம்தொட்டு சொல்கிறார்கள். அவனுடைய அப்பன் சிவன். முருகு என்றாலே அழகு எனப் பொருள். அழகு என்றால் தமிழ் என்று பொருள் என்கிறார்கள். கடல் கடந்த தேசங்களிலே பழந்தமிழர் வாழ்கின்றனர். அந்தப் பகுதிகளிலே ஆறு மீன்கள் கொண்ட இலச்சினைகள் உள்ளன. என்ன அர்த்தம்? ஆறு விண்மீன்கள் கொண்ட தொகுதி. அது கார்த்திகை நட்சத்திரம். அதாவது முருகனின் நட்சத்திரம்..."

"அடேங்கப்பா."

"நாற்பது யுகமாக சிவனும் பார்வதியும் போகத்திலே ஈடுபட்டு இருந்தனர். அப்போது சூரபதுமனை அழிக்க சிவனை அழைக்க வேண்டியிருந்தது. இந்திரன் போய் அழைத்தான். கோபத்தில்

தமிழ்மகன் | 103

இந்திரனை எரித்துவிட்டான் சிவன். அப்படிக் கோபத்தில் எழுந்த சிவனின் இந்திரியம் கார்த்திகைப் பெண்களுக்குக் கிடைத்தது. அதனால் ஆறு குழந்தைகளாகப் பிறந்து வளர்ந்தார் முருகன்... இப்படி ஒரு கதையை இப்போது சொல்லி வருகிறார்கள்... அது தவறு" என்றான் மருதன்.

"தொன்மம் என்பது சமூகத்தின் பெருங்கனவு... நாம் ஒன்றும் செய்ய முடியாது."

"கனவு என்பதும் தனிமனிதன் படைக்கின்ற தொன்மம்தானே?" சிரித்தான் நம்பி.

தேவ் புரண்டு படுத்தான். எங்கோ கேட்டது மாதிரி இருந்தது...

"என்ன சொல்ல வருகிறேன் என்றால்... முருகனைப் பற்றிய கதைகள் ஏதோ ஒரு ரூபத்தில் இருந்துவிட்டுப் போகட்டும். உண்மையான முருகனை ஒருவன் கண்டடைவான்."

"முப்பாட்டன் முருகன் என்றா... முப்பாட்டி வள்ளி என்றா? ஹா ஹா!"

இப்போது தேவ் திடுக்கிட்டு விழித்தான்.

17 வது குறிப்பு

கி.பி. 2038, மும்பை.

ஏஜிசிடி இந்த நான்கு எழுத்துகளின் ஜாலவித்தைகள். அடினைன், குவானைன், சைட்டொசைன், தைமைன். இந்த ஆதார வேதியியல் கட்டமைப்பின் அடுக்குகளில் தான் எத்தனை எத்தனை கலைடாஸ் கோப் சித்திரங்கள்? ஜீன் ஏணியின் அடுக்குத் தொடர்கள்... குரோமோ சோம் ஜாலங்கள்!

மருத்துவமனையில் ஜான் வில்பர் இருந்தபோது செய்யப்பட்ட ரத்தப் பரிசோதனையில் ஓர் உண்மை தெரிய வந்தது. டாக்டர் ஜவஹர் அதைக் கவனமாக சோதித்தார். டாக்டர் மாறனும் ரெனால்டும் சேர்ந்து ஜவஹரிடம் மூன்றாம் கருத்தாக அவரிடம் கேட்டிருந்தனர். கூடவே தேவ் என்பவனின் ரத்த மாதிரியும் இணைக்கப்பட்டிருந்தது.

தேவ் என்பவன் வினோதமான கனவுகளுக்கு ஆட்படு கிறான். அவர்கள் இருவரும் அவன் நனவிலும் ஆட்படுகிறான் என்றும் அடிக்கோடிட்டுக் குறிப்பிட்டிருந்தனர். ஜப்பானில் சுனாமியில் சிக்கிக்கொண்ட அவனுடைய ரத்தப் பரிசோதனை ரிப்போர்ட். அது. இந்த இரண்டு பேருமே வேறு வேறு நாட்டினர். ஒருவன் அமெரிக்கன். இன்னொருவன் தமிழ்நாட்டில் இருந்து என்றோ மலேசியாவுக்குக் குடி பெயர்ந்த தமிழன். வெவ்வேறு காலகட்டத்தைச் சேர்ந்தவர்கள். இருவருக்கும் இருந்த ஒரே ஒற்றுமை, திடீரென ஒருநாள் இரண்டு பேருக்கும் தமிழ்மீது பைத்தியம் பிடித்து விட்டது. இரண்டும் வெவ்வேறு நாட்டில் இருந்து வந்ததோடு அல்லாமல் வெவ்வேறு காலகட்டத்தைச் சேர்ந்ததாகவும் இருந்தது. 2017, 2037 ஆகிய காலகட்டத்தைச் சேர்ந்தவை. ஜவஹர் எதையும் ஆழ்ந்து கவனிக்கும் திறன்

தமிழ்மகன் | 105

பெற்றவர். நான்கு தலைமுறைக்கும் மேலாக அமெரிக்காவில் வசித்து வரும் குடும்பத்தவர். ஒரு காலத்தில் ட்ரம்ப் அதிபராக இருந்தபோது இந்தியர்கள்மீது கொஞ்சம் கடுப்பாக இருந்ததை எண்ணி என்ன இருந்தாலும் சொந்த நாட்டில் வாழும் வசதி வருமா என ஒரு கணம் நினைத்தார் ஜவஹர். மும்பையில் வந்து இறங்கிவிட்டார்.

ஜீன் ஆராய்ச்சியில் அவருடைய வாழ்வின் பெரும்பகுதி கரைந்து போனது. ஆரம்பத்தில் இது என்ன நோய் என்பதாகத்தான் அவருடைய ஆய்வுக்குழு செயல்பட்டது. மொழி தாகம் ஒரு நோயா எனவும் நினைத்தார். மாறன் குறிப்பிட்டிருந்த நோயாளிகளின் விவரத்தை வைத்துப் பார்த்தபோது மொழி ஒரு நோய்க்கூறு என்ற முடிவுக்கு வந்தார். அப்படியானால் அந்த நோயை ஆராய வேண்டியதையும் தன் கடமை என நினைத்தார். அது அச்சம் தொடர்பான நோய் என்று அந்த ஜீன் கோவையை நினைத்தார். ஏனென்றால் அவர்கள் தங்கள் மொழி அழிந்துபோய்விடுமோ என அஞ்சுவதாகக் கருத வாய்ப்பு இருந்தது. காலமெல்லாம் தமிழ் என்கிற மொழியைக் காப்பாற்ற போராடிக்கொண்டே இருந்திருக்கிறார்கள். என்ன கருமத்துக்கு எனத் தெரியவில்லை. இரண்டாயிரம் ஆண்டுகளாகக் கடல்கொண்டுவிட்டது. உயிர் தப்பி செழித்தது என மொழியைச் சொல்லிக்கொண்டே இருப்பதற்கான ஆதாரங்கள் நிறைய இருந்தன. ஒரு மொழி இனமே இப்படி நோயுற்று இருப்பதற்கு என்ன காரணமெனத் தெரியவில்லை. அதிலும் ஜான் வில்பர், தேவ் போன்றவர்களுக்கு நோய் முற்றிவிட்ட நிலையில் தெரிந்தது. இவர்கள் எல்லாமே சேம்பிள்கள். தமிழர்கள் வாழ்க்கையைத் தேடினால் நூறு பேருக்கு ஒருத்தன் மொழி நோயால் பாதிக்கப்பட்டிருப்பது ஜவஹரை அதிர்ச்சியூட்டியது. தமிழ்மகன், தமிழ்ச்செல்வன், தமிழ் மாறன், தமிழ்வேந்தன், தமிழ்ச்செல்வி, தமிழ்க்கொடி, தமிழப்பன், தமிழரசன், தமிழ்ப்பாவை, தமிழரசி... இப்படியா பெயர் வைத்துக் கொள்வார்கள்? உலகில் யாராவது எந்த மொழிக்கூட்டமாவது இப்படிப் பித்துப்பிடித்து அலைந்திருக்கிறதா?

தமிழ்த் தீவிரத்தின் அதீதப் போக்குக்கு உதாரணங்களாக சில பாடல் வரிகளை மொழிபெயர்த்து ஜவஹரிடம் கொடுத்திருந்தனர். 'தமிழ் என் உயிருக்கு நேர்', 'எனக்குத் தெரிந்த மொழிகளில் தமிழ் மொழிபோல இனிமையானது எங்குமே இல்லை', 'தமிழர்க்கு இன்னல் தந்தால் அழிவு நிச்சயம்' இப்படியெல்லாம் எழுதிவைத்திருந்தனர். சர்க்கரை நோயோடு சேர்த்து தமிழ்மொழி வியாதியையும் அழிக்க முடியுமா எனத் தீவிரமாக ஆராய்ந்தார் ஜவஹர்.

அது அச்சத்தின் ஜீன் வெளிப்பாடாக இல்லாமல் போக்குகாட்ட ஆரம்பித்தது. பெரும்பகுதி ஆவேசமும் தைரியமும்கூட அந்த டி.என்.ஏ.க்களுக்கு நெருக்கமானவையாக இருந்தன. ஒருவேளை தமிழ்மொழி வீரத்தின் அடையாளமாக இருக்கும் என்பதும் அவருடைய கருத்தாக மாறியது. மொழி அழிந்துவிடுமோ என நினைப்பது அச்சம்... அதை எப்படியும் காப்பாற்றியே தீருவேன் என்பது வீரம். இந்த

இரண்டும்தான் அந்த ஜீன் குறிப்புகளின் ஆதார ஸ்ருதி.

உண்மையில் தமிழ்மொழியின் அச்சம், வீரம் எல்லாம் ஜவஹரைக் குழப்பியடித்தது. இப்படியொரு சுயநலக்கூட்டத்தை அவர் எதிர் பார்க்கவே இல்லை. தன்மொழி, அதுமட்டுமே சிறந்த மொழி, அதுவே வாழ்க்கை, அதுவே என் உயிர்... ப்லா... ப்லா! இப்படியா இருப்பார்கள்? அதற்கு டி.என்.ஏ.வில் இடம் கிடைக்குமா? பால் இச்சை, பசி இவைதான் மூளையின் ஆதாரம். ஒரு பாசிச சிந்தனை எப்படி ஆதாரமாக இருக்க முடியும்? இட்லர் தன் இனத்தை உலகையே ஆள உருவான இனம் என்றானே, அப்படி கருத்துக்கூட்டம் இந்தியா விலே இருக்கிறதே... எப்படி சாத்தியம்?

மிக நீண்ட வெற்றிடம்தான் அவருடைய கேள்விகளுக்குப் பதிலாக அமைந்தன.

அச்சம் அல்லது வீரம் என அவர்களின் மொழி ஜீன் குறிப்புகளை அவர் வரையறுத்திருந்தது தவறு என்பதை சீக்கிரத்திலேயே புரிந்து கொண்டார். அது அச்சம் மற்றும் வீரம் என இருப்பதாகக் குறிப்பு களைக் கவனிக்க ஆரம்பித்தார். அவருடைய கணிப்பு சரிதான். திடீரென அவருக்குக் கதவு திறந்ததுபோல எல்லாம் வெளிச்சமானது. தமிழ்... இது இன்று தமிழ்நாட்டில் இருக்கிற அல்லது உலகம் எங்கும் இருக்கிற ஒரு மக்கள் பிரிவினருக்கான மொழி இல்லை. அது உலக மொழி... ஆதி மொழி... முதல் மொழி... வேர்... உணவைப் போல, உடலுறவைப் போல உயிர் காத்த மூலம். ஓ!

ஜவஹர் ஒரு வங்காளி. அவருக்கு தமிழ் என்கிற மொழி பழைமை யானது என்கிற அளவுக்குத் தெரிந்திருந்ததால் மேற்கொண்டு சில தரவுகளைத் தேட ஆரம்பித்தார். மற்ற எந்த இந்திய மொழியை விடவும் தமிழ் மொழிக்கு உலக மக்கள் பலர் வந்து தொண்டு செய்திருப்பது அவருக்குத் தெரிந்தது. அதுவே அவருக்கு மேற்கொண்டு ஆய்வு செய்வதற்கான வாய்ப்பையும் தரத்தையும் ஏற்படுத்தியது.

தேவ் சம்பந்தமான ஆராய்ச்சி ஜீன் இதழ் ஒரு சவாலாகவே பார்த்தது. அந்த ஆய்வில் ஈடுபட்டிருந்த அனைவரையும் அழைத்து ஒரு கூட்டத்துக்கு ஏற்பாடு செய்தது.

அது கலந்துரையாடல் நிகழ்வு. மும்பையில் ஜவஹரின் மருத்துவ மனையிலேயே அதற்கான நிகழ்ச்சி நடந்தது. ஜவஹர் ஆழ்ந்த குரலில் தன் வாதத்தை வைத்தார். "தகவல் பரிமாற்றத்தின் அம்சத்தைக் காப்பதற்காக உயிரில் ஏற்படுத்திக்கொண்ட சபதம் இந்த மொழி பேசுவோரிடம் உள்ளது. ஆதி சப்தம். மூளையின் வளர்ச்சியில் பெரும் பங்கு வகித்தது. ஒவ்வொரு ஒலிக்கும் ஒவ்வொரு அர்த்தம் கொள்ளலாம் என்பது புல்லினங்கள் முதற்கொண்டு இருந்தாலும் மனிதன்தான் அதை ஆயிரம் ஆயிரம் ஓசைகளாக, இசைகளாக, சொற்களாக, மொழிகளாக வளர்த்தான். தமிழ் மொழி என இப்போது

சொல்லப்படும் மொழி ஒரு ஆதி மொழி. இன்னும் சரியாகச் சொல்வதென்றால் ஒரே ஓர் ஆதிமொழி. அந்த மொழி ஓர் எழுத்து, ஈரெழுத்துச் சொல்லாக இருந்தபோதே அதைக்கொண்டு மனிதன் பெரும் பலன்களைப் பெற்றான். அசாதாரணமான பலன். அந்த அசைச் சொல்லை வைத்து ஓர் ஆபத்தைத் தன் குழுவுக்குச் சொல்ல முடிந்தது. தன் குழுவை மகிழ்ச்சியுற வைக்க முடிந்தது. எச்சரிக்க முடிந்தது... அதாவது காப்பாற்ற முடிந்தது. மற்றெந்த விலங்குகள், பறவைகளை விடவும் உயர்ந்த நிலை அது. தங்களைக் காப்பாற்றக் கூடிய அந்த மொழியை அணையாமல் காப்பாற்ற வேண்டும்; அது இல்லையேல் மனித இனம் அழிந்துபோகும் என அன்று இருந்த மனிதன் நினைத்தான். உயிரைக்கொடுத்தும் காக்க வேண்டியது மொழியைத்தான் என உணர்ந்தான்...”

“அதுதான் ஆதி மொழி என்கிறீர்களா, ஜவஹர்?”

“சந்தேகமில்லை.”

“விளக்க முடியுமா?”

“உலகின் எல்லா மொழிகளிலும் ஏறத்தாழ உட்கார்ந்திருக்கிற அடிப்படைச் சொல், தமிழ்! ஈஸ்டர் தீவு எங்கே இருக்கிறது... எல்லா பக்கமும் பல ஆயிரம் கிலோ மீட்டர் தூரம் கடல். அங்கே இருக்கிற பழங்குடிகளின் மொழியில் தமிழ்க்கூறுகள் இருக்கின்றன. ஆஸ்திரேலியப் பழங்குடிகள் பேச்சில் தமிழ் இருக்கிறது... ஜப்பானில் இப்போதும் அறுவடையை ஒட்டி, ஹொாங்கரோ ஹொாங்கர் கொண்டாடப்படுகிறது... தமிழில் அறுவடையை ஒட்டி பொங்கலோ பொங்கல் கொண்டாடப்படுகிறது. மாயன் கலாச்சாரத்தில் தமிழ் கூறுகள் இருக்கின்றன... ஐரோப்பிய மொழிகளில் தமிழ் இருக்கிறது... ஆப்ரிக்க மொழியில் தமிழ் இருக்கிறது. இந்தியா முழுவதும் பரவி யிருக்கிறது தமிழ் மொழியின் கூறுகள். இந்தியா எங்கும் புதைந்து கிடக்கின்றன தமிழ் நாகரிகத்தின் எச்சங்கள். நாகர்கோவில் தெற்கே என்றால் நாகாலாந்து வடகிழக்கே... நாக்பூர் நடுவே. பாகிஸ்தானில் 100 கிராமங்களுக்குத் தமிழ்ப் பெயர். ஆப்கான், ஈரானில் தமிழ் கிராமங்கள்... இன்னும் எதற்கு இதில் மல்லுகட்ட வேண்டும்? தமிழ்தான் மூத்த மொழி என்பதில் இருந்துதான் ஆராய்ச்சிகள் தொடங்கப்பட வேண்டும்... அதை நிலை நாட்டத்தான் அவர்கள் காலம்தோறும் போராடுகிறார்கள். உயிரைக் கொடுக்கிறார்கள். எத்தனை வறுமை, இயற்கைச் சீரழிவு, மனித இனப் போராட்டம், ஆரியப் போர், புறக்கணிப்பின் பெருந்துயரம், ஊனைச் சுட்ட வலி எல்லா வற்றையும் தாங்கிக்கொண்டு அவர்கள் உயிரைக்கொடுத்துப் போராடு கிறார்கள். உலக சாம்ராஜ்யங்கள் எல்லாம் தமிழக எல்லையில் வந்து நின்று போயின. அவர்களின் சாம்ராஜ்யமோ வெவ்வேறு வடிவங்களில் உலகம் முழுதும் இருக்கிறது.”

“எப்படி சொல்கிறீர்கள் ஜவஹர்?”

“உங்களுக்கே தெரியும்.... சென்ற நூற்றாண்டின் மகத்தான மாற்றங்கள் தமிழர்களின் உழைப்பால் விளைந்தன. மலேசிய கரும்புத் தோட்டத்தில், ரங்கூனில் ரயில் பாதை போட, இலங்கையில் தேயிலை வளர்க்க, ஆப்ரிக்காவில் தோட்டம் வளர்க்க, அமெரிக்காவில் சாஃப்ட்வேர் செய்ய, கனடாவில் ரியல் எஸ்டேட் பிசினஸ் செய்ய... எதற்குத்தான் தயாராக இல்லை அவர்கள்... தமிழர்கள் உலகமெலாம் இடம் பெயர்வது என்பது தமிழ் இடம்பெயர்வது அல்லவா?”

“ஹா... ஹா. பிறகு நிலைமை தலைகீழ். பீகார், ஒரிசா, அஸாம், திரிபுரா, மேகாலயாவில் இருந்தெல்லாம் ஒரு கட்டத்தில் தமிழ்நாட்டுக்கு வேலைக்குப் போனார்கள்...”

“அப்படிச் சென்றவர்கள் எல்லாம் தமிழை அறியவும் தமிழரின் பெருமையை உணரவும் வாய்ப்பு பெற்றார்கள் என்று சொல்லுங்கள்.”

“சாம்ராஜ்யங்கள் எல்லாம் தமிழக எல்லையில் வந்து நின்று போயின என்றீர்கள். பிரிட்டிஷ் சாம்ராஜ்யம் களைகட்டத் தொடங்கியதே தமிழ்நாட்டில் இருந்துதான்... அதற்கும் ஒரு விளக்கம் சொல்வீர்களே?” என்றார் சுவாமிநாதன்.

“நான் சொல்ல வேண்டியது இல்லை. உங்களுக்கே தெரிந்திருக்க வேண்டும்... பிரிட்டிஷார் வந்த பிறகுதான் தமிழர்களுக்குப் பல நன்மைகள் நிகழ்ந்தன. சிந்து சமவெளி ஆராய்ச்சி, ஆதிச்சநல்லூர் ஆராய்ச்சி, குடியம் ஆராய்ச்சி, அச்சிறுப்பாக்கம் அகழ்வுகள், அதிரம் பாக்கம் அகழ்வுகள் எல்லாம் நிகழ்ந்தன. தமிழ் தொன்மையான மொழி என உலகுக்குத் தெரியவந்தது. எல்லீஸ், கால்டுவெல், பரபோலா போன்ற அறிஞர்கள் தமிழ் மொழியை ஆராய்ந்து அறிவியல் பூர்வமாக வெளி உலகுக்குச் சொன்னார்கள். அவர்களுக்கு இன ரீதியாக தமிழ் மொழிமீது ஒரு பாசமும் இருப்பதற்கான வாய்ப்பு இல்லை. முழுக்க முழுக்க அறிவியல் சார்ந்து மொழி ஆராய்ச்சி செய்தவர்கள்... அதனால் அவர்கள் வார்த்தைக்கு ஒரு மரியாதை கிடைத்தது.”

ஜவஹர் சொல்வதை அனைத்து நரம்பியல் நிபுணர்களும் ஜெனடிக் இன்ஜினீயர்களும் ஏற்றுக்கொள்வதைத் தவிர்த்து வேறு வழி இல்லை.

“அன்று இருந்த மனிதனின் தொடர்ச்சி ஜீன்கள் இப்போதும் இருக்கின்றன. அது அவர்களின் ரத்தத்தில் ஊறிப்போய் இருக்கிறது. அதன் கிளை மொழிகளுக்கு அந்த அக்கறை இல்லாமல் இருப்பதில் பிரச்சினை இல்லை. ஆதி மொழியாளரின் பிரச்சினை இது.” ஜவஹர் சார்பாக இன்னொரு டாக்டர் விளக்க முற்பட்டார்.

“தமிழ் மொழிமீதான ஆர்வம் மொழி வெறி இல்லை. அது மனித சமூகத்தின் வரலாற்றை ஆறாமல் காப்பதற்கான ஆர்வம். மொழி இல்லை என்றால் அழிந்துவிடுவோம் என்ற ஆதி அச்சமும் அதைக் காக்க வேண்டும் ஆதி வீரமும் கலந்தது அது” என்றார் ஜவஹர்.

18 வது குறிப்பு

கி.பி. 2038. ஆல்டேப் அகடமீடியா.

“தாய்மொழியின் பெருமையை வாய் கிழியப் பேசும் தமிழர் வரலாற்றில் பெண்களுக்கு இடமில்லையா? அரசன்களின் சரித்திரம்தானே பேசுகிறார்கள்?”

ஆல்டாப் அகாடமீடியா ஃபோரத்தில் ‘நான் ஆரியன்’ விவாதம் கிளப்பியிருந்தான். ஜவஹர் கிளப்பியிருந்த விவாதம் வெவ்வேறு இணையதளங்களில் சமூக வலைகளில் முட்டிமோதியபடி இருந்தது.

வானவராயன்: “ஆண் சிங்கத்தின் தயவில்தான் பெண் சிங்கக் கூட்டம் இருக்கிறது. கருத்தடை சாதனங்கள் இல்லாத நிலையில் ஆண்டுக்கொரு குழந்தையைப் பெற்றுப்போடும் சிரமத்தில் பெண்கள் இருந்தனர். கர்ப்பம், குழந்தை பராமரிப்பு என அவளுடைய காலம் ஓடியது. அவள் எப்படி மனித சமுதாயத்துக்குத் தலைமை தாங்கி யிருக்க முடியும்?”

நவகிருஷ்ணா: பெண்கள் கோபம் கொண்டால் அது ஆண்களால் சமாளிக்க முடியாததாக இருந்தது. அது வேண்டுமானால் நிஜமாக இருக்கலாம். பெண்களின் ஆவேசம் துர்க்கை, காளி, மாரி, அம்மை, கண்ணகி, மணிமேகலை என்பதாகத்தான் தமிழில் சொல்லப்படுகிறது அல்லது மொழி உருவாகும் முன்னரே பெண்களின் கையில் இருந்த உரிமையை வெகு சீக்கிரமே ஆண்கள் கைப்பற்றியதனால் அது தமிழுக்கு முந்தைய மாற்றமாக இருக்க வேண்டும்.

சரவணன் இந்திரன்: மணிமேகலை தெய்வத்தின் பெயரைத் தன் மகளுக்கு தந்தை கோவலன் இட்டான். புத்த சாதகக் கதைகள் என்பவை புத்தர் எடுத்த 550 பிறவிகளில் நடந்தவையாகக் கூறப்படும் கதைகளின் தொகுதி. அதில் ஒன்றில் காவிரிப்பூம்பட்டிணத்து வணிகரான அவர்

கடலில் தத்தளித்தபோது அவரது மன ஊக்கத்தை மெச்சி மணிமேகலை தெய்வம் காப்பாற்றியது என்று கூறப்பட்டுள்ளது. இவ்வாறு கரை சேர்ந்த வாணிகன் அந்நாட்டு மக்களால் அரசனாக ஏற்றுக் கொள்ளப்பட்டதாக அக்கதை கூறுகிறது. தாய்லாந்து மன்னன் அவ்வாறு அரசனாக்கப்பட்டவன் என்று அந்நாட்டு வரலாறு கூறுகிறது. அந்தக் கட்டமைப்பே பின்னர் மணிமேகலா தெய்வம் என்று தொன்ம வடிவம் பெற்றுள்ளது.

தமிழ்மகன்: பாண்டிய நாட்டை பாண்டியா என்ற பெண் ஆண்டாள் என்று சந்திரகுப்த மோரியன் அரண்மனையில் இருந்த கிரேக்கத் தூதன் மெகஸ்தனிஸ் ஆயிரத்தொண்ணூறு ஆண்டுகளுக்கு முற்பட்ட தமிழகத்தில் குறித்துள்ளார்.

கோவர்தன்: பனி ஊழிகள் சில ஆயிரம் ஆண்டுகளுக்கு ஒரு தரம் நீர் பனிக்கட்டியாக உறைந்து கடல் நீர் மட்டம் குறைவதும் அது உருகி கடல்மட்டம் உயர்வதுமாக மீண்டும் மீண்டும் நிகழ்ந்த போது தென் இந்தியப் பகுதியில் மயிர் உதிர்ந்து முழுவடிவம் பெற்ற மனிதன் பரிணமித்தான். சிறுகச் சிறுக வடக்கு நோக்கி நகர்ந்தான். நில நடுக்கோட்டை அடைந்தான். அத்தகைய ஒரு சூழலில் தமிழர்கள் நில நடுக்கோட்டிலுள்ள மாதுறை என்ற துறைமுகத்தில் குமரி என்ற பெண் தலைமையில் மீன் கொடியுடன் பாண்டிய அரசமரபைத் தோற்றுவித்தனர். சிலம்பு இவளை மதுராபதி என்கிறது. மீனைக் கொடியாகக் கொண்டு ஆட்சி செய்ததால் மீனாட்சி என்கின்றனர். கடல் விழுங்கிய தன் பெயரைக் கொண்ட நிலத்தின் ஓரத்தில் நின்று காவலும் காக்கிறாள் குமரி அன்னை.

சத்யா: மக்களின் உடல் நிறம் அவர்களது வாழிடங்களைப் பொறுத்து மாறுகிறது. அடந்த காடுகளுக்குள் வாழ்பவர்கள் எதிரி களிடமிருந்து தங்களைக் காத்துக்கொள்ளும் வகையில் இயற்கையாகவே கருமை நிறம் பெறுகின்றனர். பாலைவனப் பகுதியில் வாழ்பவர்கள் மஞ்சள் நிறமாகவும் பனிபடர்ந்த பகுதிகளில் வாழ்பவர்கள் வெண்மையாகவும் ஓரிரு தலைமுறைகளில் மாறிவிடுவார்கள்.

ராஜன் (ரிப்ளை): மேடம் நீங்க என்ன சொல்ல வர்றீங்க? ஒண்ணுமே புரியலை.

சத்யா (ரிப்ளை): நீங்க சொன்னதெல்லாம் மட்டும் புரிஞ்சுதாக்கும்.

ராஜன் பெரிய சிரிப்பு 'எமோஜி' போட்டு (நானும் உங்க வழிக்கு வர்றேன்.) எகிப்தில் மம்மிகளை எவ்வாறு உருவாக்குகிறார்கள் என்று கி.மு.ஆறாம் நூற்றாண்டில் கிரேக்கத்தில் வாழ்ந்த எரோடோட்டஸ் என்பவர் தான் எழுதிய வரலாறு... ஹிஸ்டோரியா எனும் நூலில் எழுதி வைத்துள்ளார். இறந்த உடலிலிருந்து மூளை, குடல், ஈரல் போன்ற பகுதிகளை அகற்றிவிட்டு ஓர் எண்ணெய்க் கலவையில் 41 நாட்கள் ஊற வைத்துப் பின்னர் அதன் மீது துணியைச் சுற்றி மெழுகால் பொதிந்து வைத்தனர். மெழுகு எனப் பொருள்படும் கிரேக்கச் சொல்லிலிருந்து மம்மி என்ற பெயர் வந்தது என்கிறார்கள்.

நான் ஆரியன்: எனக்கான விளக்கம் திசை மாறிச் செல்கிறது...

நான் ஆரியன்: யாரும் தொடர விருப்பமில்லையா?

19வது குறிப்பு

கி.பி.2038, சென்னை.

பதினைந்தாவது மாடியில் அழகான தோட்டத்துக்கு மையத்தில் இருந்தது தேவுடைய அப்பாவான அந்தணனின் வீடு. அடுக்கக மாடிகளில் என்னென்ன மரங்கள் வைத்துத் தருகிறோம் என வசீகரமான விளம்பரங்கள் வரத்தொடங்கிவிட்டன. எலெக்ட்ரோ பேக் வருகைக்குப் பிறகு மின் கம்பிகள் மூலம் மின்சாரம் கொண்டு போகிற முறை ஒரு முடிவுக்கு வந்துவிட்டது. மின்சார விநியோகம், மெக்னெட் கார்டு முறைக்கு வந்துவிட்டதால் பூமிக்குள் புதைத்தோ, துணி காயப்போடும் கொடி போலவோ சாலை ஓரங்களில் மின் கம்பிகள் இல்லை. உலகின் பெரும்பகுதி எலெக்ட்ரோ பேக் முறைக்கு வந்துவிட்டன. இந்தியாவில் பெரும்பகுதியினர் மின் சாதனம் பயன்படுத்த எலெக்ட்ரோ பேக் வாங்க ஆரம்பித்துவிட்டார்கள். ஆல்டேப் மூலமே அதை இயக்க இந்தியாவிலும் பல நகரங்களில் ஏற்பாடுகள் நடக்கின்றன என அப்பா தெரிவித்தார். "தேவ் இதை எல்லாம் முதலில் செய்வதற்கு என்ன?" என்றான் அது அந்தணன் வேலை போல.

அந்தணனுக்குத் தெரியும்... கம்பி இல்லா தந்தி கண்டு பிடிக்கப்பட்டதையே ஒரு நூற்றாண்டுக்குக் கொண்டாடிக் கொண்டிருந்த தலைமுறை அவருடையது. கம்பியில்லா மின்சாரத்தை இன்னமும் அவரால் ஜீரணிக்கவே முடியாத ஆச்சர்யத்தில் கிடந்தார்.

கொய்யா, எலுமிச்சை மரங்கள் முடிந்த அளவுக்கு இயற்கைச் சூழலை ஏற்படுத்த முயற்சித்தன. இருந்தாலும் மரங்களுக்கு

ஏர்கண்டிஷன் போட்டு வீட்டுக்கு நடுவே இயற்கைச் சூழல் ஏற்படுத்துவது ஏடாகூடமான யோசனையாக இருந்தது. "இதையெல்லாம் சொல்லிப் பணம் பறிக்கத் தெரிகிறது" என அலுத்துக் கொண்டான். தமிழ்நாட்டில் தங்கி இருப்பதே தமிழ் மீது அவனுக்கு சிலகாலமாக ஏற்பட்ட மரியாதை காரணமாகத்தான். கொய்யா மரத்தடியில் செயற்கைப் புல்லில் படுத்துக்கிடந்தான் தேவ்.

ஒரு மாதமாகிவிட்டது வேலைக்குப் போய். தேவுக்குத் திருமணம் செய்துவைப்பது அவன் தெளிவடைவதற்கு ஒரு வழியாக இருக்கும் என அவனுடைய பெற்றோர் நினைத்தனர். தேவ், திருமணம் என்ற வார்த்தையை உண்மையிலேயே அப்போதுதான் கேட்டதுபோல திகைத்துப்போய் பார்த்தான். அந்த வார்த்தையை உச்சரித்தோ, படித்தோ அவனுக்குப் பல ஆண்டுகள் ஆகிவிட்டதை நினைத்துப் பார்த்தான். பெற்றோர் கேட்ட கேள்வி கூட நினைவில் பதியவில்லை. எலுமிச்சை இலையை நுனி நாக்கில் சுவை பார்த்தபடி எங்கோ வெறித்தான்.

"ஆர்வமூட்டும் விஷயமாகத்தான் இருக்கிறது." என்றான் பழங்கால டி.வி மகாபாரதத் தொடரில் கிருஷ்ண பரமாத்மா சிரிப்பாரே அப்படிச் சிரித்தவாறு.

எப்படி இருந்திருக்கும், என்னதான் நவீன கால காதல் திருமணம் புரிந்த பெற்றோராக இருப்பினும்? "அப்படியானால் கல்யாண ஏற்பாடுகளில் இறங்கலாம் என அர்த்தமா?" அந்தணன் கேட்டார். மலேசியப் பெண்ணான ஜெஸியாவுக்கு அப்பாவும் மகனும் தமிழில் பேசுகிறார்கள் என்பதைத்தாண்டி வேறு ஒன்றும் புரியவில்லை.

"பை லைன் பேப்பர் வந்தாச்சா?" என சாஸ்திரத்துக்குக் கேட்டு விட்டு அதுவந்துவிட்டதா எனப் பார்க்க ஆல்டேப் நோக்கிப் போனாள்.

"நான் தஞ்சாவூரிலே பிறந்தவன். தமிழ்நாட்டுக்கு என ஒரு கலாசாரம் இருக்கிறது."

"என்னப்பா திடீரென கலாசாரம் பற்றிப் பேசுகிறீர்கள்?"

"நல்ல விஷயத்தை எப்போது பேசினால் என்ன?"

"அப்பா... இன்றைக்கு நீங்கள் பேசுகிற ஒவ்வொரு வார்த்தையும் புதிதாக இருக்கின்றன?"

"நீ திருமணம் செய்துகொள்ள வேண்டும். இதைத்தான் நான் இறுதியில் சொல்லப் போகிறேன். இடையில் பேச வேண்டியதையும் சொன்னால்தான் உனக்கும் புரியும்."

'எனக்கு இடை வேண்டாம்... அதற்கும் கீழே வாருங்கள்' எனச் சொல்ல நினைத்து தவிர்த்துவிட்டான். இதுதான் தமிழ்க் கலாசாரம் எனவும் நினைத்தான். தமிழின் மீது சமீப காலங்களில் அவனுக்கு ஏற்பட்ட அதீத குழப்பங்களும் நல்லவையும் அல்லவையும் ஞான மனநிலைக்குத் தள்ளியிருந்தன. தமிழில் ஏதோ இருக்கிறதுதான் என

அவன் நம்பவும் ஆரம்பித்திருந்தான். அதனால்தான் அப்பாவிடம் கிண்டலாகப் பேச அவன் மனம் விரும்பவில்லை. ஜப்பானில் தன் உயிரைக் காப்பாற்றி மீட்ட தாவோ ஷென் முக்கியமான உதாரணம். அந்த சுனாமி களேபரத்தில் தன்மீது காட்டிய அன்பு தமிழுக்கானது என அவன் உணர்ந்திருந்தான்.

'மணிலாவில் ஒரு கணக்கு பாக்கியிருக்கிறது' என ராஜேந்திர சோழன் சொன்னது திடீரென குறுக்காக வெட்டுவிட்டுச் சென்றது.

"என்ன சொல்கிறாய் தேவ்" அந்தணன் நிகழுக்கு இழுத்தார்.

"ம், சரி."

குறுக்குவெட்டு சிந்தனை தடைபட்டுவிடாமல் இருக்க அப்பாவுக்கு ஒரு 'ம்' போட்டு அனுப்பவேண்டும் என்பதைத்தாண்டி அவனிடம் ஒரு முன்யோசனையும் இல்லை.

கொரிய மொழியில் எத்தனை தமிழ் வார்த்தைகள் உள்ளன என பட்டியல் இட்டிருந்ததைப் பார்த்துத்தான் எம்.எம். மெட்ரோ கார்ப்பரேஷனில் தேவுக்கு ஒரு மாதம் விடுப்பு கொடுத்து அனுப்பியிருந்தார்கள்.

தீ - தீ, வான் - ஆன், பாம்பு - பாம், இரு - இர், படகு - பட, ஒன்று - அன், பகு - பக், அணை - ஹன்... என நாற்பது வார்த்தைகளைத் தொகுத்திருந்தான். நேனோ யூனிட்டில் சற்றே குழம்பிப் போய்விட்டனர். தேவ் என்ன குறுஞ்செய்தியைச் சொல்லியிருக்கிறான் எனத் தவித்துப் போயினர். ஏதோ சங்கேதக் குறியீடு என நினைத்தனர். யாரும் எதிர்பார்க்காத விதமாக, "தமிழ் மொழி உலகில் உள்ள எல்லா மொழியிலும் கலந்துள்ளது" என்றான். ஒரே நேரத்தில் இரண்டு குதிரைகளில் சவாரி செய்துவந்தது அப்போது தான் அவர்களுக்குத் தெரிந்தது. ஒரு மாத ஓய்வுக்குப் பிறகு வரச் சொன்னார்கள். டாக்டரிடம் தேவ் விசாரித்ததைவிடவும் எம்.எம். யூனிட் மனிதவள பயன்பாட்டுத் துறைத்தலைவர் அதிகமாகவே விசாரித்துக்கொண்டிருந்தார்.

இந்தத் தருணத்தில் பெண் பார்க்க அவன் சம்மதம் தெரிவித் திருப்பது நல்ல அறிகுறியாக அந்தணனுக்குத் தொன்றியது. இன்னமும் ஆல்டேப் மூலம் பெண் பார்க்கும் வழக்கம் ஓரளவுக்கு இருந்தது. அந்தணன் போட்டிருந்த 'மைகோட்' அப்ளிகேஷனுக்கு அடுத்த வினாடியே, ஒரு பெண் நான் தயார் என்றாள்.

செவ்வாய் கிரகத்துக்கு அவளைக் கூட்டிக்கொண்டு போய் நிம்மதியாக வாழ வேண்டியதுதான் என நினைத்தான். மனம் நிதானத்துக்கு வந்ததுபோல அவனே நினைத்தான்.

ட்ராப் கார்டை எடுத்து மணிக்கட்டில் வாட்ச் போல கட்டிக்கொண்டு ஆல்டேபிடம் சொன்னான். "இப்போது என்னுடைய மனநிலையில் படிக்க வேண்டிய மூன்று விஷயங்களைச் சொல்."

‘1. கில்காமேஷ் என்பது பாபிலோனில் உருவான, இதுவரை நாம் அறிய வந்துள்ளவற்றுள் மிகப் பழமையான காப்பியம்; அதில் கடவுளிடம் சாவா மருந்தைக் கேட்கிறான் கில்காமேஷ். அவரோ, ‘அதற்கு வழியில்லை எனக் கடலின் ஆழத்தில் உள்ள மலரைப் பறித்து உண்டால் இளமை திரும்பும்’ என்கிறார். குளித்து உடை மாற்றி அதை உண்ணலாம் என குளிக்கச் செல்வான் கில்காமேஷ். அந்த நேரத்தில் அதை ஒரு பாம்பு திருடிச் சென்றுவிடுகிறது.

“மொஹஞ்சதாரோவில் வாழ்ந்தவர்கள்தான் கில்காமேஷின் முன்னோடிகளான சுமேர்வாசிகள் என ஒரு சித்தாந்தம் சொல்கிறது. அது உண்மையாக இருந்தால் கில்காமேஷின் கோயில்கள், தெய்வங்கள், விலைமாதர்கள் தமிழகம் வரை வந்ததாக காலக்கணக்குப்படி சொல்லலாம். தமிழர்கள்தான் சுமேரியர்களாக நடமாடினார்கள் என்பதில் எனக்கு ஒன்றும் ஆட்சேபனை இல்லை” என்கிறார் கில்காமேஷ் காவியத்தை தமிழில் மொழிபெயர்த்த எழுத்தாளர் க.நா.சுப்ரமணியம்.

#சிந்து சமவெளியில் வாழ்ந்தவர்கள் சுமேரியர்கள்... சிந்துவில் வாழ்ந்தவர்கள் திராவிடர்கள்... திராவிடர்கள் என்பவர் தமிழர்... சுமேரியர்கள் தமிழர்கள்!

2. மாயன் கலாசாரத்தில் ‘குழந்தைகள் கழுத்தில், புல்லா என்னும் தாயத்தைப் பூசாரி கட்டுவார். தங்கத்தால் செய்யப்பட்ட அதனுள் மந்திரித்த ஈயத்தகடு வைக்கப்பட்டிருக்கும். சிறுவர்கள் இளைஞர்களாகும்போது, சில மதச் சடங்குகள் செய்துவிட்டு, இந்தப் புல்லாவைக் கழற்றவேண்டும். பெண் குழந்தைகளுக்கு புல்லா கிடையாது. தமிழ் நாட்டிலும் இந்தப் பழக்கம் இருந்தது.

3. அன்றைய ரோமர்களின் ஆடைகள் அதிகமாகக் கிடைத்த ஆட்டு ரோமம், லினன் ஆகியவற்றால் நெய்யப்பட்டன. பட்டும், பருத்தியும் குறைவான அளவில் பயன்படுத்தப்பட்டிருக்கலாம் என்று ஆராய்ச்சியாளர்கள் கூறுகிறார்கள். #பருத்தி தமிழ்நாட்டிலிருந்து போனல்தான் உண்டு.

மேலாடைகள் ட்யூனிக் என்று அழைக்கப்பட்டன. ஆண்களின் உடைக்கும், பெண்களின் உடைக்கும் ஒரே பெயர்தான்.ரோமன் நாட்டுக் குடிமக்கள், வெளிநாட்டிலிருந்து வந்து ரோமில் வசிப்பவர்கள் ஆகிய எல்லோருமே ட்யூனிக் அணியலாம். ஆனால், ரோமன் பிரஜைகள் மட்டுமே அணிய அனுமதிக்கப்பட்ட உடை டோகா. சுமார் 27 அடி நீளமும் 20 அடி அகலமும் சாதாரண அளவுகள். உடலின் மேல் பாகத்தையும் ஒரு கையையும் இது மறைக்கும். சாக்ரடீஸ், அரிஸ்டாட்டில் ஆகியோரை ஓவியங்களில் பார்த்திருப்பீர் கள். பருத்தி ஆடையை உலகுக்குச் சொன்னவர்கள் தமிழர்கள்.

இருக்கிற தமிழ்ப் பைத்தியம் போதும் என ட்ராப் கார்டைக் கழற்றிவிட்டு நாற்காலியைக் கட்டில் மோடுக்கு மாற்றி கால் நீட்டிப் படுத்தான்.

20 வது குறிப்பு

கி.மு.3017, இறந்தவர்களின் நகரம்.

ஒவ்வொரு ஓசைக்கும் ஒவ்வொரு எழுத்தா... ஒவ்வொரு சொல்லுக்கு ஒவ்வொரு எழுத்தா என்ற குளறுபடிகள் அவர்களுக்குள் இருந்தது. அவர்களிடம் சிறு சிறு சொற்கள் இருந்தன. இரண்டு எழுத்து, மூன்று எழுத்துச் சொற்கள் அதிகமிருந்தன. வந்தாரா, போனாரா, போனாயா, இருக்கிறதா, வலிக்கிறதா என வார்த்தையின் இறுதியில் நெடில் இருந்தால் அது கேள்வி என அவர்களுக்கு புரிந்தது. ஆரம்பத்தில் ஆ? என்ற ஒரு எழுத்தில்தான் கேள்வியே இருந்தது. மற்றதெல்லாம் உடல் பாவனைகளில்தான். சிர்ர் என்றால் சிறுத்தை, கா என்றால் காகம், கி என்றால் கிளி... இப்படி ஆரம்பத்தில் ஓர் எழுத்தாக இருந்த மொழி இப்போது இரண்டு மூன்று எழுத்துத் துல்லியங்களோடு எடைகூடியிருந்தது. இதை வளர்ப்பது அந்த மக்களுக்குப் பிடித்திருந்தது. அந்த ஆதி மக்கள் வேட்டையையும் ஒரு பக்கம் கூர்தீட்டிய கல் கோடாரியையும் செய்ய ஆரம்பித்தபோதே மொழியையும் செய்தனர். மொழியை எழுத முடியும் என்பது அந்த மக்களுக்குப் புதிய வெளிச்சம் பாய்ச்சியது. உணவுக்காக, உயிருக்காகப் போராடிய நேரத்தில் உயிரே போல தாங்கள் கண்டுபிடித்த மொழியைப் பிடித்துவைத்திருந்தனர்.

ஓசையை குறித்துவைக்க முடியுமா என்பதை அந்தக் குழுவில் அனைவரும் அறிந்திருக்கவில்லை. அறிந்த சிலர் இருந்தனர். அவர்களால் விளக்க முடியவில்லை. 'நீ இப்போது கத்தினாயே, அதுதான் இதோ குகைச் சுவரில் கிறுக்கியிருக்கும் அந்தக் கோடு என்றால் சகமனிதன் முழித்தான். என்ன

சொல்ல வருகிறான் எனப் புரியவே இல்லை. கத்துவதும் சுவரில் ஒரு வகையாகக் கீறுவதையும் பார்த்துப் பார்த்து அதுதான் இது என்பதைத் தொடர்புபடுத்த தலைமுறைகள் கழிந்தன. மிகச் சிலக் கோடுகள் மக்களுக்குப் பழக்கமாகின. ஒரு கோடு, அருகே ஒரு சித்திரம்... மீண்டும் கோடு, குறுக்குக் கோடு எல்லாம் இருந்தன. அவர்களிடம் 10 இலக்கங்கள் இருந்தன.

மனிதனின் கைகளில் அத்தனை விரல்கள்தான் இருந்தன. அவனிடம் இருந்த ஆடுகளை, மாடுகளை பத்துவரை எண்ண முடிந்தது. பிறகு பக்கத்தில் இருப்பவன் கரங்களில் உள்ள விரல்களை வைத்து எண்ணினான். அந்தக் குகையில் பத்துப்பேர் இருந்ததால் அவனால் 100 வரை எண்ண முடிந்தது. ஒரு மனிதனைப் பத்து எனக் குறித்தான். பிறகு ஒரு ஆளுக்குப் பதில் ஒரு கோடு. ஒன்று எனப் போட்ட கோட்டுக்கு அருகே சிறிய தாக ஒரு கோடு போட்டால் பத்து. இரண்டுமே கோடாக இருப்பதால் சிக்கல்.. பல ஆயிரம் ஆண்டுகள் சிந்தித்தான். பத்து என்பதைக் குறிப்பதற்கான சிறிய கோட்டை ஒரு கோழி முட்டை போல போட்டான். ஒன்று பக்கத்தில் ஒரு கோழி முட்டை போட்டால் அது ஒரு ஆளின் மொத்த கைவிரல்களுக்குச் சமம். இதைக் கண்டுபிடித்த கணித மேதையை அனைவருமே கொண்டாடினர். அருகருகே வாழ்ந்த மற்ற குடியினரும் வேட்டையின்போது ஒருவருக்கு ஒருவர் பழகிக்கொண்டனர். வீடமைத்து, குடி அமைத்து மொழி வளர்த்து வாழ்ந்த மக்களுக்கு மீண்டும் ஒரு சவால்.

பனி ஊழி மீண்டும் தன் கைவரிசையைக் காட்டத் தொடங்கியிருந்தது. எங்கும் பனி. மனித இனம் தத்தளித்தது. ஏறத்தாழ உலக அளவில் முப்பதாயிரம் பேர் இருந்தால் அதிகம். குளிர். நீர் என்று எதுவுமே இல்லை. பாறை போல இருந்தது உறைந்த நீர்.

கடல் தன் பங்குக்கு நிலங்களை விழுங்கியது. மக்களை நிலம் விட்டு நிலம்... மேடான நிலம் நோக்கி ஓடவைத்தது. வானம் வெளுத் திருந்த நேரங்களில் எல்லாம் கடற்கரை ஓரங்களில் ஓடிக்கொண்டே இருந்தனர். மொழியை ஒரு கையிலும் உயிரை மறுகையிலும் பிடித்துக் கொண்டு ஓடினர். அவர்களிடம் நாவாய்கள் இருந்தன. நீரைக் கிழித்தபடி கடற்கரை ஓரங்களில் நன்னீர் ஆறும் சமவெளியும் தேடினர். அந்த நிலப்பரப்பு அவர்களுக்குக் கிடைத்துவிட்டது. டைகிரீஸ் ஆற்றுப் பகுதியிலும் வட காவிரி ஆற்றுப் பகுதியிலும் அந்தக் குழுக்களில் சிலர் தங்கள் மொழியோடும் களிமண்ணைச் சுட்டு செங்கல் ஆக்கும் திறனோடும் நாவாய்களோடும் நாகரிகம் வளர்த்தனர்.

தங்களைக் கடலில் நீந்திவந்த பரம்பரையைச் சேர்ந்தவர்கள் என அவர்கள் சொல்லிக்கொண்டனர். மீன் அவர்களுக்கு இலச்சினை. பல ஆயிரம் ஆண்டுகளுக்கு முன் பிரிந்துபோன தங்கள் மனிதச் சங்கிலியை அவன் கண்டான். அவர்கள் குளிர் தேசங்களில் வாழ்ந்து வெளுத்துப் போயிருந்தனர். குதிரைகளில் வேகமாகப் பயணிக்கும்

அவர்கள் கையில் வேதங்கள் இருந்தன. மீன் இலச்சினை கொண்ட இந்த மாந்தர்களின் கறுத்த மேனி அவனுக்கு வேறுபாட்டைக் காட்டியது. குள்ளமாகவும் கட்டையாகவும் இருந்த திரமிடா மக்களை அவன் ஆயுதங்களால் எதிர்கொண்டான். தேர்க் கால்களில் துவம்சம் செய்தான். தொடர்ச்சியான நூற்றாண்டு யுத்தம் அது. திராமிட மக்கள் பின்னாளில் அழிந்து பூமிக்குள் புதையுண்டபோது முதுமக்கள் தாழிக்குள் இருந்த முப்பாட்டன் சொன்னான்: "என்றாவது ஒருநாள் இந்த மீனாடும் கோழியூரும் கொற்கையும் மேலூரும் வெளிச்சத்துக்கு வரும். அப்போது எங்கள் வரலாறு உலகுக்குத் தெரியும்."

1921இல் சிந்துவெளி நாகரிகம் என அதைப் பெயரிட்டு அகழ்வுகள் மேற்கொண்டபோது முதுமக்கள் தாழிக்குள் இருந்த முப்பாட்டனின் சிதைந்த எலும்புகள் சில மட்டுமே கிடைத்தன.

தமிழுக்குப் பத்தாயிரம் ஆண்டு வரலாறு இருப்பதாகவும் அதைக் காக்க அவர்கள் இன்றும் போராடுவதாகவும் சொல்வது போல மூவாயிரம் ஆண்டுகளாக அதற்கு ஓர் எதிர்ப்பும் இருக்கிறது. ஆரிய-திராவிடப் போர் என அதைச் சொல்ல ஆரம்பித்தார்கள். கைபர், போலன் கணவாய்கள் வழியாக இந்தியாவுக்கு வந்தவர்கள் எனப் பாடப்புத்தகங்கள் சொல்ல ஆரம்பித்தன. ஜவஹர்லால் நேருவும் தன் மகள் இந்திராவுக்கு அதைக் கடிதம் மூலம் சொன்னார்.

21வது குறிப்பு

கி.பி.2038, மலேசியா.

ஏ.டி.யில் வெகு நேரமாக கண் சிமிட்டிக்கொண்டிருந்தாள் நீலிமா. பெயரைப் பார்... நீலிமாவாம். அனுமதித்தால் மட்டுமே ஏ.டி.யில் அவள் மேற்கொண்டு பேச முடியும். இவ்வளவு நேரம் அனுமதி கிடைக்கவில்லை என்றால் போய்விடுவார்கள். பத்து நிமிடங்களுக்கு மேலாக அவள் உருவம் திரையில் காத்திருந்தது. 'அனுமதி' என்ற பட்டனை அழுத்தினான். "ஹாய்".

இந்த நேரத்தில் 'ஹாய்' சொன்னவள் யாராக இருக்கும் என தேவ் அறிந்திருந்தான். நோக்கம் எதுவுமின்றி விரல்கள் அவளுடைய க்யூ எக்ஸ் கோட்-ஐ ஸ்கேன் செய்தன. முன் பின் பக்கவாட்டுத் தோற்றங்களில் புகைப்படங்கள் இணைத்திருந்தாள். அவனுடைய கொள்கைப்படி ஏற்கனவே வராதவள்தானே என்பதை மட்டும் உறுதிசெய்துகொண்டான். ஆம் என்றது டேட்டா பேஸ். இரண்டு வருட அனுபவம் என்பதுதான் சற்றே யோசிக்க வைத்தது. நள்ளிரவை நெருங்கிக் கொண்டிருந்தது. "வா" என்றான்.

வீட்டில் வேறு யாரும் இல்லை. எப்போதும்தான் யாரும் இருப்பதில்லை. அவனாயிற்று... அவனுடைய ஆல்டேப் ஆயிற்று. பெரும்பாலும் ஹாலிலேயே அவனுடைய புழக்கம் முடிந்துபோகிறது. சோபாவிலேயே தூக்கம். பெட்ரூம் என்ன நிலைமையில் இருக்கிறது என்பதையும் யோசிக்கவில்லை.

"ஏ.டி.யில பதிவு செஞ்சிருக்கிற முகவரிதானா?" என்றாள்.

"ஆமா."

“சட்டத்துக்கு உட்பட்டா? படாமலா?” என்றாள்.

இது எல்லாமே பதிவுசெய்யப்பட்ட ஆயத்தக் குரல்கள்.

“பட்டு.” என்றான் அலுப்புடன்.

சட்டத்துக்கு உட்படாமல் செயல்பட்டால் அவள் போலீஸை அழைக்க முடியும். பண விவகாரம், செலுத்தும் விதம் என்பதை உறுதி செய்தபின் ‘வந்து சேர்வதற்கான நேரம் ‘32 நிமிடங்கள்’ என்றது.

கொஞ்ச நாட்களாக தேவுக்கு எந்த நாட்டமும் இல்லை. பழக்கம் காரணமாக நியூரோ லாஜிஸ்டிக் வேலையை மட்டுமே அவன் கவனித்து வந்தான். துயரத்தின் தொடர்ச்சியான முடிச்சுபோல தமிழ்க் கனவுகள் வந்துகொண்டிருந்தன. கடந்த மூன்று மாதங்களாக வேலையில்லாத நேரம் எல்லாம் தமிழ்க் கனவுகள்தான். வேலை நேரத்திலும் இருக்கிறதா எனத் தெரியவில்லை. மனசும் உடம்பும் மோசமாகிக்கொண்டிருப்பது நீள அகல ஆழத்துடன் தெரிந்தது.

பெண் வாசனை இல்லாமல் மூன்று மாதங்களா என அவனுக்கே ஆச்சர்யமாகத்தான் இருந்தது. தொடர்ச்சியாக இரண்டு நாட்கள் தாக்குப் பிடிக்க முடிந்ததில்லை. என்ன ஆச்சு நமக்கு என அசை போட்டான். காலங்கள் அற்ற அதீதப் பயணங்கள் அவனை அலைக் கழித்தன. யாரோ எதையோ தனக்குச் சம்பந்தம் இல்லாததைத் தன்மூலம் தெரிவிப்பது போல கவலையுற்றான். கண்ணாடியில் பார்த்தான். ஷேவ் செய்யாமல் இருப்பது இப்போதுதான் தெரிந்தது. மூன்று நாட்களாகத் தாம் கண்ணாடியே பார்க்கவில்லையோ என பதறினான். பார்த்தும் உணரவில்லை என்பதும் மோசம்தான்.

கதவு மணி அடித்தது. ஏ.டி. வழியாகப் பார்த்தான். நீலிமா என்பவள். கதவு திறப்பதற்கான பட்டனை அழுத்திவிட்டுக் காத்திருந்தான்.

“நேர்ல இன்னும் ஹாண்ட்சம்மா இருக்கே.” தேவ் அவளை ஏறிட்டுப் பார்த்தான். அழகாகத்தான் இருந்தாள். மஞ்சளா, ரோஸ் நிறமா எனத் தீர்மானிக்க முடியவில்லை. தேவையான இடங்களில் தேவையான அளவுக்கு இருந்தாள். இருந்தும் ஏறிட்டுப் பார்த்தபின் அதற்கான எண்ணம் அவனுக்குத் தொடரவில்லை.

“அதிக மேக்கப் வேண்டாம்னு சொல்லியிருந்தீங்க” என்றபடி வீட்டின் செழுமையை எடை போட்டாள். “நல்லா இருக்கு” என்ற சான்றிதழ்.

சிவ பூஜையே கரடி போல இருந்தது, தேவுக்கு.

அவளாக ஓர் அறையைத் திறந்து, “பெட் ரூம்... நான் ரெடி!” என்றபடி சட்டை பட்டனைக் கழற்ற ஆரம்பித்தாள். சோபாவில் இருந்தபடி சலனமே இல்லாமல், “நான் ரெடியில்லை” என்றான்.

“என்ன சொல்றீங்க. என்ன ஆச்சு? கிரேட் இன்சல்ட்” சட்டையை முழுதுமாகக் கழற்றிவிட்டுக் காத்திருந்தாள். சட்டைக்கு உள்ளே வேறு தடுப்புகள் இல்லை... அவள் மட்டும்தான். “எனி ப்ராப்ளம்?” என்றாள்.

"எதுவும் தோணலை... சாரி! நீ கிளம்பிடு."

"ஏன்?"

"மனசு... மூளை நாட்டம் காட்டலை." அப்படியே அவள் அவன்மீது சாய்த்து சரிந்து உட்கார்ந்தாள். "நீயா, நானானு பார்த்துடலாம்."

அவன் உதடுகளை வீணை நரம்புகள் போல நீவினாள். அவளுடைய உதடுகளை அவனுடைய கன்னத்தில் பதித்து எடுத்தாள். அவளுடைய விரல்கள் அவனை எங்கெங்கோ தழுவி... தேவ்... ஏதோ மாற்றத்தை உணர்ந்தான். அப்படியே அவள் மீது சாய்ந்தான். நீலி என்றான் ஏதோ சொல்வதற்காக.

நங்கூரம் பாய்ச்சி நின்றிருந்த பாய்மரக் கப்பல்களில் படகுகள் மூலம் சரக்குகள் அனுப்பிவைக்கப்பட்டன. யவனத்தில் இருந்து வந்திருந்த சரக்குகள் இன்னொரு பக்கம் வேறொரு படகில் இருந்து இறங்கிக் கொண்டிருந்தன. ஆ! அதோ ஒரு புலவன்... "கடல் நீர் ஆவியாகி மேலே செல்வதும் ஆவியான கடல் நீர் மீண்டும் மழையாகப் பொழிவதும் போல அங்கே சரக்குகள் ஏற்றப்படுவதும் இறக்கப்படுவதும் நடந்துகொண்டிருந்தது." அவன் இப்படித்தான் பொருள்படுத்திப் பாடுகிறான். அவன் சொல்வது விஞ்ஞானமா, வர்த்தகமா, வர்ணனையா?

எத்தனை யவனர்கள்... என்ன சிகப்பு? என்ன உயரம்? ஆனால் அவர்களில் பலர் இந்தப் பெரு நகரத்தில் எடுபிடி வேலையல்லவா செய்கிறார்கள். வர்த்தகம் செய்ய வந்தவர்கள் ஒருபுறம்... வேலை பார்க்க வந்தவர்கள் இன்னொரு புறம். ஆஹா இது வர்த்தக நகரம். மதுராவுக்கும் திராமிடாவுக்கும் யவன தேசத்துக்கும் பொருட்கள் போய்க்கொண்டிருந்தன. அங்கிருந்து வந்துகொண்டும் இருந்தன. சுவர்ண தீபத்தில் இருந்து புதிய வர்த்தகர்கள் வந்திருந்தனர்.

ஏலம், மிளகு, பஞ்சு, முத்து, நவமணிக் கற்கள், மயில் தோகை எல்லாம்தான் ஏற்றுமதியாகின. வைரம், தங்கம், வெள்ளி போன்றவை அங்கிருந்து வந்தன.

"கடாரத்துக்கருகிலே கடற்கொள்ளையர்கள் தொல்லை அதிகரித்து விட்டது" என்றார் சுவர்ணதீபத்தில் இருந்து வந்திருந்தவர்.

"மன்னர் அதற்காகத் தங்கள் கடற்படை ஆட்களை வர்த்தகர் களோடு அனுப்பிவைக்க முடிவெடுத்திருக்கிறார்... இனி தொல்லையிருக்காது."

யவனத்தில் இருந்து வந்தவனும் சுவர்ண தீபத்தில் இருந்து வந்தவனும் மொழிபுரியாமல் பேசிக்கொண்டிருக்க, இரண்டு மொழிகளையும் அறிந்த சிலர் அவர்களுக்கு உதவி புரிந்தனர். மொழி தேவையற்ற ஒரு வேலைக்குத்தான் அவர்கள் உதவி கேட்டனர். அவர்களுக்குள் ஒரு நமட்டுச்சிரிப்பு. மாதக்கணக்கில் கடற்பயணம் மேற்கொண்டு

வந்து சேர்ந்திருந்ததில் உடல்தாகம் அதிகரித்திருந்தனர். இரண்டு பேருக்கும் மொழிபெயர்த்துச் சொல்லிக்கொண்டிருந்தவன், அவர்களைக் கலங்கரை விளக்கம் அருகே இருந்த ஒரு குடியிருப்புக்கு அழைத்துச் சென்றான். ஒளி மங்கியிருந்தது. முதலாம் ஜாமம்தான். ஆங்காங்கே தீப்பந்த வெளிச்சம் காற்றில் அசைந்தபடி இருந்தது. அங்கே அலங்காரம் அதிகம் செய்தபடி ஆரணங்குகள் நின்றிருந்தனர். வெளிநாட்டினரைக் கூவி அழைத்தனர்.

யவனன் ஒரு பெண்ணின் கையசைவுக்குப் பதில் அசைவு செய்தான். அவர்கள் இருவரும் ஒரு குடிலுக்குள் நுழைந்தனர். அவள் நீலி. அந்த யவனனின் பெயர் அன்டானியஸ். தீபத்தின் வெளிச்சத்தில் அவளுடைய அழகு சொக்க வைத்தது.

“கிளியோபாட்ரா” என்று பிதற்றினான்.

“உனக்குத் தமிழ் தெரியுமா?” என்றாள்.

அவள் கேட்டது அவனுக்குப் புரியவில்லை. கிளி மூக்கை மெல்ல கிள்ளினான்.

“என்னை எல்லோரும் கிளி எனத்தான் சொல்வார்கள்” என்றாள்.

அவனும் ஏதோ புரிந்தது போலவே தலையசைத்தான். தடை யில்லாத நீண்ட சரசம். அவளுடைய விரிந்த கூந்தல் யவனின் முகத்தை மூடியது. அவனோ அவளுடைய களிப்புறு முகத்தைப் பார்த்துக்கொண்டே இருப்பதில் ஆர்வம் காட்டினான். கூடி முயங்கி எழுந்தான். அவன் அவனுடைய அங்கியில் இருந்து எதையோ எடுத்தான். அன்றைய பரிசாக அவன் ஒரு தங்க அட்டிகையை அவள் கழுத்தில் அணிவித்தான். நிர்வாண உடலை அவள் மார்பு வரை போர்த்தியிருந்தாள். கழுத்தும் அந்தத் தங்கச் சங்கலியும் மட்டுமே தெரிந்தன.

“என் கூடவே வந்துவிடுகிறாயா?” என்றான்.

நீலி அப்படியே அவன்மீது துள்ளி எழுந்து படுத்தாள். “என்னைப் பத்திரமாகப் பார்த்துக்கொள்வாயாடா நீள மூக்கா?” என்றாள்.

தேவ், “நீலி” என்றான். நீலி, அவன் மீதிருந்து எழுந்தாள். “என்னமோ மனசு சரியில்லை... மூளை சரியில்லைனு சொன்னே... இந்தக் காட்டு காட்றீயே..?” என்றாள்.

22 வது குறிப்பு

கி.பி.2038 ஏப்ரல், சிங்கப்பூர்.

சிங்கப்பூர் ஏர்போர்ட்டில் லவுஞ்சில் சிலர் பெயர் ட்வீட் வைத்து நின்றிருந்தனர். இன்னும்கூட எங்கிருந்தோ வந்து சேர்பவர்களை அழைத்துச் செல்ல அவர்களுக்கான உறவினரோ, உதவியாளரோ காத்திருக்கிற வழக்கம் இருந்தது. என்ன... பெயர் பலகைக்குப் பதில் பெயர் ட்வீட். சம்பந்தப்பட்டவர் வந்ததும் பயோ சென்சர் மூலம் அடையாளம் கண்டு கூவுகிறது. "வள்ளி.. வள்ளி" என்ற ட்வீட்டைக் கேட்டதும் தேவ் அந்தப் பெயரின் மீது தான் உருவாக்கி வைத்திருந்த பிம்பம்காண நின்றான். வள்ளி என்ற அந்தப் பெண் இருபது வயது சுற்றுவட்டாரத்தில் இருந்தாள். தேவ் அவளருகே சென்றான்.

"நீங்கள் தமிழ்நாட்டில் இருந்து வருகிறீர்களா?"

அவள் சந்தேகத்துடன் தேவ்வைப் பார்த்துத் தலை யசைத்தாள். அவள் காலத்தால் பிந்தைய உடையை அணிந்திருந் தாள். புடவை கட்டிய ஒரு பெண்ணை வெகு நாட்களுக்குப் பிறகு தேவ் பார்த்தான். பெரிய பொட்டு வைத்து மை தீட்டி விழிகள் படபடக்கப் பார்த்தாள்.

அதே நேரத்தில் பெயர் ட்வீட் வைத்திருந்தவர், வள்ளியிடம் வந்தார். "நீங்கள்தான் வள்ளியா?" என அறிமுகம் செய்துகொண்டு அழைத்துச் செல்ல ஆயத்தமானார். அந்தப் பெண் இது என்ன ஆள் மாறாட்டம் என்பது போல இரண்டு பேரையும் பார்த்தாள்.

தேவ், "உங்களை அழைத்துச் செல்ல வந்தவர் அவர்தான்.

உங்கள் பெயர் அழகாக இருக்கவே நான் உங்களிடம் பேசினேன்... அவ்வளவுதான். வாய்ப்பு இருந்தால் சந்திப்போம்" என்று வேகமாக வெளியே வந்து அவனுக்காகக் காத்திருந்த காரில் ஏறி டச் ஷீட்டை இயக்கிவிட்டுப் படுத்துவிட்டான். அத்தனை களைப்பு.

2017, ஏப்ரல் மாதம்

அந்த நூலகம் அத்தனை சரியாகப் பராமரிக்கப்படவில்லை எனப் பார்த்ததுமே தெரிந்தது. தேவநேயப் பாவாணர் நூலகம் என அதற்குப் பெயரிட்டிருந்தனர். மொழியின் வேர்களைத் தேடி இணையத்தில் தேடியபோது தேவநேயப் பாவாணர் என்ற பெயர் அதிகம் இடம்பெற்றது. தமிழ்ச் சொற்கள், தமிழ் வேர்ச் சொற்கள், தமிழ் மொழி, திராவிட மொழி என எப்படிப் பெயரிட்டுத் தேடினாலும் தேவநேயப் பாவாணர் என்ற மீசை வைத்த ஒரு மனிதர் முன்னால் வந்து நின்றார். அவர் பெயரிலேயே தமிழ் நாட்டில் ஒரு நூலகம் இருப்பதை அறிந்தபோது முர்கோஷ் வேலை சுலபமாகிவிட்டதாக நினைத்தான். நேராக அந்த நூலகத்துக்குப் போய்விட்டால் ஜான் வில்பரின் அத்தனைக் கேள்விகளுக்கும் விடை கிடைத்துவிடும் என நினைத்தான். நூலகம் அவன் நம்பி வந்ததுபோல இல்லை. புதிதாக தமிழ் நூல்கள் வாங்கப்படவில்லை. அதற்காக மற்ற மொழி நூல்கள் அங்கே கொட்டிக்கிடந்ததாகவும் சொல்ல முடியவில்லை. அமெரிக்காவில் இருந்து வந்து தேடிப் படிக்கும் அளவுக்கு அங்கே என்ன இருக்கிறது என்ற சலிப்புக்கு ஒரே ஆறுதல் அங்கே இருந்தது. ஆயிரம் பக்க ஆறுதல். முனைவர் கலியபெருமாள் தொகுத்த ஒரு நூல் அங்கே படிக்கக் கிடைத்தது. அதிலிருந்து சில பக்கங்களைக் குறிப்பெடுத்துக்கொண்டான் முர்கோஷ்... ஜான் வில்பர் எப்படியும் விடுதலை ஆகிவிடுவான் என்பது தெரிந்தது. மனநிலை சரியில்லாதவன் செய்த கொலைக்குற்றத்துக்கு அங்கே ஒரு நியாயமான தண்டனைதான். அந்தக் கொலையை அவன் மனநிலை சரியில்லாத நிலையில் செய்தான் என்பதை நிரூபித்தால் போதும். அவனுக்கு வைத்திய செலவும் விடுதலையும் நிச்சயம். வைத்தியம் பெரிய அளவுக்கு முடிந்துவிட்டது. விடுதலைக்கான சில போக்குவரத்துகள் பாக்கி யிருந்தன. அவன் கேட்ட தகவல்கள் அந்தச் சில பக்கங்களிலே இருந்தன.

'தொடக்கத்தில் அசைநிலை மொழியாகவும் பின்னர் ஒட்டுநிலை மொழியாகவும் இறுதியில் உட்பிணைப்புநிலை மொழியாகவும் உலக மொழிக் குடும்பங்கள் வளர்ந்துள்ளன. 50 ஆயிரம் ஆண்டுகளுக்கு மொழி அசைநிலையில் இருந்தது என்பது மோரிஸ் சுவாதேஷ் போன்ற மொழி அறிஞர்கள் கண்டறிந்த உண்மை.

கி.மு. 50,000 முதல் கி.மு. 35,000 கால வரம்பு ஞால முதல் மொழியாக தமிழ் வெறும் அசைநிலை மொழியாக இருந்தது. சீனமொழிக் குடும்பம் இந்தக் கால வரம்பில் தமிழில் இருந்து பிரிந்தது. கி.மு. 35,000 முதல் கி.மு. 20,000 வரை ஒட்டு நிலை மொழியாக மாறிய தமிழிலிருந்து

ஆஸ்திரேலிய, ஆப்ரிக்க, சிந்திய மொழிகள் பிரிந்தன. கி.மு 20,000 முதல் கி.மு. 10,000 ஆண்டுக்காலத்தில் மேற்கு ஐரோப்பிய பகுதிகளுக்கு இடம்பெயர்ந்த மனித இனத்தின் மொழிகளில் சொல்லின் முதலில் வேற்றுமை உருபுகளைச் சேர்க்கும் பாங்கு உருவானது. அந்த ஒளியர் மரபினர் கந்தபுராணத்தில் முருகனை எதிர்த்த செந்தலையர் எனப்படும் சூரர்கள் என்பதை அறிய முடிகிறது. அவர்கள் ஆரியர் எனப் பெயர் பெற்றனர். தொல் தமிழும் சமஸ் கிருதமும் ஒரே மூல மொழியில் இருந்து கிளைத்தவை என்கிறார் அரவிந்த கோஷ். ஆக, கி.மு. 50,000 முதல் 10 ஆயிரம் வரையான காலத் தமிழர்கள் உலகத் தமிழின முந்தையர்.

முதற் தமிழ்ச் சங்கம் நிறுவிய காய்ச்சின வழுதியின் காலமாகிய கி.மு 10,257. தென் மதுரையில் பஃறுளி ஆற்றின் கரையில் 4,440 ஆண்டுகள் நடைபெற்றதாக இறையனார் களவியல் உரையில் தெரிவிக்கிறார்.

இரண்டாம் தமிழ்க் கழகம் நிறுவப்பட்ட ஆண்டு கி.மு.6087. அது 3,700 ஆண்டுகள் நடைபெற்றதாக இறையனார் களவியல் உரையில் சொல்கிறார். காய்ச்சின வழுதிக்கு முன்பிருந்த பாண்டியன், நெடியோன் எனப்பட்டவன். அவன் காலம் தெரியவில்லை. பண்டை யோன் எனவே தமிழ் மரபில் சொல்லப்படுகிறவர்கள். படகுகளைச் செலுத்தும் திறன் பெற்ற மாந்த இனம் அது. பாண்டிய மன்னர் ஆளுகையில் ஏரேழ் 49 நாடுகள் இருந்தன. அதில், கொல்லம், தென்பாலி நிலப்பகுதிகள் அடங்கியிருந்ததாக சிலப்பதிகாரத்துக்கு உரை எழுதிய அடியார்க்கு நல்லார் எழுதியுள்ளார்.

மூன்றாம் தமிழ்ச் சங்கம் 1,850 ஆண்டுகள் நடைபெற்றது. அரச மரபினர் நாட்டை வளர்ப்பது, செல்வம் வளர்ப்பது போல மொழியை வளர்த்தனர்.

முதல் தமிழ் சங்க அரசர்கள் 120 தலைமுறையினர். அதில் ஆறு மன்னர்களின் பெயர்கள் தெரியவந்துள்ளன. 1. காய்ச்சின வழுதி, 2. வடிம்பலம்ப நின்ற நெடியோன், 3. முந்நீர் விழவின் நெடியோன், 4. நிலந்தரு திருவிற் பாண்டியன், 5. பாண்டியன் செங்கோன், 6. பாண்டியன் கடுங்கோன்.

இரண்டாம் தமிழ்ச் சங்க மன்னர்கள் 11 பேர் பெயர்கள் கிடைத்துள்ளன. 1. வெண் தேர்ச் செழியன், 2. மந்தாதன், 3. செம்பியன் (சிபி), 4. மனுச் சோழன், 5. தூங்கெயில் எறிந்த தொடித்தோட் செம்பியன், 6. அதியஞ்சேரல், 7. சோழன் வளிதொழிலாண்ட உரலோன், 8. தென்பாலி நாடன் நாகன், 9. பாண்டியன் வாரணன், 10. ஓடக்கோன், 11. முட்டத்துத் திருமாறன். இரண்டாம் தமிழ்ச் சங்க மரபில்தான் சோழர்கள், சேரர்கள் பற்றி அறிய முடிகிறது. செம்பி என்பதை வடபுலத்தார் சிபி எனத் திரித்தனர். சிபிசக்கரவர்த்தி கதை வட புலத்திலும் துருக்கியிலும் சீனத்திலும் கூட சொல்லப்படுகிறது.

இந்த இரண்டாம் தமிழ்ச் சங்க காலத்தில் ஆண்டுகளைக் குறிக்கத் தொடங்கினர் என்பது தெரிகிறது. சிந்துவெளியில் குடியேறியது

இரண்டாம் தமிழ்ச் சங்க காலத்தில்தான். கடல்கோள் காரணமாக நெடுந்தூரம் பயணித்து நகரத்தை உருவாக்கினர். கி.மு. 3102ஆம் ஆண்டை கலியாண்டு எனக் கூறத் தொடங்கினர். அமெரிக்காவில் குடியேறிய தமிழர் மாயன் ஆண்டு என்றனர். கி.மு. 3113ஆம் ஆண்டு மாயன் ஆண்டின் தொடக்கம்.

சிந்துவெளியில் வில், புலி, கயல் சின்னங்கள் கிடைக்கின்றன. சிந்து சமவெளியை அவர்கள் மீனாடு என வழங்கியதாகத் தெரிகிறது. சம்பரன் என்ற சிந்து சமவெளி மன்னன் பெயரை ருக்கு வேதம் 20 இடங்களில் கூறியுள்ளது. இந்திரன் அவனை வென்றதாகக் கூறப் பட்டுள்ளது. இந்திரன், சூரபதுமன் போன்ற ஆரிய வேடர்கள் முருகனிடம் போரிட்டு புறமுதுகிட்டு ஓடியவர்கள்.

ராமன் முடிசூட்டு விழாவுக்கு பாண்டியன் வந்தான். பாண்டியனின் கபாடபுரத்தில் முத்தும் பவளமும் கொட்டிக் கிடந்ததாக வால்மீகி ராமாயணத்தில் குறிப்பு உண்டு. பாரதப் போரில் பெருஞ்சோற்றுதியன் சேரலாதன் உணவு படைத்தான். பாண்டியனை துரோணரின் மகன் அசுவத்தாமன் கொன்றான்.

ஃபேன் இருக்கிற இடமாகப் பார்த்து அமர்ந்து இரண்டு மூன்று பேர் தூங்கிக்கொண்டிருந்தார்கள். ஏ.சி கிடையாது. முர்கோஷுக்கு வியர்வைக் குளியலில் அவ்வளவுதான் குறிப்பு எடுக்க முடிந்தது. இந்தக் குறிப்புகள் எல்லாம் அறிவியல் சார்ந்து இல்லை. மிகை கற்பனையாகவும் இருந்தன. இவற்றுக்கெல்லாம் போதிய ஆதாரங்களை விட போதிய கற்பனைகளே இருந்தன.

சில பக்கங்களை அப்படியே செல்போனில் போட்டோ எடுத்தான். இந்த மாதிரிக் குறிப்புகள் வேண்டும் எனக் கேட்டிருந்தான் ஜான் வில்பர். உலக மொழிகளில் 'முரு' என ஆரம்பிக்கிற பெயர்கள் எல்லாம் முருகனின் பெயர்கள்தான் என்றான். முர், மூர், முர்ரே, முராகமி எல்லாமே முருகனின் திரிபுகள் எனக் கதறிக்கொண்டிருந் தான். இருந்தால் இருந்துவிட்டுப் போகட்டும், அதற்கு என்ன செய்வது எனச் சொல்லிப் பார்த்தான் முர்கோஷ்.

இந்த விஷயம் முராகாமிக்குத் தெரியுமா என முர்கோஷ் கிண்ட லாகக் கேட்டபோது, "அவருக்குத் தெரிந்திருக்க நியாயமில்லை" என சீரியஸாகப் பதில் சொன்னான். ஜப்பான் மொழியில் உள்ள தமிழ் வார்த்தைகளை வேகமாகச் சொல்ல ஆரம்பித்தான். இது எல்லாமே அவனுக்குக் கனவில் கற்பிக்கப்பட்ட பாடம் என்றான். கனவில் ஒரு ஜப்பான் மொழியின் வரலாற்றையே கற்றுக்கொள்ள முடியுமா என்பதை உள்வாங்கிக்கொள்ளவேமுடியவில்லைமுர்கோஷினால்.

"தை மாத அறுவடையை ஒட்டி நாம் பொங்கல் கொண்டாடுகிறோம். ஜப்பானியர்களும் அறுவடைத் திருநாள் கொண்டாடு கிறார்கள். நாம் பொங்கலோ பொங்கல் என்போம். அவர்கள் 'ஹொங்கரோ ஹொங்கர்' என்கிறார்கள்." வேறு யாரோ இதே குறிப்பைச் சொன்னதை தேவ்

நினைத்துப் பார்த்தான். முர்கோஷ் தேவநேய பாவாணர் நூலகத்தில் வந்து ஜான் வில்பர் பற்றி நினைப்பதை உண்மையில் தேவ்தான் நினைத்துப் பார்த்துக்கொண்டிருந்தான் என்பதை அவனாலேயே நம்ப முடியவில்லை. ஐம்பதாயிரம், பத்தாயிரம், ஐயாயிரம், பத்துப் பதினைந்து ஆண்டு சம்பவங்கள் மாறி மாறித் தாவிக்குதித்தபடி இருந்தன. அது தேவுடைய மூளைக்குள் தான் என்பதை அவனே அடிக்கடி சொல்லிக்கொள்ள வேண்டி யிருந்தது. தேவ் ஓரளவுக்குத் தன் பிரச்சினையைப் புரிந்துகொண்டான். பழகிக்கொண்டான். தமிழுக்கு சுமார் பத்தாயிரம் ஆண்டு வரலாறு இருக்கிறது. அத்தனை ஆயிரம் ஆண்டு சம்பவங்களும் ஒரே மூளையில்.

தேவ் சம்பவங்களை ஓடவிட்டு அமர்ந்திருந்தான்.

ஆரிய, திராவிட விரோதங்களை இரண்டு தரப்பினருமே காலமெல்லாம் கூறிவந்திருக்கிறார்கள். ஒரு தரப்பினர் சொல்வதற்கு இன்னொரு தரப்பினர் மறுப்பு சொல்வதும் காலமெல்லாம் இருக்கிறது. அதற்குப் புராணங்களில், வரலாறுகளில் ஆதாரம் காட்டுகிறார்கள். ராமனைக் கதாநாயகனாக வைத்து ஒரு காப்பியம் இருக்கிறது என்பதால் ராவணனை நாயகனாக வைத்துக் காப்பியம் படைக்கும் அளவுக்குப் போனார்கள். ராமாயணத்தை வட இந்தியர்களுக்கும் தென் இந்தியர்களுக்குமான போர் என இந்தியாவின் முதல் பிரதமர் தன் மகளுக்குச் சொன்னார். யார் கேட்டார்கள்? அவருடைய மகளும் கேட்கவில்லை... பேரனும் கேட்கவில்லை.

இந்தியாவுக்கு வந்து வில்பர் கேட்ட இந்தத் தகவல்களைத் திரட்டிக்கொண்டு சென்று அவனிடம் ஒப்படைக்க சம்மதித்தான். வில்பரின் கொலைக்குற்றம் மனநிலை பிறழ்ந்தவன் செய்த செயலாகக் கருதப்பட்டு மருத்துவமனை கண்காணிப்பில் வைக்கப்பட்டிருந்தான். சரவணன் டாகுமென்டரி எடுக்க இருந்தது அந்த மருத்துவமனையில் வைத்துதான். ஆனால், சரவணனின் அகால மரணம் அதற்கு வாய்ப்பு தரவில்லை.

வள்ளி எதிரில் வந்து நின்றாள். எப்போதோ அவனுடைய இ டைரியில் குறித்துவைத்த அவன் எழுதிய பெண்மொழியை திருத்திக் கொண்டான். 'ஒரே பெண்ணும் சுகம்தான்'.

ஆல்டேபில் பெண் தேடியபோது 'நான் தயார்' என அறிவிப்பு செய்தவள் வள்ளி. மணந்தால் வள்ளி என்ற பெயருடையவளைத்தான் மணப்பது என முடிவு செய்துவைத்திருந்த தேவ், அதற்காக ஒரு வினாடி ஆச்சர்யப்படவும் செய்தான். முயற்சியில்லாத மனநிலையில் அவளை அத்துடன் மறந்துவிட்டான் தேவ். சிங்கப்பூர் விமான நிலையத்தில் வள்ளி என்ற பெயரில் ஒருத்தியைச் சந்தித்தபோது மீண்டும் மனக்கிளர்வுக்கு ஆளானான். அவள்தான் இவள் என்றபோது அவன் அடைந்த ஆச்சர்யத்துக்கு அளவே இல்லை. டாக்டர்

மாறனிடம் அபிப்ராயம் கேட்டான், "நான் திருமணம் செய்துகொள்ள லாயக்கானவன்தானா?" என.

"மூளையின் கிளர்வு நிலையை ஓரளவுக்கு நிதானப்படுத்துவதற்குத் திருமணம் நல்ல உபாயம்தான்..."

"உபாயம்.... ஹ ஹா ஹா."

"ஆமாம்பா." என்றவர், "திடீரென நினைவு வந்தவராக, "பெண்ணின் பெயர் என்ன?" என்றார்.

"வள்ளி."

அவனுக்கு அவசரமான பணிகள் இருப்பதாக அவளிடம் சொன்னான். "எங்கே போக இருக்கிறீர்கள்?" என வள்ளி தயக்கத்தோடு கேட்டபோது, "நான் உடனே தூங்க வேண்டும்" என்றான். அவன் அடிக்கடி கனவுலகில் மிதப்பதை அவனுடைய பெற்றோரும் டாக்டரும் சொல்லியிருந்தனர். தூங்குவதற்கு அதீதப் பிரியம் காட்டும் அவனை நினைத்து அவள் வருந்தினாள். 'வேண்டாம்' என்றாள். 'தூங்குவதற்கு வழி செய்யவில்லை எனில் நான் விழித்துக்கொண்டே கனவுக்குச் செல்ல ஆரம்பித்துவிடுவேன்' என்பதைச் சொல்லும்போது அவன் கண்களில் நீர் அரும்பியிருந்தது.

23வது குறிப்பு

கி.பி.2038, மலேசியா.

மற்றவர்களுக்கு இல்லாத ஒரு எக்ஸ்ட்ரா நரம்பு தேவுக்கு இருப்பதாக ஆர்னால்ட் ஒரு நோட் எழுதியிருந்தார். மாறன் அதைப் பெருமையாகவும் வேதனையாகவும் இரண்டுக்கும் மைய மாகவும் சொல்லிப் பார்த்துக்கொண்டார். அவர் முடிவெடுக்க வேண்டிய முக்கியமான கட்டத்துக்கு வந்திருந்தார். ரொனால்டு, ஜவஹர் இருவரின் படிப்பினைகளில் இருந்து ஒரு எல்லை மட்டுமே தெரிந்தது. நூலினுடைய ஒரு முனை அது. இன்னொரு முனை எங்கே மறைந்திருக்கிறது எனத் தெரியவில்லை. 'இன்னொரு முனை இல்லாத ஒரு நூல் இருக்க முடியாது' இதைச் சொல்லிப் பார்க்கும்போதே வேடிக்கையாக இருந்தது.

இரவு விடியாமல் நீண்டுகொண்டிருந்தது. அமைதியான பால் போன்ற இரவு. டாக்டருக்கு கவிதை மனது துளிர்விட்டது. 'அறையின் வெண்மையால் இரவுக்கு வெளிச்சம் கூடியிருந்தது. இரவு விரட்டப் பட்டிருந்தது. இருட்டு துடைக்கப்பட்டிருந்தது.' இப்படியெல்லாம் யோசித்துப் பார்த்தார். எந்த வேலையை இன்று முடிக்க வேண்டும் என நினைத்திருந்தாரோ அதைக் கெடுத்துக்கொண்டிருந்தது கவிதை மனசு... இதெல்லாம் கவிதையா என்றது இன்னொரு மனசு. மனசு என்ற நம்பிக்கையைப் போக்க முடிந்ததா? இவ்வளவு பெரிய நரம்பியல் நிபுணன் நான். மூளையைப் பிரித்துப் போட்டு மேய்பவன் எனப் பெயரடுத்தவன். கவிதை மனசு... ஹா ஹா!

இருள் - ஒளி!

நூலின் ஒரு முனை இருளில்... இன்னொரு முனை ஒளியில்.

டாக்டர் மாறன் தன் மூளையின் சிந்தனைகளை வெளியில் நின்று பார்ப்பது போல சிரித்தார். இருளில் இருக்கும் நூலின் முனையைத் தேட வேண்டும். வெளிச்சத்தில் இருக்கும் முனையை ஜவஹர் என் கையில் தந்துவிட்டார்.

ஆஹா!

எல்லாவற்றுக்கும் இரண்டு பக்கங்கள்... முன் பின்... மேலே கீழே... வெற்றி தோல்வி... அது இது... அங்கே இங்கே... எல்லாவற்றையும் இரண்டாகச் சொல்லலாம். இரண்டாக இருக்கின்றன. தமிழுக்கு எதிர்..? அர்த்தமே இல்லாமல் திடீரென்று இப்படி ஒரு கேள்வி டாக்டரைக் குறுக்கிட்டு மறைந்தது. வேடிக்கையாகத்தான் இருந்தது. டாக்டர் திடீரென சோர்ந்து போனார். அவருக்கு மயக்கம் வருவது போல இருந்தது. சோபாவில் புதைந்து மூச்சை இழுத்துவிட்டார். "நோ" மெல்ல முனகினார். "அப்படி இருக்கவே முடியாது!"

கண்ணை இறுக மூடிக்கிடந்தார். அவருடைய பிரச்சினை அவருக்கு நன்றாகப் புரிந்தது. தேவ் எப்படி பாதிக்கப்பட்டிருக்கின்றானோ அதேதான். அதே பிரச்சினை... அதே நோய். ஆ... கண்ணைத் திறக்க நினைத்தார். ஆனால் திறக்க மனசு வரவில்லை. ஐயோ கொடுமை! மனசு எங்கே இருக்கிறது? திறக்க மூளை வரவில்லை. மூளை அவரைக் கட்டுப்படுத்தியது. மெல்ல நினைவில் தோய்ந்தார்.

சரக் என அம்பை எய்தினான் அந்த வீரன். மாட்டுத் தோலால் ஆன உறுதியான ஆடைகள். கவிச்சி வாசம் வீசிய உறுதியான உடம்பு. நீளமான செம்பட்டையான தலைமுடி. அவன் சிவப்பாக உயரமாக இருந்தான். நீண்ட நாசி. தலைமுடியைப் பின்னே இறுக்கிக் கட்டியிருந்தான். 'நிரந்தரக் கூடுகட்டுவது' தவறு எனச் சொன்னான். உலகம் பரந்தது. எங்கும் தங்கலாம். எங்கும் எதுவும் கிடைக்கும். உணவு உள்ள இடத்தை மனிதன் சென்று சேர வேண்டும். தான் இருக்கும் இடத்தில் உணவைப் படைக்கக்கூடாது. இதுதான் அவனுடைய ஒரே கோட்பாடு. அவனுடைய தலைமையில் ஒரு மனிதக் கூட்டம் நடந்தபடியே இருந்தது. பாலைவனம், பனிமலைப்பிரதேசம், கணவாய், காடு, சமவெளி எல்லாம் கடந்து வந்தனர். இரண்டு ஆறுகளுக்கு இடையே இருந்த சமவெளியில் இருந்த ஒரு நகரத்தை நிர்மூலமாக்கியது அவர்களுடைய மூதாதையர்தான். அந்தப் பெருமை அவனுக்கும் இருந்தது. 'நகரங்களை அழிப்பவன்' எனத் தன் பெயரை வைத்து கொண்டான். நகரங்கள் வைப்பதால் மனிதக் கூட்டம் ஒரே இடத்தில் தேங்கிப் போவதை அவன் நன்கு உணர்ந்திருந்தான். நகரங்களை அழிப்பது ஒன்றே தன்னுடைய ஜீவ கடமை என்று முழங்கினான்.

தலைமுறை தலைமுறையாக இந்திரன்கள் அப்படித்தான் வளர்க்கப் பட்டார்கள். இந்திரர்கள் மாறுவது உண்டு... இந்திராணிகள் மாறுவது இல்லை. ஒரு இந்திரன் இறந்தால் இன்னொரு இந்திரன் அந்தப் பொறுப்புக்கு வருவான். நகரங்களை அழிக்கக் கிளம்புவான். நிரந்தர இடம் அமைக்காமல் அடிக்கடி அவர்கள் இடம் பெயர்வார்கள். அவர்களிடம் கால்நடைகள் இருந்தன. குதிரைகள் மேய்ப்பார்கள்... மாடுகள் மேய்ப்பார்கள். மேய்ச்சல் நிலம் கிடைத்தால் அங்கே தங்குவார்கள். மேய்ச்சல் நிலம் வறண்டால் ஆண்டவன் அடுத்த ஜாகைக்கு வழி காட்டுவதாகச் சொல்லி, குதிரை அடித்து விருந்து உண்டு சோம பானம், சுரா பானம் அருந்திவிட்டுக் கிளம்புவார்கள். ஆண்கள், பெண்கள், குழந்தைகள் எல்லாருக்கும் அது ஒரு வாழ்க்கைப் பழக்கம். சூரியன், சந்திரன், நட்சத்திரம் பார்த்து பொழுதையும் நாளையும் காலத்தையும் கணிப்பார்கள். அவர்களுக்கு ஒரு பேச்சு மொழி இருந்தது. ஆனால் அதை எழுதுவதைப் பாவம் என்றார்கள். எழுதுவதையும் நகரத்தையும் வெறுத்த அவர்கள்... ஒரு நாள் மீனாடு வந்தார்கள். பலநூறு மைல் தூரம் நகரம் அமைத்து கப்பல் செலுத்தி வர்த்தகம் செய்துவந்த கூட்டம் அவர்களைத் திடுக்கிட வைத்தது. நகரத்துக்கு வெகு தொலைவில் அவர்கள் காட்டுக்குள் குடில் அமைத்தார்கள்.

இந்திரன் கோபமாகச் சொன்னான். "அழிக்கப்பட வேண்டும்."

"மாபெரும் நகரமாக இருக்கிறதே?" என்றாள் இந்திராணி.

"இது கடவுளுக்கு விரோதம். கவனித்தாயா?... அவர்கள் தாங்கள் இருக்கும் இடத்தில் உணவைப் பயிர்செய்கிறார்கள். அநியாயம்... நிலத்தைத் துன்புறுத்திப் பயிர் செய்கிறார்கள். மண்ணைக் குழப்பி வீடு கட்டுகிறார்கள்... பயிர் செய்த இடத்தில் நூல் எடுத்து உடை செய்கிறார்கள். மரத்தை அறுத்து கப்பல் கட்டுகிறார்கள்... ஓ... ஓ! அடுக்காது. உலகம் அழிவதற்கு வழி செய்கிறார்கள். மன்னிக்கக் கூடாது."

குதிரை இறைச்சியை வாட்டிக்கொண்டிருந்த வாமன் கேட்டான். "அதைத்தான் அவர்கள் நாகரிகம் என்கிறார்களா?"

"இயற்கை விரோதம்தான் நாகரிகமா?" நீண்ட தலைமுடியைக் கோதிவிட்டபடி இந்திரன் கேட்டான்.

"அவர்கள் பெரும் மக்கள் கூட்டம்... நாமோ சில பேர்... அதுதான் யோசனையாக இருக்கிறது."

"வாமன்... இது இறைவனின் யுத்தம். நீ கவலைப்படாதே."

சிந்து சமவெளி, புத்தன் தெய்வமானான், களப்பிரர்கள், விஜயநகரப் பேரரசு, தென்னிந்திய நலவுரிமைச் சங்கம், நீதிக்கட்சி, திராவிடர் கழகம்,

தி.மு.க., இந்தி எதிர்ப்புப் போராட்டம், ராஜீவ் படுகொலை, மு.கருணாநிதி, சோ, சுப்ரமணியன் சுவாமி, ஜல்லிக்கட்டு, நீட், ஜெயலலிதா, பணமதிப்பு, ஒரே எழுத்து வடிவக் கொள்கை, ஒரே உலக மொழி!

டாக்டர் மாறன் திடுக்கிட்டு விழித்தார். தேவுக்கு வந்த அதே வியாதி. ஆனால், இது நூலின் இன்னொரு முனையா? டாக்டர் சோர்வுடன் ஜன்னல் பக்கம் பார்த்தார். ஏதோ நினைத்தபடி சில்லெனத் தண்ணீர் குடித்தார். நூலின் இன்னொரு முனை அவருக்குத் தட்டுப்பட ஆரம்பித்தது.

24 வது குறிப்பு

கி.பி.2017, குஜராத்.

தன் வீட்டில் இருந்தது ஒரு பழங்கால கப்பலின் கல் நங்கூரத்தின் ஒரு பகுதி என்பது சொப்னாவுக்கு இப்போதுதான் புரிந்தது. தந்தை அந்த நங்கூரத்தின் பாகங்களை ஜெர்மனியைச் சேர்ந்த தொல்லியல் ஆய்வு நிபுணர் ஒருவருக்கு நல்ல விலைக்கு விற்றுவிட்டதாகக் கூறியபோது சொப்னாவுக்கு ஏமாற்றமாக இருந்தது.

படிக்கல் போல அது எப்போதும் நம் வீட்டில் கிடக்கும் என அவள் நினைத்திருந்தாள். அதை யாரும் அத்தனை சுலபத்தில் நகர்த்திவிட முடியாது என்பது உள்ளபடியே எல்லோரும் நினைக்கக் கூடியதுதான். அதைத்தான் சொப்னாவும் தன் மூன்று வயதில் அந்தக் கல்லில் அடிபட்டு விழுந்து ரத்தம் சிந்திய நாளில் இருந்து நினைத்திருந்தாள். வீட்டை ஒட்டியிருந்த மாட்டுக்கொட்டகையில் தீவன மூட்டைகள், புண்ணாக்கு மூட்டைகள் ஈரம் பாய்ந்துவிடாமல் இருப்பதற்காக அந்தக் கல் பயன்பட்டுவந்தது. அந்தக் கல் இல்லை என்றால் அந்த இடம் எப்போதும் ஈரமாகத்தான் இருக்கும் என்பதால் அந்தக் கல்லுக்கு என்றுமே தேவையிருக்கும் என சொப்னா நினைத்திருந்தாள். அப்பா மீன் வர்த்தகத்தில் கவனம் அதிகமானபோதே அந்த இடத்தில் மாட்டுக்கு இருந்த மரியாதை போய்விட்டது. புண்ணாக்கு அடுக்குகிற இடமெல்லாம் மீன் வலையும் சில மோட்டார் உதிரி பாகங்களும் வந்து சேர ஆரம்பித்தன. பத்து ரூபாய்க்கும் இருபது ரூபாய்க்கும் ஒரு பால் பாக்கெட் வாங்கிக்கொள்வதற்கு பதில் ஒரு மாட்டுக் கொட்டகையையே

தமிழ்மகன் | 133

வைத்திருப்பது வீட்டுக்கு அநாவசியமாகிப்போனது. சுதாரிக்காமல் இருந்துவிட்டோமே என சொப்னா நினைத்தாள். சரவணனுக்காகத்தான் அப்படித் தவித்தாள். சரவணனிடம் என்னவென்று சொல்வது என அவளுக்குத் தெரியவில்லை. அந்த நங்கூரத்தில் சில எழுத்துகள் இருந்ததைத்தான் பார்த்ததாகவும் அவள் சொல்லியிருந்தாள். இனிமேல் அதை யாரும் நம்பப் போவதில்லை. நம்பினாலும் அதை ஆராய்ச்சி செய்ய வாய்ப்பு இல்லை. ஜெர்மனிக்காரன் அதை யாருக்குக் கைமாற்றிவிட்டானோ?

தந்தைமீது கோபம் கோபமாக வந்தது. என்னைக் கேட்காமல் ஏன் விற்றீர்கள் எனக் கேட்டபோது அவளுக்கே வேடிக்கையாக இருந்தது. அது அவள் சம்பாதித்த கல் இல்லை. அப்பா சம்பாதித்ததும் கூட இல்லை. கடலில் மீன் பிடிக்கப் போனவர்கள் கொண்டு வந்து கொடுத்தது. அப்பாவுக்குப் பெரிய படகு ஒன்று இருந்தது. மீன் பிசினஸ். கரைக்கு வந்ததும் அப்படியே அள்ளிக்கொண்டு போவார்கள். வைப்பதுதான் விலை. சொப்னா காரணமில்லாமல் கோபப்படுவதை நிறுத்திவிட்டு, தன் கோபத்துக்கு ஏதாவது காரணம் சொல்ல முடியுமா என யோசித்தாள். செல்லமாக முறைத்துவிட்டு அவர் போய்விட்டார். சொப்னா உடனே சரவணனுக்குப் போன் போட்டாள். சரவணன் உடனடியாகத் துண்டித்தான். ஏதோ வேலையாக இருக்கிறான்... இல்லாவிட்டால் அவ்வளவு அவசரமாக போனைத் துண்டிப்பவன் அல்ல.

அதன் பிறகு ஒரு நாள் சென்னை வந்த ஒரு நாளில் சேனலில் கேட்டபோது சரவணன் இல்லை என்றார்கள். எங்கே போயிருக்கிறான் என்றபோது, 'உலகத்தைவிட்டே' என்றனர். அதைத் தாங்கிக்கொள்கிற பக்குவமோ, பலமோ அவளிடம் இல்லை.

ஓவென அழுதாள். தேவைப்பட்டால், தன் வசதியை நிலைநிறுத்திக்கொள்ள அனுசரித்துப் போகிறவள்தான். அதனால் அவளுடைய அழுகை பலருக்கும் ஆச்சர்யமாக இருந்தது. நின்று நிதானமாகப் பார்த்துவிட்டுப் போனார்கள். நடிக்கிறாளா என்பதைக் கண்டுபிடிக்கிற பாங்கும் அதில் இருந்தது. இல்லாத சரவணனுக்காக அழுது அவள் அடையப் போகிற ஆதாயம் எதுவுமில்லை. சொப்னா வின் முகம் அழும்போது மிகவும் பரிதாபகரமாக இருந்தது. கேவிக் கேவி அழுதாள். உதடுகள் ஒரு பக்கமாக இழுத்துக்கொண்டு... அந்த நேரத்தில் அவளுடைய முகம் எப்படி இருந்தது என்பதைப் பதிவு செய்துகொள்ளும் நோக்கோடு நெருங்கிப் பார்த்தவர்களும் இருந்தார் கள். ரிசப்ஷனிஸ்ட் அவளை உள்ளே அழைத்துப்போய் முகத்தைக் கழுவிக்கொள்ளச் சொல்லி அழைத்துவந்தாள். முகம் கழுவியிருந் தாலும் கண்கள் சிவந்து , வீங்கியிருப்பதைத் தவிர்க்க முடியவில்லை.

அந்தக் கல்லில் என்ன எழுதியிருந்தது எனச் சொல்ல முடியுமா என சரவணன் கேட்டபடி இருந்தான். அந்தக் கல்லை ஒரு போட்டோ எடுத்து அனுப்ப முடியுமா எனவும் கேட்டான். நேரில் போய் பார்த்து ஒரு நியூஸ் செய்யலாம் என்றான். எதுவுமே நடக்கவில்லை. நடக்கப்

போவதுமில்லை.

அன்று இரவு அவளுடைய அப்பாவுக்கு போன் செய்து அந்தக் கல்லை யாருக்கு விற்றாரோ அவருடைய போன் நம்பர் கிடைக்குமா என நிதானமாகக் கேட்டாள்.

“எதற்கு?”

“எனக்கு அந்தக் கல்லில் என்ன எழுதியிருந்தது எனத் தெரிய வேண்டும்.”

“அந்த ஜெர்மன்காரனைப் பிடிப்பது சுலபமில்லை. அதில் என்ன எழுதியிருந்தது எனக் கேட்டுச் சொல்கிறேன். என்னிடம் அந்தக் கல்லின் போட்டோ இருக்கிறது. அதில் எழுதியிருப்பது என்ன எனக் கேட்கிறேன்.”

“எங்கே கேட்பீர்கள்?”

“ஆர்க்கியாலஜி துறையில்.”

“அப்படியே அது எந்த ஆண்டு கல் என்பதையும்.”

“கல்தான் நம்மிடம் இல்லையே.”

அப்பாவின் மேற்படி விவரங்கள் கேட்க மனமில்லை. சற்று நேரம் அந்தப் போனை முகத்துக்கு நேரே உயரப் பிடித்தபடி இருந்தாள், அப்பாவே முதலில் கட் செய்யட்டும் என. அவர் சில வினாடிகள் ஹலோ ஹலோ என கூப்பிட்டுப் பார்த்து, ஏதோ சிக்னல் பிரச்சினையோ என வைக்கும் வரை காத்திருந்தாள்.

அந்தக் கல்லை ஜெர்மனிக்காரனுக்கு வாங்கிக்கொடுத்தவன் சர்மா என்ற மும்பைவாசி என தேவுக்குத் தெரியவந்தபோது 20 ஆண்டுகள் ஓடி மறைந்துவிட்டன. இப்போது சர்மாவும் இல்லை; அந்த ஜெர்மன் காரனும் இல்லை. தேவ் ஒரு காரியம் செய்தான். சரவணன் என்பவன் ஒரு மலேசியத் தமிழறிஞருக்கு ஒரு ஆவணப்படத்தைத் தயாரித்துக் கொடுத்திருப்பது உண்மை எனத் தெரிகிறது. அந்த மலேசிய அறிஞரைக் கண்டுபிடிப்பதோ, அவருடைய வாரிசுகளைக் கண்டுபிடிப்பதோ எளிதாக இருக்குமென நம்பினான். ஆல்டேபில் அந்த ஆவணப்படம் இத்தனை ஆண்டுகளாக உயிருடன் இருந்தது. அதில் இருந்த முகவரியில் இப்போது குடியிருப்புகள் எதுவும் இல்லை. வானுயர்ந்த ஒரு கட்டடம் ஒன்று இருந்தது. வர்த்தகக் கட்டடம். தமிழறிஞர் பெயர் சொன்னால் அங்கு யாருக்கும் தெரிய வாய்ப்பே இல்லை. அவருடைய வாரிசுகள் அங்கே யாரும் இருப்பதாகத் தெரியவில்லை. தமிழ்ச் சங்கங்கள் மூலம் விசாரித்ததில் அந்தத் தமிழறிஞரின் பெயர் ஞான சுந்தரம் எனவும் அவருடைய ஒரே மகளை நியூஜெர்ஸியில் ஒரு ஆங்கிலேயன் மணந்ததாகவும் வேறு எதுவும் தெரியாது எனவும் சொன்னார்கள். அந்த ஆவணப்படத்தில் இந்தி எதிர்ப்புப் போராட்டம்பற்றிப்

பேசிய நபர் யார் என விசாரித்து அவர்களுடைய வாரிசுகளைப் பிடித்தால் சரவணனின் பின்புலம் அறியலாம் என நினைத்தான். மலேசிய தமிழ்ச் சங்கத்தில் இருந்து தொடர்புகொண்டார்கள். இந்தி எதிர்ப்புப் போராட்டம் பற்றிப் பேசிய ராமநாதன் இப்போது இல்லை. அவருடைய மகள் தாமரை என்பவரின் ஆல்டேப் எண் இருக்கிறது என்றார்கள். தேவ் அதை குறித்துக்கொண்டான்.

தாமரையிடம் சரவணன் பெயரைச் சொன்னபோது, "எந்த சரவணன்... நீங்க யாரு?" என எச்சரிக்கைத் தன்மையுடன் பேசினாள்.

"இந்தி எதிர்ப்புப் போராட்ட டாகுமென்டரி எடுத்தவர்" என தேவ் சொன்னான்.

இருபது ஆண்டுகளுக்கு முன் காலத்தை நகர்த்திச் சென்று பார்க்க வேண்டியிருந்தது. 55 ஆண்டுகால தனிமை வாழ்வில் அவளுக்கு எல்லாமே கடந்துபோனவையாக மாறியிருந்தன. "அது இந்தித் திணிப்பு எதிர்ப்புப் போராட்டம்... அப்படித்தான் சொல்லணும்" எனத் திருத்தினாள். அவளுக்கே இந்தத் திருத்தமெல்லாம் இப்போது தேவையா என இருந்தது.

"சரி... சரவணன் பற்றித் தெரியுமா?"

"அவர்தான் இறந்துட்டாரே?"

"எப்படி?"

"அது தெரியாது."

"அவரோட செல்போன் நம்பர் தெரியுமா?"

"என்ன சார்... விளையாடுறீங்களா? அவர் செத்து இருபத்து மூணு வர்ஷம் ஆச்சு. செல்போனும் இப்ப செத்துப்போச்சு... எந்தக் காலத்தில இருக்கீங்க?"

"அது தெரியும். அவரோட நம்பர்... முகவரி... ஏதாவது தெரியுமா?"

"முகவரி சரி... நம்பர் கேட்டீங்க பாருங்க..."

"என்ன தகவலா இருந்தாலும் சொல்லுங்க... எனக்கு அது பயன்படும்."

"ஒரு விஷயம் ஞாபகம் இருக்கு. கடைசியா அவர் கீழடிக்குப் போயிருந்தப்ப ஒரு எஸ்.எம்.எஸ். அனுப்பினார். ஒரு குட் நியூஸோட வர்றேன்னு இருந்துச்சு. அது என்ன குட் நியூஸ்னு சொல்லவே இல்லை... அவர் எப்பவாவது வந்துடுவார்னு பார்த்தேன். வரவேயில்லை... யாருக்கு என்ன ஆச்சுன்னே தெரியலை... செத்துப்போயிட்டார்னு சொன்னாங்க. யாரோ கொன்னுட்டாங்கன்னு சொன்னாங்க..." தாமரை குரல் உடைந்து கம்முவது கேட்டது. உடனே தன்னைச் சுதாரித்துக் கொண்டு, "வேற ஏதாவது தெரிஞ்சா சொல்றேன்" என ஆல்டேப்பை துண்டித்துவிட்டாள். உங்களுக்கும் உங்களது சகோதரிகளுக்கும் திருமணம் ஆகிவிட்டதா என கேட்க நினைத்தான். கேட்கத் தோன்றவில்லை. சரவணன் அவனுடைய தங்கை ரேணுகா வுக்கும்

திருமணம் செய்துவைக்கவில்லை என்றே தெரிந்தது.

தாமரை தன் பெயருக்குப் பொருத்தமாக பி.ஜே.பி. கட்சியில் இணைந்ததாக தேவ் அறிந்தான். அது தன் தந்தையின் மீதான கோபத்தின் வெளிப்பாடு என்றும் அவன் உணர்ந்தான். நவேதயா பள்ளி நாட்டுக்கு முக்கியம் என்பதும் இந்தி படிப்பதால் வேலை வாய்ப்பு அதிகம் ஏற்படும் என்றும் அவள் தொடர்ந்து பேசினாள் எனவும் ஏ.டியில் அவளைப் பற்றி அறிய முடிந்தது.

25 வது குறிப்பு

கி.பி.2038, மலேசியா.

"தேவ்வை ஆராய்வதற்குமுன், இந்திய சரித்திரத்தை ஆராய வேண்டியிருக்கிறதே?" மாறன் தனக்குள் சொல்லிக்கொண்டார்.

ஆரியர் வருகை பற்றி டாக்டர் மாறன் ஒரு நூலைக் கண்டெடுத்தார். தான் கண்ட கனவின் உண்மையை உணர அந்த நூல் பயன்படும் என நினைத்தார். அந்த நூலைப் படிக்கப் படிக்க அந்த நூலை என்றோ ஒருநாள் தான் படித்திருப்பதாக நினைக்க ஆரம்பித்தார். எந்தவரியைப்படிக்க ஆரம்பிக்கிறாரோ அந்த வரி அதற்கு முன்னரே படித்துவிட்டதுபோல இருந்தது.

நான்கு வேதங்களின் அடிப்படையில் உருவாக்கப்பட்ட ஒன்றுதான் சிந்துசமவெளி நாகரிகம் என்றும் அது ஆரியர்களுடையது என்றும் கருதுவோர் பலர் உள்ளனர். ஆனால். சிந்துசமவெளி நாகரிகம் பற்றிய சர். ஜான் மார்ஷல் செய்த ஆராய்ச்சிக் கருத்துகள் இதற்கு முரணாக உள்ளது. சிந்துவெளி நாகரிகம் பற்றி அவர் கூறுவன:

இந்த பாரா டாக்டர் மாறன் ஏற்கனவே படித்ததுதான். ஆனால், புத்தகத்தை மூடிவிட்டு அடுத்த வரி என்ன என நினைத்தபோது அவருக்கு சுத்தமாக நினைவில்லை. புத்தகத்தைப் புரட்டிப் பார்த்தார்.

1. ஆரியர் நகர வாழ்க்கை குறித்து அறியாதவர்கள். இதற்கு மாறாக மொஹன்சதாரோ, ஹரப்பாவில் உள்ள மக்கள் நகர வாழ்க்கையில் இருந்தனர். நன்கு வசதி பெற்ற செங்கல் வீடுகள் கட்டினர். கிணறு, குளியலறை, கழிவுநீர் வடிகால்

உள்ள வீடுகளால் அவர்கள் நகரம் நிறைந்திருந்தது.

இதுவும் ஏற்கனவே படித்ததுதான்.

3. வேதங்கள் மூலம் வில், அம்பு, கோடாரி, ஈட்டி போன்ற ஆயுதங் களும் தலைக் கவசங்களும் பயன்பாட்டில் இருந்தமை அறியப்படுகிறது. சிந்துசமவெளியில் ஆயுதங்கள் இருந்தன. ஆனால் தற்காப்புக் கருவிகள் காணப்படவில்லை.

4. மீன் பற்றி வேதங்களில் அதிக அளவில் குறிப்பிடப்படவில்லை. சிந்துசமவெளியில் மீன் அதிக அளவில் உள்ளது.

5. வேதங்களில் குதிரைகள் பயன்பாட்டில் இருந்தமை சுட்டப் பட்டுள்ளது; சிந்துசமவெளியில் குதிரை பற்றிய ஆதாரம் கிடைக்க வில்லை.

6. வேதத்தில் பசுவிற்கு மிகுந்த முக்கியத்துவம் கொடுக்கப்பட்டது; பசுவிற்கு, சிந்துசமவெளியில் முக்கியத்துவம் கொடுக்கப்படவில்லை; எருது முக்கிய இடம் பெற்றது.

7. வேதத்தில் புலி பற்றி சொல்லப்படவில்லை; யானை பற்றி மிகச் சிறிதளவே சொல்லப்பட்டுள்ளது. சிந்துசமவெளியில் இவை இரண்டும் அதிக முக்கியத்துவம் பெற்றுள்ளன.

8. சிந்துசமவெளியில் சிவலிங்கங்கள் கண்டெடுக்கப்பட்டுள்ளன. ஆனால் அவை வேதங்களில் இழிவாகச் சொல்லப்படுகின்றன.

9. சிந்துசமவெளியில் ஸ்வஸ்திக் அடையாளம் அதிக எண்ணிக்கையில் காணப்படுகின்றன. ஆனால் வேதங்களில் அதைப் பற்றிய குறிப்புகள் கூட காணப்படவில்லை.

10. சிந்துசமவெளியில் கடவுளைப் பெண்ணுருவில் கண்டு மிகவும் சிறப்பித்துள்ளனர். ஆனால் வேதங்களில் பெண்கள் மிகவும் குறைவான இடத்தையே பெற்றுள்ளனர்.

'சிந்துசமவெளி நாகரிகத்தை ஆராய்ச்சி செய்த மார்ஷல் ஹீராஸ், கமில்சுவலபில் மற்றும் ரஷிய, பின்லாந்து, அமெரிக்க அறிஞர்கள் பலர் இது 'திராவிட நாகரிகம்' எனக் கூறியுள்ளனர்.

கணிப்பொறி ஆய்வு, சிந்துவெளி மொழி அமைப்பு திராவிட மொழி அமைப்பே என்பதை உறுதிபடுத்தியுள்ளது என்கிறார் ஐராவதம் மகாதேவன்.

சிந்துசமவெளி மொழி குறித்து ஆழ்ந்து ஆய்வு செய்த அறிஞர் அஸ்கோ பரபோலா இது திராவிட மொழி என்று விளக்குவது குறிப்பிடற்குரியது.

அண்மைக் காலங்களில் டாக்டர் ஆர்.மதிவாணன், பூரணச்சந்திர ஜீவா ஆகியோர் சிந்துசமவெளி எழுத்துகள் தமிழே என்ற தம் ஆய்வு முடிவைத் தெரிவித்துள்ளனர். செம்பியன் கண்டியூர், அமராவதி

ஆற்றின் கரை, கர்தூப் போன்ற இடங்கயில் சிந்துசமவெளி எழுத்துகள் கிடைத்துள்ளன.

சிந்துசமவெளி நாகரிகம் திராவிடரின் நாகரிகம் என்று கூறும் ஐராவதம் மகாதேவன், சிந்துசமவெளியின் காலம் 'ரேடியோ கார்பன் ஆய்வுப்படி' கி.மு. 7000க்கு முற்பட்டது எனக் கூறியுள்ளார்.

ஹீராஸ் என்பவர் எழுதிய புத்தகத்தில் சிந்துசமவெளி திராவிட நாகரிகத்துக்கும் சுமேரிய, எகிப்திய நாகரிகங்களுக்கும் இடையேயுள்ள தொடர்புகளை விளக்கிச் செல்கிறார். சிந்துசமவெளிக்கும் சங்க இலக்கியத் தமிழருக்கும் உள்ள உறவை அவர் எடுத்துக்காட்டியிருப்பது குறிப்பிடத்தகுந்தது. 1953க்குப் பின் சிந்துசமவெளி ஆராய்ச்சியில் ஈடுபட்டுள்ள அறிஞர்கள் பலரும் சிந்துவெளிக்கும் பழந் தமிழருக்கும் உள்ள நெருக்கமான தொடர்புகளைப் பல கோணங்களிலும் எடுத்துக்காட்டி வருகின்றனர்.

தமிழர்கள் உலகில் எங்கு சென்றாலும் தம்முடைய தொன்மையான வாழ்விடமான பழந்தமிழக ஊர்ப் பெயர்களையும் தமிழ்ச் சொற்களையும் வழிபாட்டையும், ஆன்மீகக் கருத்துகளையும் எடுத்துச் சென்று கொண்டேதான் இருக்கின்றனர் என்பதை அவர்கள் பரவியுள்ள நாடுகளிலும் இடங்களிலும் உள்ள பெயர்களும் சொற்களும் வெளிப் படுத்துவதை, 'சொல்லாய்வு', 'பெயராய்வுகள் வெளிப்படுத்துகின்றன.

சிந்துசமவெளி மக்கள் வடக்கிலிருந்து தெற்கு நோக்கி வந்துள்ளனர் எனும் கருத்து அறிஞர்கள் பலராலும் கூறப்பட்டு வருகின்றபோதிலும் பூம்புகார் குறித்த ஆய்வு தமிழர்கள் வடக்கிலிருந்து தெற்கு நோக்கி வரவில்லை, தெற்கிலிருந்து வடக்கு நோக்கிச் சென்றுள்ளனர் என்பதை எடுத்துக்காட்டுவதாய் அமைந்துள்ளது.

கல்வெட்டு ஆய்வாளர் ஐராவதம் மகாதேவன் அவர்களுடைய ஆய்வு முடிவுகள்.

சிந்துசமவெளியின் முத்திரைகளைத் தொடர்ந்து ஆராய்ந்து அடையாளம் கண்டதில் அவை ஒன்றுக்கொன்று தொடர்புடைய, திராவிட மொழியின் துவக்க காலச் சொற்குறியீடுகள் என்ற முடிவுக்கு தாம் வந்திருப்பதாக அறிவித்தார்.

சிந்துசமவெளி நாகரிகத்தில் 'ஸ்வஸ்திக்' சின்னம். தமிழ் அறிஞர்கள், இது தமிழ்மொழி. இது ஆதி தமிழ் மொழியின் ஓம் என்றனர்.

இதுவே உலகின் முதல் சின்னம் அல்லது குறியீடு எனுமளவுக்கு மிகப் பழமையானது. 12,000 ஆண்டு கால வரலாறு உடையது.

இதுதொடர்பான தமது சுமார் 50 ஆண்டுகால ஆய்வின் முடிவு களைத் தொகுத்து அவர் ஒரு ஆய்வுக்கட்டுரையை வெளியிட்டுள்ளார். ரிக் வேத வழியிலான சிந்து சமவெளியின் திராவிடத் தொடர்புக்கான ஆதாரம் என்கிற தலைப்பிலான அவரது ஆய்வுக்கட்டுரையில்

சிந்துசமவெளிக் குறியீடுகள் தொல் திராவிட எழுத்துரு வடிவங்கள் என்பது உறுதியாகத் தெரியவந்திருப்பதாக அறிவித்திருக்கிறார்.

சிந்துசமவெளி முத்திரைகள் சொல்லும் செய்திகள், தகவல்கள், பெயர்கள், பொருள் எல்லாமே முந்தைய திராவிட மொழியின் வேர்கள் என்பதை விவரிப்பதாக ஐராவதம் மகாதேவன் தெரிவித்தார்.

இதற்குச் சான்றாக, சங்க இலக்கியப் பாடல்களில் பல்வேறு சொற்கள் உள்ளதாக தெரிவித்த அவர், பாண்டிய குடிபெயர்களாகிய மாறன், செழியன், வழுதி, பாண்டியன் என்ற சொற்களின் மூல வடிவங்கள் சிந்துசமவெளி இலச்சினைகளில் ஒருங்கிணைந்த சொற்றொடர்தொடராக இடம்பெற்றுள்ளதாகச் சுட்டிக்காட்டினார்.

வடஇந்தியாவில் ஆரியர்களும், திராவிடர்களும் கலந்து இந்திய சமுதாயம் தோன்றிய பின்னரே ரிக் வேதம் இயற்றப்பட்டதாகத் தெரிவிக்கும் ஐராவதம் மகாதேவன், இதற்கான பல சான்றுகளை ரிக் வேதத்தில் தாம் கண்டதாகவும் கூறினார். சிந்துசமவெளி நாகரிகத்தின் பெயர்களும், பட்டங்களும் ரிக் வேதத்தில் மொழி பெயர்ப்புகளாகக் காணப்படுவதாகத் தெரிவித்தார். குறிப்பாக பாண்டியர்களின் மூதாதையர்களின் பெயர்களும் சிந்துசமவெளியின் குறியீடுகள் குறிப்புணர்த்தும் சொற்களும் ஒத்துப்போவதாக ஐராவதம் மகாதேவன் கூறினார்.

பூம்புகார் ஆய்வுகள் குறித்து ‘குமரிக்கண்டம்’ என்னும் தம் நூலில் வெளியிட்டுள்ள ஆசிரியர் ம.சோ.விக்டர் அவர்களின் எழுத்துகளும் உலக நாடுகளில் காணப்படும் தமிழ்ப் பெயர்களையும் தமிழ்ச் சொற்களையும் எடுத்துக்காட்டும் ஆசிரியர் ஆர்.பாலகிருஷ்ணனின் ஆய்வுகளும் தமிழின், தமிழரின் தொன்மையை அறிந்துகொள்ளப் பெருந்துணை புரிகின்றன.

தமிழர்கள் சிந்துசமவெளி வரை பரவி இருந்தனர். சிந்து சமவெளி பகுதியில் இருக்கும் ஊரின் பெயர்கள் எல்லாம் தமிழ்ப் பெயர்கள்தான்.

இவையும் டாக்டர் மாறன் ஏற்கனவே படித்தவைதான்.

ஒரு மனிதகுல ஆராய்ச்சியாளரின் உதவியும் தமக்குத் தேவை என்பதை மாறன் நினைத்தார். நரம்பியல், மரபியல், மனிதவியல், மொழியியல் சிக்கல்கள் நிறைந்த மனிதர்களைத் தமிழ் உருவாக்கி வருவதை மாறன் உணர்ந்திருந்தார். ஃபோரம் அதற்கு நல்ல உதாரணம்.

அகடமீடியா ஃபோரத்தில் ஹெர்மன் என்றொரு இஸ்ரேல்காரன் வந்தான்.

“நீங்கள் டாக்டர் வேலையை விட்டுவிட்டு சரித்திர ஆராய்ச்சியில் இறங்கிவிட்டீர்களா?” என கிண்டலாகக் கேட்டிருந்தான்.

இந்த மாதிரி யாராவது சீண்டும்போதுதான் அவர் அந்த விஷயத்தில் மேலும் ஆர்வமாவார்.

டாக்டருக்கு ஒவ்வொன்றாகப் புரிந்தது. அது மனித இனத்தின் வரலாறு. இரண்டாகப் பிரிந்து போய்விட்ட மனித இனங்களின் வரலாறு. இயற்கை... நாகரிகம். என அந்த இனம் இரண்டாகப் பிரிந்துகிடந்தது.

இயற்கையை நம்பியிருந்தவர்கள்... வறட்சியின் காரணமாக இயற்கையை சூறையாட வேண்டியிருந்தது. நாகரிகமானவர்கள், வறட்சியிலும் இயற்கையை உருவாக்குபவர்களாக இருந்தார்கள்.

நாகரிகம், மொழி, விவசாயம் எனப் போற்றியவர்கள் தெற்கே... தெற்கே... தெற்கே... கடலின் எல்லைக்கே வந்துவிட்டனர். எந்தப் பூர்வீகத்தில் தங்கள் மூதாதையரைக் கடல் கொண்டுவிட்டதால் அஞ்சி, மேலே ஓடினார்களோ... அங்கே இருந்து மீண்டும் தங்கள் தொட்டிலுக்குத் திரும்பினர். போகிற இடமெல்லாம் இந்திரன்களின் தொல்லை.

திரமிடாவில் இருந்து இந்திரன்களால் விரட்டப்பட்டவர்கள் ஆதிச்ச நல்லூரில் நகர் அமைத்தனர்...... அவருக்கு இன்னொருநூல் கிடைத்தது. படிப்பதற்கு முன்பே படிக்கப்பட்ட இன்னொரு புத்தகம் அது.

ஆதிச்சநல்லூர் மிகச் சிறிய ஊர். நெல்லை - திருச்செந்தூர் ரயில் பாதையில் ஆதிச்சநல்லூர் ரயில் நிலையம் உள்ளது. ஆதிச்சநல்லூர் பறம்பு 19ஆம் நூற்றாண்டின் இறுதியிலேயே மிகப் பிரபலம். அதனால் அங்கு ரயில் நிலையம் உருவாக்கப்பட்டிருக்கலாம். ஆதிச்சநல்லூர் என்பது வெள்ளூர் கஸ்பா என்ற வருவாய்க் கிராமத்தின் பிடாகையாகக் கருதப்பட்டு வெள்ளூர் ஆதிச்சநல்லூர் என்றே அடங்கல் பதிவேடுகளில் குறிப்பிடப்பட்டு வருகிறது. வெள்ளூர் என்ற ஊர் கி.பி. 9ஆம் நூற்றாண்டு சுசீந்திரம் கல்வெட்டில் குறிப்பிடப் பட்டுள்ளது. எனவே அவ்வூர் மிகப் பழமையான ஊரென்பது தெரியவருகிறது. எனவே, ஆதிச்சநல்லூர் புதைகுழிகளில் அடக்கமாகி யிருக்கிற மனிதர்கள், வெள்ளூரில் வாழ்ந்தவர்களாக இருக்கலாம்.

1906ஆம் ஆண்டில் ஆதிச்சநல்லூரில் அகழாய்வு மேற்கொண்டு அறிக்கை வெளியிட்ட அலெக்சாண்டர் ரீ, தாமிரபரணி ஆற்றின் வடகரையில் அமைந்துள்ள கொங்கராயக் குறிச்சி என்ற ஊரே, இத்தாழிக்காட்டு முன்னாள் மனிதர்கள் வாழ்ந்த இடமாக இருந்திருக்க வேண்டும் என்று கருத்துத் தெரிவித்துள்ளார். தற்போது ஆதிச்சநல்லூர் பறம்புக்கும் கொங்கராயக் குறிச்சிக்குமிடையே மேற்கு - கிழக்காக ஓடுகிற தாமிரபரணி, 2000 ஆண்டுகளுக்கு முன்னர் இப்போதிருப்பதை விட வடக்கில் 2 கி.மீ. தொலைவில் கொங்கராயக் குறிச்சிக்கு வடக்கே ஓடியிருக்கலாம் என்று அலெக்சாண்டர் ரீ கருதியுள்ளார். அவ்வூரில் 2000 ஆண்டுகளுக்கு முற்பட்ட செங்கற்கட்டுமானம் ஒன்றினைத் தாம் கண்டதாக ரீ குறிப்பிட்டுள்ளார்.

ஆங்கிலேய அரசு, மதராஸ் அரசாணை 867 - நாள்: 13.08. 1876 மூலம் ஆதிச்சநல்லூர் பறம்பு பற்றிய ஒரு குறிப்பினைப் பதிவு செய்தது. அந்த ஆணையில் அரசு செயற்பொறியாளர் ஜே.டி

கிரான் என்பவர், திருநெல்வேலி மாவட்டத்தில் சேரன்மாதேவி, தூத்துக்குடிக்கு மேற்கே புதுக்கோட்டை என்ற ஊரையடுத்து அமைந்துள்ள நல்லமலை, ஆதிச்சநல்லூர் ஆகிய மூன்று இடங்களில் முதுமக்கள் தாழிகள் புதையுண்ட நிலையில் காணப்படுவது பற்றிக் குறிப்பிட்டுள்ளார். இதனையடுத்து ஜெர்மனி நாட்டைச் சேர்ந்த ஜாகோர் என்ற மானிடவியலாளர் ஆதிச்சநல்லூர் பறம்பில் அகழாய்வு செய்து, ஆய்வில் கிடைத்த அரும்பொருள்களை பெர்லின் நகருக்கு எடுத்துச் சென்றார். இதனையடுத்து 1903-1904ஆம் ஆண்டுகளில் பிரெஞ்சுத் தொல்லியலாளர் லூயி லாப்பெக்யூ அகழாய்வு மேற் கொண்டு, கிடைத்த அரும்பொருள்களை பாரிஸ் நகர அருங்காட்சி யகத்துக்குக் கொண்டுசென்றார். இதே காலகட்டத்தில் அலெக் சாண்டர் ரீ அகழாய்வு மேற்கொண்டு, 1906ஆம் ஆண்டில் அகழாய்வு அறிக்கை வெளியிட்டார். இந்த அகழாய்வின்போது கிடைத்த அரும்பொருள்களுள் பெரும்பாலானவை சென்னை அரசு அருங் காட்சியகத்துக்கு பின்னாளில் வழங்கப்பட்டன. பொன்னாலான கழுத்தணி போன்ற ஓரிரு அரும்பொருள்கள் திருநெல்வேலி மாவட்ட ஆட்சியரின் மனைவியால் எடுத்துச் செல்லப்பட்டன. பழங்கலைப் பொருள்கள் பதிவுச் சட்டமோ, அகழாய்வு குறித்த திட்டவட்டமான வரையறைகளோ இல்லாமலிருந்த நிலை.

ஆதிச்சநல்லூர் அகழாய்வில் கண்டறியப்பட்ட அரும்பொருள்கள் பற்றிய ரீ அவர்களின் அறிக்கை, வரலாற்று ஆர்வலர்களிடையே பரபரப்பை ஏற்படுத்திற்று. குறிப்பாக, இங்கிருந்து கிடைத்த மனித மண்டையோடுகள், உடற்கூறு அடிப்படையிலான மானிடவியல் ஆய்வு மேற்கொள்வோருக்குச் சுவையான ஊகங்களைத் தூண்டுகிற பொருள்களாயின. அரும்பொருள்களுள் மட்கலன்களின் வகைப் பாடுகள், பிற பழமையான பண்பாட்டு அகழ்விடங்களில் கண்டறியப் பட்ட மட்கலன்களின் வகைகளுடன் ஒப்பிடப்பட்டுக் குடிப்பெயர்வு கள் பற்றிய ஊகங்களுக்கு வித்திட்டன. சாத்தான்குளம் இராகவன் போன்றோர் ஆதிச்சநல்லூர் பற்றி விரிவான கட்டுரைகள் எழுதி இவ்வூரைப் பிரபலப்படுத்தினர்.

அகழாய்வில் கிடைத்த அரும்பொருள்களை உலோகவியல், மானிடவியல் முதலிய துறை சார்ந்த வல்லுநர்களின் சோதனைக்கு ஆட்படுத்திச் சில முடிவுகளை அறிவித்துள்ளனர். இரும்பின் பயன்பாடு கி.மு. 1500 ஆண்டுகளுக்கு முன்னரே நிகழ்ந்துள்ளதைத் தெரிவித்தனர்.

ஆல்டேப் நூலகத்தை மூடிவிட்டு மனக்கணக்காகப் போட்டுப் பார்த்தார்.

சிந்து சமவெளியில் மக்கள் ஐயாயிரம் ஆண்டுகளுக்கு முன்னர் நகரம் அமைத்து சீரும் சிறப்புமாக வாழ்ந்தனர். மூவாயிரத்து ஐநூறு ஆண்டுகளுக்கு முன் ஆரியர் படையெடுப்பு... அல்லது இயற்கை சீரழிவு.

பேரழிவின்போது பொதுவாக என்ன நடக்கும்?

மக்கள் ஆங்காங்கே சிதறி ஓடினர். வாய்ப்பு இருந்தவர்கள், மரக்கலம், நங்கூரம் மூலம் தங்கள் தாய் நகரம் வந்தனர். அது கி.மு.1500. இரும்பின் பயன்பாடு, முதுமக்கள் தாழி போன்றவை இங்கும் பரவலாகின.

நீண்ட நெடிய வரலாற்றை மனத்தின் வழி நிகழ்த்திப் பார்ப்பது சாதாரணமல்ல, தேவ் மூளைக்குள் அதுதான் நிகழ்ந்து கொண்டிருந்தது என்பதையும் மாறன் நன்றாகவே உணர்ந்தார்.

சிந்துசமவெளி மக்கள் பேசிய மொழி தமிழ் என்பதைப் பல சான்றுகள் மூலம் நிரூபித்துக் காட்டியவர் தொல்பொருள் ஆய்வாளர் பாதர் ஹிராஸ். இவர் 1953இல் ஆணித்தரமாக இந்த வாதத்தை எடுத்து வைத்தார். இவரின் கருத்தை உலக தொல்பொருள் ஆராய்ச்சியாளர்கள் முதலில் மறுத்தனர். 20 ஆண்டுகளுக்குப் பிறகு 1973இல் ரஷ்யா மற்றும் பின்லாந்து தொல்பொருள் ஆராய்ச்சியாளர்கள் பல ஆய்வுகளுக்குப் பிறகு சிந்துசமவெளி மக்கள் பேசியது தமிழே எனக் கூறினர்.

ஆனால், உலகின் மற்ற தொன்மை நாகரிகங்களுக்கு நேராத அவலம் தமிழர் நாகரிகத்துக்கு நேர்ந்து வருகிறது. சீன நாகரிகம் சீனருடையது, கிரேக்க நாகரிகம் கிரேக்கருடையது என்பதில் எந்தக் குழப்பமும் இல்லை. ஆனால் தமிழர் நாகரிகம் தமிழருடையது எனச் சொல்ல முடிவது இல்லை. தமிழினம் மிகவும் பழமையான இனம். உலக மொழிகளை ஆராய்ந்தால் தமிழ்ச் சொற்களும் பெயர் களும் வெவ்வேறு வடிவங்களில் அவற்றில் இருக்கின்றன என்கின்றன ஆராய்ச்சிகள்.

இந்திய எண்ணெய் எரிவாயு நிறுவனத்தின் துரப்பணப் பணிகளின் போது, குஜராத் கடல் பகுதிகளில் கண்டெடுக்கப்பட்ட ஒரு பொருளை, ஒரு தமிழ் பொறியாளர் முயற்சியால் டெல்லிக்கு எடுத்துச் சென்று சகானி ஆய்வுக்கூடத்தில் ஒப்படைத்தார். பெரும் போராட்டத்துக்குப் பிறகு அந்த ஆய்வு நிறுவனம், அந்தப் பொருள், உடைந்துபோன நங்கூரத்தின் ஒரு பகுதியே என்றும் அது கி.மு. 7500 ஆண்டுகளுக்கு முற்பட்டது எனவும் அறிவித்தது. சிந்துசமவெளி நாகரிகத்தைச் சேர்ந்தது என்பது முடிவுசெய்து அந்த நாகரிகத்தின் வயதையும் கி.மு. 7500 என அறிவித்தது. அந்த நங்கூரத்தில் இருந்த வாசகம் என்ன என்பதைப் படிக்க முடியவில்லை என அறிவித்துவிட்டனர். அதன் இன்னொரு பகுதி கிடைத்தால் ஒருவேளை அந்த வாசகத்தைப் புரிந்துகொள்ள இயலும் எனத் தெரிவித்தனர். சொப்னாவின் மாட்டுத் தொழுவத்தில் இருந்த நங்கூரம் 2000 ஆண்டுகள் முற்பட்டது. இரண்டும் வேறு வேறு.

இந்த அறிவிப்பை வெளியிட்ட அமைச்சர் முரளி மனோகர் ஜோஷியிடம் செய்தியாளர்கள், சிந்துசமவெளி நாகரிகம் ஆரிய நாகரிகமா, தமிழர் நாகரிகமா எனக் கேட்டனர். “அது இந்திய நாகரிகம்” எனத் திரும்பத் திரும்ப அதே பதிலைக் கூறினார் அமைச்சர். ஆரிய நாகரிகம் எனக் கூறச் சான்றுகள் இல்லை... தமிழர் நாகரிகம் எனக்

கூற மனம் இல்லை. அதனால்தான் அது இந்திய நாகரிகமே என்று மழுப்பினார். உலகத் தமிழாராய்ச்சி நிறுவனத்தில் முன்னாள் ஒரிசா மாநிலத் தலைமைச் செயலர் பாலகிருஷ்ணன் அவர்கள் 'சிந்துசமவெளிப் பண்பாட்டின் திராவிட அடித்தளம்.

நூலின் சாரம் என மாறன் ஆல்டேப் கேட்பார். சிந்துவெளி மற்றும் ஹரப்பாவில் 'கொற்கை, வஞ்சி, தொண்டி வளாகம்' புலப் பெயர்வுகளும் ஊர்ப் பெயர்களும் 'நாகரிகங்கள் தோன்றுவதற்கு முன்பே தோன்றிவிட்ட ஊர்ப் பெயர்கள். அந்நாகரிகங்கள் பல்வேறு காரணங்களால் நலிவடைந்து வீழ்ந்த பின்னும் பிழைத்திருக்கின்றன. காலப் போக்கில் மொழி மாற்றங்கள், புலப் பெயர்வுகள், புதிய மக்களின் குடியேற்றங்கள் என்று எத்தனை நிகழ்வுகள் நிகழ்ந்தாலும் அவற்றையும் மீறி தொன்மக் காலங்களின் உறைந்த தடயங்களாய் உயிர்த்திருக்கும் சாகாத் தன்மை ஊர்ப் பெயர்களுக்கு உண்டு. அந்த வகையில், ஊர்ப் பெயர்கள் பழங்காலப் புலப் பெயர்வுகளின் நம்பிக்கைக்குரிய தடயங்களாய் விளங்குகின்றன.

சிந்துசமவெளி நாகரிகம் குறித்த திராவிடக் கருதுகோளுக்கு வலுசேர்க்கும் முயற்சியில் ஊர்ப் பெயர்ச் சான்றுகளை அல்ச்சின்ஸ், ஸங்காலியா, பர்ப்போலா, ஐராவதம் மகாதேவன், சவுத் வொர்த் போன்ற ஆய்வறிஞர்கள் பயன்படுத்தியுள்ளனர். ஹரப்பாவின் மொழியைக் கண்டறிய ஹரப்பா இடப் பெயர்கள் பெரிதும் உதவக் கூடும் என்று நம்புகிறார் பரபோலா. சிந்துசமவெளி மக்கள் எழுதி வைத்துச் சென்றுள்ள தொடர்களின் தொடக்கச் சொற்களில் ஊர்ப் பெயர்கள் இடம் பெற்றிருக்கக்கூடும் என்று கருதுகிறார் ஐராவதம் மகாதேவன்.

புலம் பெயர்ந்து செல்லும் மக்கள் புதிய ஊர்களுக்குத் தங்களது பழைய ஊர்களின் பெயர்களை மீண்டும் பயன்படுத்துவது உலகின் பல பகுதிகளிலும் நிகழ்ந்திருக்கிற நிகழ்கிற நடைமுறையாகும். இதற்குச் சமூக உளவியல் சார்ந்த அடிப்படைக் காரணம் உண்டு.

சிந்துசமவெளி மக்கள் திராவிடர்கள் என்பது உண்மையானால் அவர்களில் ஒரு பகுதியினர் புலம் பெயர்ந்து சென்றபோது விட்டுச் சென்ற பழைய பெயர்கள் சிந்துசமவெளிப் பகுதியிலேயே இன்னும் உறைந்திருக்க வேண்டும். அதைப் போலவே. புலம் பெயர்ந்து சென்றவர்கள் எடுத்துச் சென்றிருக்கக்கூடிய சிந்துசமவெளிப் பெயர்கள் அவர்களது புதிய தாயகங்களில் பயன்படுத்தப்பட்டு அவ்விடங்களில் இன்றும் வழக்கில் இருக்க வேண்டும்.

எனவே சிந்துசமவெளி மக்களுக்கும் சங்கத் தமிழ் முன்னோடி களுக்கும் தொன்மத் தொடர்புகள் இருந்திருக்கக் கூடும் என்ற வாதத்தை நிறுவ வேண்டும் என்றால் சங்க இலக்கியங்களில் குறிப்பிடப் பட்டுள்ள ஊர்ப் பெயர்களுக்கும் வடமேற்குப் புலங்களில் தற்போது வழங்கும் ஊர்ப் பெயர்களுக்கும் தொடர்பிருக்கிறதா என்று ஆராய வேண்டிய அவசியம் இருக்கிறது.

சிந்துசமவெளியில் சங்கத் தமிழரின் துறைமுகங்கள், தலைநகரங்கள் மற்றும் ஊர்களின் பெயர்கள் பாகிஸ்தானிலுள்ள கொற்கை, வஞ்சி, தொண்டி,மத்ரை,உறை,கூடல்கர்மற்றும்கோளி; ஆப்கானிஸ்தானிலுள்ள கொற்கை, பூம்புகார் ஆகிய ஊர்ப் பெயர்கள் சங்க இலக்கியங்களில் குறிப்பிடப்பட்டுள்ள தலைநகரங்கள் மற்றும் துறைமுக நகரங்களின் பெயர்களான கொற்கை, வஞ்சி, தொண்டி, மதுரை, உறையூர், கூடல், கோழி, பூம்புகார் ஆகியவற்றை நினைவுபடுத்துகின்றன.

பழந்தமிழர்களின் முக்கியத் துறைமுகங்களான கொற்கை. தொண்டி மற்றும் பூம்புகாரையும், மதுரை, கூடல்,வஞ்சி போன்ற பெரு நகரங்களின் பெயர்களையும் நினைவுபடுத்தும் ஊர்ப் பெயர்கள் சிந்து, ஹரப்பா உள்ளிட்ட வடமேற்கு நிலப் பகுதிகளில் இன்றும் நிலைத்திருப்பதைப் புறக்கணிக்க முடியாது. கொற்கை, வஞ்சி, தொண்டி போன்ற பெயர்கள் பழந்தமிழர் பண்பாட்டின் முகவரிகள். சங்க இலக்கியங்கள் கொண்டாடிப் போற்றும் இப்பெயர்கள் வேதங்கள் மற்றும் வடமொழி இலக்கியங்கள் மற்றும் வட மரபுகள் எதிலும் பதிவு செய்யப்படவில்லை. வரலாற்றுக் காலத்தில் இப்பெயர் நிகழ்ந் திருந்தால் அது தமிழ் மற்றும் வட மொழி இலக்கியங்கள் மற்றும் வரலாற்று ஆவணங்களில் பதிவாகியிருக்கும்.

எனவே சிந்துசமவெளிக் காலம் கொற்கை, தொண்டி, வஞ்சி வளாகத்தை, பழந்தமிழ்த் தொன்மங்களோடு தொடர்புபடுத்துவதைத் தவிர்க்க இயலாது. இது, சிந்துசமவெளி நாகரிகத்தின் பழந்தமிழ்த் தொடர்பிற்கு அரண் சேர்ப்பதோடு சங்க இலக்கியத்தின் சிந்துவெளித் தரவுத் தகுதிக்கு அடிக்கல்லும் நாட்டுகிறது. பாகிஸ்தானில் இன்றும் வழக்கிலுள்ள அம்பர், தோட்டி, தோன்றி, ஈழம், கச்சி, காக்கை, கானம், களார், கொங், நாலை, நேரி ஆகியவை சங்க இலக்கியத்தில் குறிப்பிடப்படுள்ள ஊர்ப் பெயர்களை அப்படியே நினைவுக்குக் கொண்டு வருகின்றன.

நதிகளின் பெயர்கள் ஊர்ப் பெயர்களாகவும் வழங்குவது உலக மெங்கும் உள்ள நடைமுறை. ஆப்கானிஸ்தானிலுள்ள காவ்ரி, பொர்னை மற்றும் பொருன்ஸ்; பாகிஸ்தானிலுள்ள காவேரி வாலா, பொர்னை, புரோனை, காரியாரோ ஆகிய பெயர்கள் சங்க இலக்கியங்களில் குறிப்பிடப்பட்டுள்ள காவேரி, பொருநை, காரியாறு ஆகிய நதிப் பெயர்களை நினைவுறுத்துகின்றன.

கொற்கை என்பது பாகிஸ்தானில் ஊர்ப் பெயராக மட்டுமின்றி ஒரு நதியின் பெயராகவும் விளங்குகிறது. சங்க காலத்துச் சமகால நதிகளின் பெயர்களை மட்டுமல்ல.. கடலுக்குள் காணாமல்போன தொன்ம நதியான பஃறுளியாற்றின் பெயரையும் வட மேற்கு மற்றும் மேற்கு இந்திய ஊர்ப் பெயர்களில் மீட்டுருவாக்கம் செய்ய முடிகிறது.

பொஃரு என்பது பாகிஸ்தானில் பாயும் சட்லெஜ் நதியின் கிளை நதி. வட இந்தியாவில் இமயமலைப் பகுதியிலுள்ள உத்தராஞ்சல்

மாநிலம் கடுவால் மாவட்டத்தில் ‘பக்ரோலி’ என்ற ஊர்ப்பெயர் வழங்குகிறது. இதன் அருகே ருத்திரபிரயாகை மாவட்டத்தில் ‘குமரி’ என்ற ஊர்ப்பெயர் வழங்குகிறது.

தமிழரின் வரலாற்றுக்கு முற்பட்ட தொன்மங்களோடு தொடர் புடைய பஃறுளியாற்றின் பெயரையும் குமரிக் கோட்டின் பெயரையும் ஒரு சேர நினைவுபடுத்துகின்றன இப்பெயர்கள். உத்திரப் பிரதேசத்தில் பரெய்லி மாவட்டத்தில் உள்ள பஹ்ரொலி, குஜராத்தில் நான்கு இடங்களில் வழங்கும் பக்ரொல் என்ற ஊர்ப் பெயர்களையும் நினைவுபடுத்துகின்றன. இன்னும் சில காலங்களில் இந்தப் பெயர்கள் காணாமல் போகக் கூடும்.

இதைப் போலவே, ஆப்கானிஸ்தானிலுள்ள பொதினே, பரம்பு டராஹெ மற்றும் ஆவி; பாகிஸ்தானிலுள்ள பொதியன், பளனி, தோட்டி ஆகிய பெயர்கள் சங்க இலக்கியங்கள் குறிப்பிடும் பொதினி, பழனி மற்றும் தோட்டி என்ற மலைப் பெயர்களை நினைவுறுத்துகின்றன. மேலும், பல பழந்தமிழ் ஊர்ப் பெயர்களை நினைவுறுத்தும் ஊர்ப் பெயர்களைத் தன்னகத்தே கொண்ட ஈரானில் வழங்கும் பொதிகே பழந்தமிழ் மரபில் மிக முக்கிய இடம் வகிக்கும் பொதிகை மலையைத்தான்.

இவ்வாறு ஆசிரியர் பாலகிருஷ்ணன் தமிழ்ப் பெயர்களையும் சொற்களையும் பல நாடுளிலும் களப்பணி மேற்கொண்டு ஆய்ந்து எடுத்துக்காட்டி வருவது ஆழ்ந்து நோக்கற்குரியது.

இந்தக் குறிப்புகள் எல்லாம் 2030க்குப் பிறகு தடை செய்யப் பட்டிருந்தன. நியோ ஆரியன் தியரி என்ற கோட்பாட்டாளர்கள் உலக அளவில் போராடி இந்த நூல்களுக்குத் தடை கேட்டிருந்தனர். இந்திய பிராமணர்கள் அதற்குப் பெரும் துணைபுரிந்தனர். ஆதரவு தெரிவித்தனர். அதிகாரத்தைப் பயன்படுத்தினர். ஹீப்ரு, ஜெர்மன் போன்ற மொழியினர் அதற்கு ஆதரவளித்தனர்.

26 வது குறிப்பு

கி.பி.2038, மலேசியா.

மாறன், 'தி சிலோன் டைகர்' நாவலின் 17-வது அத்தியாயத்தை ஆல்டேபில் புரட்டிக்கொண்டிருந்தார்.

"சாமி இறந்துட்டாரு" மேனன் தகவலைச் சொல்லிவிட்டுக் காத்திருந்தார்.

அதைக் காதில் வாங்கிக்கொண்டதாக போஸ் காட்டிக் கொள்ளவே இல்லை. ஆனால், அவருடைய செயல்கள் அப்படியே நின்றுவிட்டன. பச்சை மையூற்றிய பேனாவினால் அவர் சில கோப்புகளுக்குப் கையெழுத்துப் போட்டுக்கொண்டிருந்தார். மேனன் சொன்ன தகவலுக்குப் பிறகு அதை அவர் தொடரவில்லை. குனிந்த நிலையில், தான் கடைசியாகக் கையெழுத்திட்ட கோப்பையே சலனமின்றிப் பார்த்துக் கொண்டிருந்தார்.

முன்னாள் பிரதமர் ராஜீவ் காந்தியின் கொலையில் பல மர்மங் களைத் தனக்குள் புதைத்து வைத்திருந்த சாமியார் சந்திராசாமி. இறந்துவிட்டார். ராஜீவ் கொல்லப்பட்டது 1991. சந்திராசாமி இறந்தது 2017. இடையில் எத்தனை ஆண்டுகள்..? தங்கப் புதையலின் ரகசிய குறிப்புகள் புதைந்துபோனது.

ராஜீவ் கொலையில் பயன்படுத்தப்பட்ட குண்டு என்ன ரகம் என்பதில் மேஜர் சபர் பால் எடுத்த முயற்சிகள், ஆய்வுகள் எல்லாம் போஸ் அறிந்திருந்தார். நேரில் பார்த்தவர் என்பது பொருத்தமாக இருக்கும்.

1987 ஜூலை 29. இலங்கையின் தலைநகர் கொழும்பில் 'இந்திய இலங்கை' ஒப்பந்தம். ராஜீவ் காந்தியும் ஜெயவர்த்தனேவும்

கையெழுத்திட்டுக் கை குலுக்கினார்கள்.

அதே சமயம், சிங்கப்பூரிலும் ஒரு ஒப்பந்தம் கையெழுத்தானது. அந்த ஒப்பந்தம்தான் பின்னாளில் ராஜீவ் காந்தி மரணம் வரை காய் நகர்த்திய சம்பவமாகச் சொல்லப்பட்டது. அமைதியாக நடந்தேறிய அந்த ஒப்பந்தம், 'யுனிகார்ன் இன்டர்நேஷனல்' என்ற அமெரிக்க ஆயுத நிறுவனத்துக்கும் இலங்கை அரசுக்குமானது. ஒப்பந்தப்படி அதே ஆண்டு டிசம்பர் மாதம், 25 ஆயிரம் 'எஸ்.எஃப்.ஜி78' ரக வெடிகுண்டுகள் இலங்கையின் துறைமுகத்தில் சென்று இறங்கியது. போஸுக்கு அந்த சம்பவங்கள் நன்றாகவே நினைவிருந்தன. ராணுவத்தில் இத்தனை பெரிய பதவிக்கு வந்ததில் தன் அண்டை நாடுகளின் ஆயுத பலத்தை விரல் நுனியில் வைத்திருக்க வேண்டிய கட்டாயம் அவருக்கு அதிகமிருந்தது.

ராஜீவ் காந்தி இறந்த பிறகு பெல்ட் பாமில் இருந்த வெடிகுண்டின் தன்மையைப் பற்றி ஆராய்ந்து அறிக்கை தரும்படி மேஜர் சபர் பாலிடம் சி.பி.ஐ. கேட்டது. அவர் இந்திய ராணுவத்தின் அதிமுக்கிய சிறப்பு அதிரடிப்படை, 'கருப்புப் பூனைப்படை' என்றழைக்கப்படும் தேசியப் பாதுகாப்புக் குழு படைகளில் எல்லாம் வெடிகுண்டு நிபுணராகப் பணியாற்றியவர். மேஜர் சபர் பால் தன் குழுவினரோடு எட்டரை மாதங்கள் கடுமையாக ஆய்வு செய்து 05.2.92 அன்று மத்திய அரசுக்கும், சி.பி.ஐ. சிறப்புப் புலனாய்வு குழுவுக்கும் அறிக்கையை அளித்தார்.

அந்த அறிக்கையில், "சுமார் மூன்று 'எஸ்.எஃப்.ஜி-78' கையெறி குண்டுகள் 'பெல்ட் பாமில்' பயன்படுத்தப்பட்டதற்கான பலமான சாத்தியக்கூறுகள் நிலவுகின்றன. பயன்படுத்தப்பட்ட வெடிகுண்டு ஆர். டி.எக்ஸ் மற்றும் டி.என்.டி உள்ளடக்கிய, 'சேர்க்கை' ரகத்திலானது. மனித வெடிகுண்டில் பயன்படுத்தப்பட்ட இரும்புச் சன்னங்கள் தனித்தன்மை வாய்ந்தவை. இதுவரை அந்த ரக சன்னங்கள் சிங்கப்பூரில் தயாரிக்கப்பட்ட 'எஸ்.எஃப்.ஜி-78' ரக கையெறி குண்டுகளில் மட்டுமே கண்டுபிடிக்கப்பட்டிருக்கின்றன" என மூன்று முக்கிய அம்சங்களைச் சுட்டிக்காட்டினார்.

மேஜர் சபர் பாலின் இந்த அறிக்கையை பார்த்த சிறப்புப் புலனாய்வுக் குழுவின் தலைவருக்கும் மற்ற மேலிடத்தவர்களுக்கும் அதிர்ச்சி.

ராணுவ நிபுணர் கொடுத்திருந்த ஆய்வறிக்கையின்படி பார்த்தால் விசாரணை, சிங்கப்பூரில் இருந்த அமெரிக்க வெடிமருந்து நிறுவனம், இலங்கை என்று போய் இந்தியா வந்து நிற்கும். அது பெரிய சிக்கலை உருவாக்கலாம் என்பதே அவர்களின் அதிர்ச்சிக்குக் காரணம். ராஜீவைக் கொன்றது விடுதலைப்புலிகள் என சுருக்கமாகக் கதையை முடித்து விடுவதிலேயே அவர்கள் கவனம் இருந்தது.

உடனே, சி.பி.ஐ.யின் சிறப்புப் புலனாய்வு குழுவின் தலைவர் கார்த்திகேயன் தனது விசுவாசியான டி.ஐ.ஜி. ராஜு மூலம் மேஜர் சபர் பாலின் அறிக்கையை நிராகரிக்கச் செய்தார். அதோடு நிற்கவில்லை.

அந்த சபர் பாலைக் கொண்டே அவரது முதல் அறிக்கை தவறானது என்றும் புதியதாக மேலும் ஒரு ஆய்வு மேற்கொண்டு இரண்டாவதாக ஒரு அறிக்கையைத் தர வேண்டும் என்றும் பணிக்கப் பட்டார்.

அவர்கள் கேட்டுக் கொண்டதைப் போல் அடுத்த இரண்டரை மாதத்தில், அதாவது நீதிமன்றத்தில் குற்றப்பத்திரிகை தாக்கலாவதற்கு ஒரு நாள் முன்பாக 19.5.1992 அன்று புதிய ஆய்வு அறிக்கையைக் கொடுத்தார் சபர் பால்.

அது ஓர் உண்மையான அதிகாரியைத் துப்பாக்கி முனையில் பொய் சொல்ல வைத்ததுபோல இருந்தது. "15.5.1992ஆம் நாள் பரிசோதனையில் இருந்து பின்வரும் முடிவுக்கு வர முடிகிறது. அதாவது 'எஸ்.எஃப். ஜி-78' கையெறி குண்டுகள் பயன்படுத்தப்பட்ட தற்கான சாத்தியக் கூறுகள் நிலவிய போதிலும் அது அவ்வாறு இல்லை. ஏனென்றால் சம்பவம் நிகழ்ந்த இடத்தில் சேகரிக்கப்பட்ட சிதைவுகளில் இருந்து 'ஆர்.டி.எக்ஸ்' வெடிமருந்து மட்டுமே கண்டறியப் பட்டது. 'எஸ்.எஃப். ஜி-78' கையெறி குண்டுகள் பயன்படுத்தப் பட்டிருந்தால் 'ஆர்.டி.எக்ஸ்', 'டி.என்.டி' இரண்டையுமே கண்டறிந்திருக்க முடியும்" என்று கொடுத்திருந்தார்.

டி.ஐ.ஜி. ராஜு தன்னுடைய அறிக்கையை நிராகரித்து வேறு மாதிரி வேண்டும் என திருப்பி அனுப்பிய 14.2.92 அன்றே, மனித வெடிகுண்டு விஷயத்தில் ஏதோ தில்லுமுல்லு நடக்கிறது என்பதைப் புரிந்துகொண்டார் மேஜர் சபர் பால். அன்றைய தினமே புது டெல்லியில் இருந்த சி.பி.ஐ.யின் இயக்குநர் விஜய்கரணுக்கு ஒரு அவசரக் கடிதத்தை எழுதினார்.

'பெல்ட் பாம் விஷயத்தில் தனக்கு இருக்கும் சந்தேகங்களை விளக்கி அவற்றை நிவர்த்தி செய்யும் பொருட்டு 'டெல்லி தடயவியல் ஆய்வகத்திலும் அமெரிக்காவிலும் பரிசோதனைகள் மேற்கொள்ள உரிய உத்தரவுகள் பிறப்பிக்க வேண்டும்' என்பது கடிதத்தின் சாரம்.. அதை ஏற்றுக்கொண்ட சி.பி.ஐ.யின் இயக்குநர் விஜய்கரண் மேலதிக ஆய்வை மேற்கொள்ள உத்தரவிட்டார். டெல்லி தடயவியல் ஆய்வகத் துக்கும் அமெரிக்காவின் எஃப்.பி.ஐ. ஆய்வகத்துக்கும் வெடிகுண்டின் சிதைவு மாதிரிகளை அனுப்பிவைத்தனர். எஃப்.பி.ஐ. இரண்டு வாரத்திலேயே... "வெடிகுண்டு சிதைவுகளில் டி.என்.டி. 'அயனி'கள் குறிப்பிடத்தக்க அளவுகளில் நிறமாலையில் தெரிந்தன. வாயு நிறமானிச் சோதனையிலும் அதன் அறிகுறிகள் உள்ளன.

குண்டு வெடிப்பிலிருந்து சேகரிக்கப்பட்ட கரிம வெடிமருந்து அல்லது அவற்றில் இருந்து பிரிக்கப்பட்ட அமிலங்கள் அதன் தன்மை யிலிருந்து வேகமாக உருக்குலைந்து வருகின்றன. இது வெடி மருந்தின் அடையாளம் குறித்த முக்கிய ஆதாரத்தை வெகுவேகமாக இழக்கச் செய்கின்றன. எனவே, ரசாயனங்கள், அமிலங்கள் குறித்து அதிநவீன ஆராய்ச்சிகளை மேற்கொண்டு வரும் இஸ்ரேலின் 'யெதோ

யினான்' ஆய்வுக் கூடத்துக்கு இவற்றை உடனே அனுப்பி, மேலதிக பரி சோதனைகள் மூலம் டி.என்.டி-யின் இருப்பை உறுதிசெய்ய வேண்டும்" எனக் கூறியிருந்தார்கள்.

இதற்கிடையே டெல்லி தடயவியல் துறையிடமிருந்து 21/4/92 அன்று ஆய்வறிக்கை வந்தது. "உயர்சக்தி வெடிமருந்தின் உருச்சிதைந்த எச்சங்கள், துணி, இரும்புச் சன்னங்களில் காணப்பட்டன. ஆயினும் அவற்றின் ரசாயனத் தன்மைகள் குறித்து அறிய இயலவில்லை" என்று கொடுத்திருந்தார்கள். இது எதிர்பார்த்ததுதான் என அப்போதே போஸ் சொன்னார்.

ஆனால் சி.பி.ஐ. சிறப்புப் புலனாய்வுக் குழு அமெரிக்க நிறுவனம் கொடுத்த ஆய்வு அறிக்கைகளையோ, மேஜர் சபர் பால் முதலில் கொடுத்திருந்த ஆய்வு அறிக்கையையோ எடுத்துக்கொள்ளவில்லை.

தமிழரை, தமிழ் உணர்வை ஒடுக்கிவைக்க இதைவிடச் சிறந்த தருணம் கிடைக்காது என காலம் காலமாக எதிர்த்துவந்த மொழியின் எதிராளிகள் நினைத்தனர். ராஜீவ் காந்தியைக் கொன்றவர்களைக் கண்டுபிடிப்பதைவிட இதைத்தான் அவர்கள் முக்கியமாக நினைத்தனர். "பழி, விடுதலைப்புலிகள் மீதும் தமிழர் அமைப்புகள் மீதும் திரும் பட்டும். இதுதான் தக்க சமயம். தமிழ், தமிழ்ச் சங்கம் என எவனாவது பேசினால் உள்ளே தூக்கிப் போடுங்கள். ஒரு தலைமுறையை ஒடுக்கிவிட்டால் போதும். தமிழர்கள் பெருமை பேசுவதை விட்டுவிட்டு உயிர் பிழைத்து வாழ்ந்தால் போதும் என்ற நிலைக்கு வந்துவிடுவார்கள்" என உ.பி. எம்.பி சிரித்துக்கொண்டே சொல்லிவிட்டுப் போனதாக போஸிடம் சொன்னார்கள்.

மறைக்கப்பட்ட இந்த சதிகளை எல்லாம் நீதிபதி ஜெயின் தன் விசாரணையில், அறிக்கையில் பிடித்து வாங்கு வாங்கு என வாங்கினார். அமெரிக்க ஆய்வு அறிக்கை சொன்னதை ஏன் பின்பற்றவில்லை என்றார். (மேற்கண்ட தகவல்கள் ஜெயின் கமிஷன் அறிக்கை தொகுதி 4. மற்றும் 5இல் இருந்து எடுக்கப்பட்டவை)

இங்கு ஒன்றை அறிந்துகொள்ள வேண்டும். அந்தக் காலகட்டத்தில் விடுதலைப்புலிகளின் தற்கொலை படை தாக்குதல்கள் அனைத்திலும் ஆர்.டி.எக்ஸ். வெடி மருந்துகளே பயன்படுத்தப்பட்டன. டி.என்.டி. வெடிமருந்து கலவைப் பயன்பாடு அவர்களிடம் கிடையாது.

இப்படி மறைக்கப்பட்ட, பல ஆதாரங்களுக்குப் பின்னணியில் அன்றைய பிரதமர் நரசிம்ம ராவ் துணையிருந்தார். அவர் சந்திரா சாமியின் நெருங்கிய நண்பர். அதனால்தான் அன்று இருந்த மத்திய அரசிடம் இருந்து நீதிபதி ஜெயினுக்குப் போதிய ஒத்துழைப்புகள் இல்லாமல் போனது என்ற பேச்சும் அன்று இருந்தது. அதனால்தான் அவர் 'விசாரிக்கப்பட வேண்டிய முதல் நபர்' என்று ஜெயின் கமிஷன் தன் அறிக்கையில் கூறியிருந்தது.

தமிழ்மகன் | 151

அடுத்து மற்றொரு ஆதாரத்தையும் கூறவேண்டும். சிவராசன்-சுபா உள்ளிட்ட சிலர் பெங்களூருவில் தங்கியிருந்தார்கள். அங்கேயே தற்கொலை செய்துகொண்டார்கள். அவர்களுக்கு அடைக்கலம் கொடுத்தாக பெங்களூரு ரங்கநாத் என்பவரைக் கைதுசெய்தார்கள். அவருக்கும் தூக்கு தண்டனை விதிக்கப்பட்டது. மேல்முறையீட்டில் உச்சநீதிமன்றம் அவரை விடுதலை செய்தது. எட்டாண்டுகள் சிறையில் இருந்துவிட்டு வெளியே வந்தார். அவர் சொன்ன பல தகவல்கள் அதிர்ச்சிகரமானவை.

“சிவராசன் பெங்களூருவில் தங்கியிருந்தபோது அடிக்கடி சந்திரா சாமிக்குத் தொலைபேசியில் தொடர்புகொள்வார். அதற்கென்றே அங்கிருந்த ஒரு டெலிபோன் பூத்துக்கு அடிக்கடி சென்று வருவார். ‘நாங்கள் நேபாள் வழியாக வெளிநாட்டுக்குத் தப்பிச் செல்லவேண்டிய ஏற்பாடுகளை சாமியார் செய்துவருகிறார். விரைவில் நாங்கள் வெளிநாடு சென்றுவிடுவோம்’ என்று என்னிடம் சிவராசன் கூறிவந்தார் என்பது உட்பட மேலும் பல தகவலைகளையும் சி.பி.ஐ. சிறப்புப் புலனாய்வுக் குழு தலைவரான கார்த்திகேயனிடம் கூறினேன்.

அதைக் கேட்டவுடன் அவர் ஆவேசமானார். ‘பெரிய மனிதர்களைப் பற்றி எல்லாம் பேசாதே. நடப்பதே வேறு. உன் உயிர் இருக்காது’ என்று கூறியபடியே டேபிள் மீது இருந்த பேப்பர் வெயிட் குண்டை எடுத்து என் முகத்தில் வெறிகொண்டவாறு வீசியடித்தார். அதில் என்னுடைய பல் உடைந்துவிட்டது” என்ற கூறி பரபரப்பை ஏற்படுத்தினார்.

பிறகு பழ.நெடுமாறன் மூலமாக ரங்கநாத் டெல்லிக்கு அழைத்துச் செல்லப்பட்டார். சோனியா காந்தியைச் சந்தித்தார். சிவராசன்-சந்திராசாமி தொடர்புகளை எல்லாமும் விளக்கிக் கூறினார்.

பெங்களூரு ரங்கநாத்தின் வாக்குமூலத்தை சி.பி.ஐ. ஏற்றுக் கொண்டிருந்தால் அதன் பேரில் விசாரணை நடத்தியிருந்தால் சந்திராசாமியின் தொடர்புகள் அனைத்தும் அம்பலத்துக்கு வந்திருக்கும். ஆனால், அப்படி எதுவுமே நடக்கவில்லை. மூடி மறைத்து திசை திருப்பும் போக்கிலேயே செயல்பட்டார்கள். ராஜீவ் இறந்தது ஒரு சர்வதேச சதி. அதற்குப் புலிகள் பலிகடா ஆகியிருக்கிறார்கள். பல்லாயிரம் ஆண்டுகளாகத் தொடர்ந்து வந்திருக்கும் தமிழர் பகையை இந்தத் தருணத்தில் தீர்த்துக் கொள்ளவதைவிட, அந்த உண்மையான கொலைகாரர்களைக் கண்டுபிடித்து உலகுக்குச் சொல்வது பெரிய விஷயம் இல்லை என்றே சுவாமிகள் நினைத்தனர்.

போஸ் ரொம்ப யோசிக்க வேண்டாம் என நினைத்தார். மேனனிடம், “ஒரு காபி கிடைக்குமா?” என்றார்.

“ஷ்யூர் சார்” என அங்கிருந்து நாகரிகமாக வெளியேறினார் மேனன்.

சர்வதேச திட்டத்தின்படி இந்திரா காந்தி படுகொலை செய்யப் படுகிறார். நரசிம்மராவ் போன்ற ஒரு தலைவர் இந்தியாவுக்கு வேண்டும் என உலக நாடுகளின் வர்த்தகப் பிரிவினர் நினைத்தனர். இந்தியாவில்

காலூன்ற சமயம் பார்த்துக்கிடந்தனர். துரதிஷ்டவசமாக அப்போது நரசிம்ம ராவ் பிரதமராக முடியவில்லை. அதற்குத் தமிழரான மூப்பனார்தான் காரணம். அதிக பெரும்பான்மை எம்.பி.க்களின் கையொப்பத்தோடு ஜனாதிபதியை சந்தித்தார். ராஜீவ் காந்திதான் அடுத்த பிரதமர் என்றார். 'சாமி'களால் அந்த பெரும் பான்மையை உடைக்க முடியவில்லை. ராஜீவ் காந்தி பிரதமரானார்.

பதவிக்கு வந்ததும் சதி முகத்தின் சூத்ரதாரியான சந்திராசாமியை அதிகம் கண்காணித்தார் ராஜீவ். தாயின் படுகொலையில் அவருக்குத் தொடர்பு இருப்பதை அறிந்தார் என்றுதான் சொல்ல வேண்டும். சாமியின் ஆசிரமங்கள் எல்லாம் வருமானவரி சோதனைக்கு உள்ளாகின. பல வழக்குகள் பாய்ந்தன. சாமியாரின் பாஸ்போர்ட் முடக்கப்பட்டது. சந்திராசாமி கொதித்துப்போனார்.

"சின்னப்பையன். விளையாடுகிறான். என்னாகப் போகிறான் எனத் தெரியவில்லை. அவன் அம்மாவைப் போலவே செத்துப் போவான்" என்று பேசியதாகப் பின்னாளில் ஆசிரமத்தில் இருந்த முக்கிய நபர்களே ஜெயின் கமிஷனில் சாட்சியமளித்தார்கள். அதன் பேரில்தான் சி.பி.ஐ.யிலேயே ஒரு தனிப் பிரிவாக 'பல்நோக்கு புலன் விசாரணைக் குழு' போடப்பட்டது. அந்தக் குழு போடப்பட்டு 19 ஆண்டுகளாகின. இந்தியாவுக்குள்ளாகவே இருந்த சந்திராசாமியை ஒரு முறைகூட அழைத்து விசாரிக்கவில்லை. இதோ, இனி நரகத்துக்குப் போய்தான் சாமியிடம் விசாரணை செய்ய வேண்டும்.

ஒருவேளை சந்திராசாமி விசாரிக்கப்பட்டிருந்தால் பல மர்மங்கள் வெளிவந்திருக்கலாம். அந்தக் காலத்தில் எல்லாமுமே விடுதலைப் புலிகள் இயக்கமாகத்தான் அறியப்பட்டது. அதில் எந்த இயக்கத் தினரை, அமைப்பினரை சந்திராசாமி பயன்படுத்தினார் என்பதும் அம்பலப்பட்டிருக்கலாம். அப்போது இலங்கை அதிபராக இருந்த ஜெயவர்த்தனேவுக்கும் இந்தக் கொலைக்குமான தொடர்பும் தெரிந்திருக்கலாம். ஜெயவர்த்தனே ராஜீவ் காந்தி 'இந்திய-இலங்கை' ஒப்பந்தம் கையெழுத்தான அதே காலகட்டத்தில், சிங்கப்பூரில் இருந்த அமெரிக்க ஆயுத உற்பத்தி கம்பெனிக்கும், இலங்கைக்குமான 'வர்த்தக' ஒப்பந்தமும் கையெழுத்தானதும் தெரிந்திருக்கலாம். அந்த ஆயுத உற்பத்தி நிறுவனத்தின் வெடிகுண்டின் மருந்துதான் ராஜீவ் காந்தி கொலைக்கான பெல்ட் பாமில் இருந்தது என்பதும் தெரிந் திருக்கலாம். சர்வதேச வர்த்தகச் சந்தையாக இந்தியா ஆனதைப் புரிந்துகொள்ளலாம். பெப்சியும் கோக்கும் இந்தியாவுக்குள் நீராய் ஓடக் காரணம் என்ன என்பதையும் கணித்திருக்கலாம்.

எல்லாமும் மண்ணுக்குள் புதைந்து போய்விட்டது, சந்திரா சாமியோடு. அப்படிப் புதைந்துபோக வேண்டும் என விரும்பியது அரசாங்கத்தைவிட முக்கிய அமைப்பாக இருக்குமோ என போஸ் நினைத்தார்.

ராஜீவ் காந்தியின் கொலை வழக்கில் தலைமைப் புலனாய்வு அதிகாரியாக இருந்த ரகோத்தமன் அவர்கள் எழுதிய புத்தகத்திலும், பிறகு பல்வேறு சந்தர்ப்பங்களில் அளித்த பேட்டிகளிலும் அடுக்கடுக்கான சந்தேகங்களை எழுப்பினார்.

ராஜீவ் கொலை நடந்த அடுத்த நாள் மே 22... அன்று பிரதமராக இருந்த சந்திரசேகர் அவசரமாகத் தமது அமைச்சரவைக் கூட்டத்தைக் கூட்டினார். பாதுகாப்பு அதிகாரிகளும் கலந்துகொண்டனர். மிகவும் முக்கியத்துவம் வாய்ந்த கமிட்டி அது. அந்தக் கூட்டத்தில் அப்போதைய 'ஐ.பி.'யின் தலைவராக இருந்த எம்.கே.நாராயணன், 'ரா' உளவு அமைப்பின் தலைவராக இருந்த ஜி.எஸ்.பாஜ்பாய், அன்றைய வர்த்தக அமைச்சராக இருந்த சுப்பிரமணியன் சுவாமி ஆகியோர் கலந்து கொண்டார்கள்.

இரண்டு உளவு அமைப்புத் தலைவர்களையும் பார்த்து, 'இந்தக் கொலையைச் செய்தது யார்' என்று பிரதமர் சந்திரசேகர் கேட்கிறார். அவர்கள் பதில் சொல்வதற்கு முன்பாகவே சுப்பிரமணியன் சுவாமி முந்திக்கொண்டு, 'சந்தேகமில்லாமல் விடுதலைப்புலிகள்தான் இந்தக் கொலையை செய்திருக்க வேண்டும்' என்றார்.

'ரா' அமைப்பின் தலைவரான பாஜ்பாய் உடனே, "நிச்சயமாக அதை விடுதலைப்புலிகள் செய்திருக்கவே முடியாது. அவர்கள் செய்யவில்லை என்பது எனக்கு உறுதியாகத் தெரியும்" என்று அழுத்தமாக மறுத்தார். இருவருக்கும் வாக்குவாதம் நடக்கிறது.

பிறகு ஒரு வாரம் கழித்து 30.5.91 அன்று மீண்டும் அந்தக் கூட்டத்தைக் கூட்டினார் பிரதமர் சந்திரசேகர். அப்போது 'ரா' அமைப்பின் தலைவரான பாஜ்பாய் மீண்டும், "சிறப்புப் புலனாய்வுக் குழு அவசரப்பட்டு ஒரு முன் தீர்மானத்துக்கு வந்து, விடுதலைப் புலிகள்தான் காரணம் என்று முடிவு செய்துகொண்டு விசாரணையைத் தொடங்குகிறார்கள். நிச்சயம் புலனாய்வு சரியாக நடக்க வாய்ப்பில்லை" என்று எச்சரித்தார். போஸ் படித்த மத்திய அரசு ஆவணங்களில் இவை எல்லாம் அட்சரம் பிசகாமல் இருந்தன.

இந்த விஷயத்தில் 'ஐ.பி.'யின் தலைவராக இருந்த எம்.கே.நாராயணன், வர்த்தக அமைச்சரான சுப்பிரமணியன் சுவாமியின் கருத்துகள் ஒன்றாகவும், 'ரா' அமைப்பின் தலைவர் பாஜ்பாயின் கருத்து வேறாகவும் இருந்தது.

அந்த 'ஐ.பி.'யின் இயக்குநராக இருந்த நாராயணனைத்தான் பிறகு ரகோத்தமன் எழுதிய புத்தகத்தில், 'ராஜீவ் கொலை நடந்த சம்பவ இடத்தில் எடுத்த முக்கிய வீடியோ ஆதாரத்தை மறைத்தார். கடைசிவரை சி.பி.ஐ. வசம் அதை ஒப்படைக்கவேயில்லை' என்று கடுமையாக சாடியிருக்கிறார். எம்.கே. நாராயணன்தான் பிறகு உயர்ந்த பதவிகளை எல்லாம் அலங்கரித்தார். ஓய்வுபெற்ற பிறகு ஆளுநராகவும் நியமிக்கப்பட்டார்.

அடுத்து விடுதலைப்புலிகளின் முக்கிய தளபதிகளில் ஒருவரான கிட்டு அவர்கள் இந்தியக் கடல் எல்லையில் ராணுவம் சுற்றி வளைத்த போது, கப்பலை எரித்துக்கொண்டு தானும் மற்ற போராளிகளோடு தற்கொலை செய்துகொண்ட மர்மத்தையும் ரகோத்தமன் சந்தேகம் எழுப்பியிருந்தார்.

அதாவது லண்டனில் இருந்த புலிகளின் தலைமையகத்தில் இருந்த கிட்டு தன் நாட்டுக்குச் சென்று, அங்கு தலைவர் பிரபாகரனைச் சந்தித்துவிட்டு, அப்படியே இந்தியா வந்து 'கொலைச் சதியின் பின்னணியில் இருந்தது யார் யார்' என்பதை எல்லாம் சொல்வதற்காகத் திட்டமிட்டு, அதன்படி சர்வதேச கடல் எல்லையில் பயணித்துக் கொண்டிருந்தார். அப்படி நடந்தால் அது மேலும் சிக்கலாகும் என்பதை உணர்ந்த சிலர், சர்வதேச கடல் எல்லையிலேயே விதிமுறைகளை மீறி மறித்து தாக்கினார்கள். அப்போதுதான் வேறு வழியில்லாமல் தற்கொலை செய்துகொண்டார் கிட்டு. அந்த மர்மத்தின் பின்னணியிலும் 'சாமி'களின் கைகள் நீண்டிருந்ததாகவே பேசப்பட்டது. அப்போது எம்.கே.நாராயணன் உயர்ந்த பொறுப்புகளில் இருந்ததையும் கவனிக்க வேண்டும்.

இந்தத் தகவல்களை எல்லாம் விசாரித்தால் அதன் பின்னணியில் பிரதமர் நரசிம்ம ராவ், சந்திராசாமி இருப்பது தெரிய வந்திருக்கும். அப்போது சோனியா காந்தியின் அதிருப்தியும் அப்படியாகத்தான் இருந்தது என்ற செய்திகளும் வெளிவந்திருந்தது. நரசிம்ம ராவ் காலகட்டம் இந்திய அரசமைப்பில் ஒரு மர்மமான காலகட்டம். அனைத்து அதிர்ச்சிகளுக்கும் மௌனத்தை மட்டுமே ஐந்து ஆண்டுகளாகப் பதிலாக வைத்த பிரதமர் ராவ். உடன் சந்திரா சாமி, சுப்பிரமணியன் சுவாமி ஆகியோரின் கூட்டணியையும் ஆராய்ந்தால் தமிழுக்கு எதிரான நீண்ட நெடிய பயணம் தெரியும். அவர்கள் என்றைக்குமே விசாரணை வளையத்துக்கு வராமலேயே நழுவப் படுவதும் தெரியும். மேனன் தன் கைப்பட காபி கொண்டுவந்தார். போஸ் காபியை சூடாக உறிஞ்சினார். மனசு ஆறவே இல்லை. சுபாஷ் சந்திரபோஸ் என வீரம் பொங்கப் பெயரிட்ட தன் தந்தைபெருமாளை அவர் ஏனோ நினைத்துக்கொண்டார்.

ராஜீவ் காந்தி கொலை வழக்கில் பின்னணியாக வைத்து 2028இல் வெளிவந்த 'தி சிலோன் டைகர்' என்ற நாவல் உலக மக்களால் ஆர்வத்துடன் படிக்கப்பட்டது. சொல்லப்போனால் மாறன் படித்த முதல் நாவல் இதுதான். எது நிஜம், எது கற்பனை எனப் பிரித்துப் பார்க்க முடியாத பயோகரிபிகல் நாவல். ஜோ.ஸ்டாலின் என்பவர் எழுதியது. ரெனால்டு பரிந்துரைத்தார். எந்தச் சந்தர்ப்பம் கிடைத்தாலும் அதில் தமிழை ஒழித்துக்கட்ட ஒரு கூட்டம் காத்துக்கிடந்ததை மாறன் நன்றாகவே உணர்ந்தார்.

நாவலின் முடிவில் பரிந்துரை பிரிவில் தமிழின் சரித்திரம். சுருக்கமான

ஒரே பக்க வரலாறு என ஒரு லிங்க் இருந்தது. ஒரு பக்கம்தானே என அதையும் படித்தார்.

தமிழ் திராவிட மொழிக் குடும்பத்தின் முதன்மையான மொழி. இந்தியா, இலங்கை, மலேசியா, சிங்கப்பூர், ஐக்கிய அரபு அமீரகம், தென்னாப்பிரிக்கா, மொரீசியஸ், பிஜி, லண்டன், கனடாபோன்ற நாடுகளில் சிறிய அளவிலும் தமிழ் பேசப்படுகிறது. ஒரு மொழியைத் தாய்மொழியாகக் கொண்டு பேசும் மக்களின் எண்ணிக்கை அடிப் படையில் பதினெட்டாவது இடம். இரண்டாயிரத்து ஐந்நூறு ஆண்டு களுக்கும் மேல் பழமை வாய்ந்த இலக்கிய மரபைக் கொண்டுள்ள தமிழ் மொழி, தற்போது வழக்கில் இருக்கும் ஒரு சில செம்மொழிகளில் ஒன்று. தமிழ் பிராமி எழுத்து, கி.பி.160இல் இருந்த தென் இந்தியாவின் சாதவாகன பேரரசின் அரசர் ‘வஷிஸ்ட்டி புத்திர சாதகர்ணி’யின், இருமொழி நாணயத்தின் பின்புறத்தில் உள்ளது.

முன் புறத்தில் அரசனின் முக உருவம், பிராகிருத மொழி, பிராமி எழுத்திலும் உள்ளது. தமிழ் இலக்கியங்களில் சில 2500 ஆண்டுகளுக்கு மேல் பழமை யானவை. கண்டெடுக்கப்பட்டுள்ள தமிழ் ஆக்கங்கள் கிறிஸ்துவுக்கு முன் 400ஆம் ஆண்டைச் சேர்ந்த பிராமி எழுத்துகளில் எழுதப் பெற்றவைகளாகும். இந்தியாவில் கிடைத்துள்ள 100,000 கல்வெட்டு, தொல்லெழுத்துப் பதிவுகளில் 60,000க்கும் அதிகமானவை தமிழகத்தில் கிடைத்துள்ளன. இதில் ஏறத்தாழ 95 சதவிகிதம் தமிழில் உள்ளன. ஆனால், அசோகரின் பிராமி எழுத்தைப் பின்பற்றியே தமிழ் எழுத்துகள் உருவாக்கப்பட்டன என்ற புரட்டுச் செய்தி பரவலாகப் பதிய வைக்கப்பட்டிருக்கிறது. அசோகரின் காலம் கி.பி.300 என்பதை அறிந்தும் அவர்தான் தமிழ் பிராமியைப் பின்பற்றிக் கல்வெட்டுகள் எழுதினார் என்பது தெரிந்தும் இந்தக் குப்பை குழப்பும் வேலையைச் செய்துவருகிறார்கள். அவருடைய எழுத்துகள் அரசர் பயன்படுத்தும் மொழியாகத்தான் இருந்தது. ஆனால் தமிழ் பிராமி எழுத்துகளோ மக்களின் பானைகளிலும் வீடுகளிலும் இருந்தது. அரசர் மட்டுமே கையாண்டது பெரும் புழக்கத்தில் இருந்திருக்காது என்பது தெரிந்தும் வரலாற்றைக் கூடையில் கவிழ்த்து மூட நினைப்பது யாருக்கான சூழ்ச்சி?

“**த**மிழக அகழ்வுகளில் கண்டெடுக்கப்பட்ட பல பானைகளில் பேர் எழுதியிருக்கே.. பானையில் எதற்குப் பெயர்?” “பிராண்டு தம்பி. பானை உருவாக்கப்பட்ட பிராண்டு என்கிறார்கள் சிலர். பானையில் உள்ள அரிசி உருவாக்கப்பட்ட பிராண்டு என்கிறார்கள் சிலர். ஆனால் எழுத்துப் புழக்கம் சாதாரண அடித்தட்டு மக்கள் வரை வந்து விட்டதன் அடையாளம் அது. அசோகருடைய கல்வெட்டுகளைத் தாண்டி, அவர் ஆண்ட மக்களின் எழுத்தாக எந்தக் கல்வெட்டும் கண்டு பிடிக்கப்படவில்லை தம்பி.”

ராமநாதனிடம் சரவணன் இந்த உரையாடலை இந்தித் திணிப்பு எதிர்ப்புப் போராட்ட ஆவணப்படத்துக்காகக் கேட்டிருந்தான். ஆனால், அந்த டாகுமென்டரியைவிட்டு அது விலகிப் போயிருப்பதால் வெட்டப் பட்டுவிட்டது. அதில் ராமநாதன் இன்னொரு முக்கியமான விஷயத்தைச் சொல்லியிருந்தார்.

“தமிழ்நாட்ல எந்த இடத்தில அகழ்வு ஆராய்ச்சி செய்யும்போதும் ஏதாவது எழுத்து ஆதாரம் கிடைச்சா ஒரு விஷயத்தைக் கவனிக்கலாம் தம்பி. 2,000 வருஷத்துக்கு முற்பட்டது, 2,200 வருஷத்துக்கு முற் பட்டதுன்னுதான் சொல்வாங்க. ஏன்னா அசோகரோட பிராமியோட வயசு 2,300. நம்ம எழுத்து அதற்கு முந்தையதுன்னு சொல்லிடக்கூடாது... இதெல்லாம் யார் சொல்லி நடக்குதுங்க தம்பி. நீங்க பத்திரிகைக்காரங்க. கண்டுபிடிச்சு உலகத்துக்குச் சொல்லுங்க.”

27 வது குறிப்பு

கி.பி.2038, மலேசியா.

வள்ளி, தேவ் இருவருமே எதிரில் அமர்ந்திருந்தனர். மாறன் ஏடியைத் தன் முன் வைத்திருந்தார். மாறன் சொல்லப்போகும் ஒவ்வொரு வார்த்தையையும் எழுத்து எழுத்தாக காதுகளால் விழுங்குவதற்கு வள்ளி தயாராக இருந்தாள். சில நியூரோ இமேஜிங் படங்கள் அவருடைய திரையில் இருந்தன. செரிபரல் கார்டெக்ஸ் பகுதிகளில் சில இடங்களை சிவப்பு மையிட்டு அடையாளப் படுத்தியிருந்தார்.

"தேவ், உங்களுக்கு நான் சொல்ல வருவது புரியும்... வள்ளி புரியவில்லை என்றால் கேளுங்க" என ஓர் அமைதி கொடுத்துவிட்டு டாக்டர் பேசத்தொடங்கினார்.

"இந்த உலகத்தில் இப்ப இருக்கிற மனிதர்களில் தேவ் ஒரு அதிசயப் பிறவி. 700 கோடி பேரில் ஒருவன். மூளையில் இவ்வளவு வினோதம் பார்த்ததில்லை. இவன் நினைப்பது கேட்டது படித்தது எல்லாமே ஒவ்வொரு பூட்டாக மூளையின் வாசல்களைத் திறந்து கொண்டிருக்கிறது. இன்ஃபெரியர் டெம்ப்ரோல் ஸைரி பல்வேறு மொழி விளையாட்டுகளைக் காட்டுகிறது. மூளையில் மொழி கற்றல், மொழியைப் புரிந்துகொள்ளுதல் என சில பகுதிகளை நியூரோ அறிஞர்கள் அடையாளப்படுத்தியிருக்கிறோம். தேவுக்குக் கூடுதலாக ஒரு மூளைப் பகுதியிருக்கிறது. சுனாமி பாதிப்புக்கு முன்பு வரை அதுபாட்டுக்கு அமைதியாக இருந்தது. மூளையின் சில பகுதிகள் அப்படிகிடக்கும். சிலர் சில பகுதிகளை அப்பழுக்கு

இல்லாமல் கல்லறை வரைக்கும் கொண்டுபோவார்கள். தமிழ் மொழியில் தொடக்க கால எழுத்தில் இருந்து இன்று வரை ஏற்பட்ட மாற்றங்கள் எல்லாமே பிட்டு பிட்டாக சேகரமாகி யிருக்கின்றன.சில சம்பவங்களாகக் கிடக்கின்றன.சில புள்ளிவிவரங்களாக வெளியே வருகின்றன. சில விவாதங்களாக இருக்கின்றன. பழி வாங்கல்களும், புறக்கணிப்பு களும் துரோகங்களும் கலந்து கிடக்கின்றன. ஒரு மனிதன் இவ்வளவு தாங்க முடியுமா என எங்களுக்கே ஆச்சர்யமாகத்தான் இருக்கிறது. ஒரு லட்சம் மனிதர்களும் ஐம்பதாயிரம் ஆண்டுகளும் பின்னிப் பிணைந்தவன்போல நடமாடிக் கொண்டிருக்கிறான்."

"இதைக் குணப்படுத்த இயலாதா டாக்டர்?"

"முடியும்மா. உதாரணத்துக்கு நியூரோ இமேஜிங் மூலம் நாங்கள் கண்டுபிடித்த அந்த மூளைப்பகுதியை அகற்ற முடியும். இரண்டு ஆபத்துகள் இருக்கின்றன."

"தேவையான சிலவும் சேர்ந்து போய்விடுமா?" என்றான் தேவ்.

"அது ஓர் ஆபத்து... இன்னொன்று... அங்கிருந்த தகவல்கள் மூளையில் வேறு இடத்துக்கு நகர்ந்து மீண்டும் பதிவாகும். ஹார்ட் டிஸ்கில் இடம் இருக்கும் இடங்களில் எல்லாம் தகவல்கள் சேகரம் ஆகுமே அப்படி. அதனால் ஏதாவது காம்ப்ளிகேஷன்கள் வரலாம்."

"லட்சம் பேரைச் சுமப்பதைத் தவிர வேறு வழியில்லை அல்லவா?"

"எப்படி ஒரு சுனாமி பாதிப்பில் எல்லா மொட்டுகளும் மலர்ந்தனவோ... அப்படி ஒரு அதிர்ச்சியில் அதே மொட்டுகளை மூட வேண்டும்... புரிவதற்காக இந்த உதாரணம்."

"ஏதாவது அதிர்ச்சி வைத்தியம் யோசித்துவைத்திருக்கிறீர்களா?"

"அவசரப்படாதேப்பா... நான் ரெனால்டைச் சந்திக்க தேதி வாங்கியிருக்கிறேன். பார்த்துவிட்டு வந்து மீதி விஷயங்களுக்கு வருகிறேன்...

மூளை அனைத்து மொழியியல் செயல்பாடுகளின் ஒருங்கிணைப்பு மையமாகச் செயல்படுகிறது.அது மொழியியல் அறிவாற்றல் மற்றும் பேச்சுகளின் இயக்கவியல் ஆகிய இரண்டையும் கட்டுப்படுத்துகிறது. இது சகல மூளைகளுக்கும் பொது. உன்னுடைய மூளையில் கூடுதலாக இன்னொரு தகவல் சாஷ்டாங்கமாக உட்கார்ந்திருக்கிறது. 'இந்தியாவில் உள்ள முக்கிய மொழிக் குடும்பங்களின் ஒன்று திராவிட மொழிக் குடும்பம். இதில் மூத்த மொழி தமிழ் மொழி. அதற்கு வயது 50 ஆயிரம்.' அதை எப்படி நீக்குவது என்பதுதான் சிக்கல்."

"பழி வாங்கல், துரோகம் என்று சொன்னீர்களே?"

"சொல்லப்போனால் அது ஒரு பங்காளிச் சண்டை. உலகம் அதை

தமிழ்மகன் | 159

உணர்ந்து ஏற்றுக்கொள்வதற்கு காலங்கள் ஆகும்."

"உலகில் இரண்டு குடும்பங்களுக்குள் சண்டை வந்து விரோதம் ஏற்பட்டுக் கொலைகளில் பழிவாங்கல்களில் முடிவது இல்லையா... அப்படிப்பட்டதுதான்."

வள்ளி, "சார், நீங்கள் புரியவில்லை என்றால் கேள் எனச் சொன்னீர்கள்."

டாக்டர் சிரித்தார். "மனிதர்கள் இரண்டு லட்சம் ஆண்டுகளுக்கு முன் தோன்றினார்கள். இது புரிகிறதா?"

"ம்."

"அவர்கள் வேட்டை ஆடி உண்டார்கள். இனப்பெருக்கம் செய்தார்கள். இடம்பெயர்ந்தார்கள். ஒவ்வொரு இடத்துக்குப் போய் செட்டில் ஆனவர்கள் ஒவ்வொரு நிறம்.. கண் அமைப்பு, முடி அமைப்பு எல்லாம் பெற்றார்கள். அப்படிப் பார்த்தால் உலகில் உள்ள அனைவருமே பங்காளிகள். ரைட்?"

"ம்."

"நீக்ரோவும் அமெரிக்கனும் அண்ணன் தம்பி. ஆரியனும் திராவிடனும் சகோதரர்கள். சிக்கல் இல்லையே?" "ம்." "பங்காளிகளுக்குள் சண்டை வந்தால் இவன் சொத்துகளை அவன் அழிக்க நினைப்பான். இவன் வாரிசை அவன் அழிக்க நினைப்பான். இவர்களுக்குள் கலாசார, மொழிச் சண்டை. தீராப்பகை. எங்கள் கணிப்புப்படி ஒரு ஆறாயிரம் ஆண்டுகளாக பகை இருப்பது தெரிகிறது. வெவ்வேறு காலகட்டங்களில் வெவ்வேறு விதமாக. இவன் ஏரோட்டும் போது அவன் வேட்டை ஆடுவதுதான் சிறந்தது என்றான். இவன் லிங்கத்தைக் கும்பிட்டால் அவன் அக்னியைக் கும்பிட்டான்... இவன் பெரியார் என்றால் அவர் சாவர்க்கர்... இவன் கருப்பன் என்றால் அவன் சிவப்பன். எல்லா விஷயங்களிலும் கருத்து மோதல். பண்பாட்டு மோதல்... மொழி மோதல். தமிழ்மொழிக்கு 50 ஆயிரம் ஆண்டு சரித்திரம் இருக்கிறது. அது உணவைப் போல இனப்பெருக்கம் போல, தமிழனுக்கு முக்கியமாக இருக்கிறது. மற்ற பங்காளிகளுக்கு அந்தப் பெருமை இல்லை. அதிகாரத்தின் மூலம், குயுக்தியின் மூலம், துரோகத்தின் மூலம் 'புறக்கணிப்பின் மூலம் அதை நிறைவேற்றியபடியே இருக்கிறார்கள். சரி' நம்ம பையங்கதானே என விட்டுத் தொலைக்க முடியவில்லை."

"ஆரியன் திராவிடனை அண்ணன் தம்பி எனச் சுருக்கிவிட்டால், மதச் சண்டைகளையும் சாதிச் சண்டைகளையும் என்ன சொல்வீர்கள்?"

"மதச் சண்டைகளுக்கான வயது ஆயிரத்துச் சொச்சம் வயதுதான். கொள்ளுப் பேரன்களின் சண்டை.... அதனால்தான் ஈ.வே.ரா. மதம், சாதி, மொழி, தேசம் போன்ற பாசங்கள் ஒழிய வேண்டும் என்கிறார்." "டமில் நாட்ல ஒருத்தர் தாடி வெச்சி இருந்தாரே... அவரா? ஓ... குட்!

சரி. இதில் தேவின் ரோல் என்ன?"

"அவனுக்கு மொழிப்பற்று எல்லாம் இல்லை. ஆனால் மொழியின் சரித்திரம் மட்டும் இருக்கிறது. அவன் வெறுமனே கொஞ்ச நாள் இதையெல்லாம் சொல்லிக்கொண்டிருப்பான். அப்புறம் இறந்து போவான். அல்லது ரொனால்டு என்ன சொல்கிறார் எனப் பார்க்க வேண்டும்." "சார்!" வள்ளி அதிர்ந்தாள். "அதைச் சொல்லிவிடத்தான் இரண்டு பேரையும் அழைத்தேன்." டாக்டர் ஏ.டி-யை மூடிவிட்டு பெருமூச்சுவிட்டார்.

28 வது குறிப்பு

கி.பி.2038, நியூயார்க்.

அமெரிக்காவில் சென்று இறங்கியபோது மாறனுக்கு இரண்டு வேலைகள் மட்டுமே இருந்தன. ஒன்று, ரெனால்டைச் சந்தித்து தேவ் பற்றிய தன்னுடைய மேலதிக தகவல்களைப் பகிர்ந்துகொள்வது, இரண்டாவது, தன்னையே பரிசோதனை செய்துகொள்வது. மூன்றாவது வேலை ஒன்று அவசரமாகத் தோன்றி மறைந்தது. ஆனால் அதை முதல் வேலையாக வைத்துக்கொள்ளலாம் என்றது புத்தி. ஜான் வில்பரின் வீட்டைக் கண்டுபிடிப்பது. சத்தியமாக அதை அவர் யோசிக்கவே இல்லை. அமெரிக்கா உலகச் சட்டதிட்டங்களுக்கு ஒப்புக்கொண்டபிறகு, கட்டுப்பாடுகள் குறைந்திருப்பதைப் பார்த்தார். முஸ்லிம் பெயர் இருந்தாலே ஜட்டி வரை கழற்றிவிட்டு செக் பண்ணும் கொடூரங்கள் குறைந்திருந்தன. ஆறு ஆண்டுகளுக்கு முன்பு வந்தபோது ஒவ்வொரு படிக்கட்டுக்கும் பதில் சொல்லிவிட்டுக் கடக்க வேண்டியிருந்தது. ‘விக்ரமாதித்தன் பதுமைகளுக்குப் பதில் சொல்வது மாதிரி’ என டாக்டர் மித்ரன் ஏதோ சொன்னார். அது என்ன எனக் கேட்டபோது அதற்கு ஒரு கதை சொன்னார். கதைக்குள் கதை என ஓடிக்கொண்டிருந்தது. இப்போது அப்படிப் பதுமைகள் இல்லை. மிதமான குளிர்ச்சி நாள். அனிச்சையாக ஆல்டேப்பை நோக்கினார். 25 டிகிரி சென்டி கிரேட். உடல் சூட்டையும் அதே டிகிரிக்கு மாற்றிக்கொண்டார்.

சில இடங்களுக்கு மட்டும் வானூர் டாக்ஸி வசதியிருப்பதை லவுஞ்சில் தெரிவித்திருந்தார்கள். மாறன் தான் போக வேண்டிய முகவரியைக் காட்டி, “டாக்ஸி கிடைக்குமா?” என்றார்.

“டிரைவருடனா, சொந்தமாக இயக்குவீர்களா?”

“டிரைவருடன்தான்!”

42 செகண்ட்ஸ்! அடுத்த 40வது செகண்டில் டாக்ஸி ஒன்று பஞ்சுபோல காற்றில் மிதந்து வந்து காலருகே தரையில் நின்றது. மாறன் ஏறி அமர்ந்து "முகவரியைச் சொல்ல நினைத்தபோது, "முகவரியை டாக்ஸிக்கு அனுப்பிவிட்டார்கள்" என டாக்ஸியே தெரிவித்தது. 'இந்த மாதிரி ஆச்சர்யங்களில் அமெரிக்கா எப்போதும் ஓர் அடி முன்னேறியே இருக்கிறது' மாறன் மனதுக்குள் நினைத்தார். மாறன் கொடுத்தது ரெனால்டின் ஆய்வக முகவரி. அவரிடம் வருகையை உறுதி செய்திருந்தார். உயரமான கட்டடங்களுக்கு நடுவே கார் ஐந்து மாடி உயரத்தில் மிதந்தது. பெரிய வேகம் எனச் சொல்ல முடியாது. ஆனால் சீரான வேகம். குறுக்கீடுகள் இல்லை. வகுக்கப்பட்ட பாதைகளில் சென்று கொண்டிருந்தன. சொல்லப்போனால் டிரைவர் என ஒருவர் தேவையில்லை. ஏதாவது அவசரம் கருதி பாதை மாற்ற வேண்டியிருந்தால், போக வேண்டிய இலக்கை மாற்ற வேண்டுமானால் மேனுவலாக செய்ய வேண்டியிருக்கும் என டிரைவர் விளக்கினார்.

ரெனால்டு வாசல் வரை வந்து வரவேற்றார் என்றுதான் சொல்ல வேண்டும். வரவேற்கும் பண்பு கருதி அல்ல, வந்திருக்கும் நண்பரிடம் விவாதிக்கும் ஆர்வம் கருதி.

"கடல்கொண்ட தென்னாட்டின் வரலாற்றை வெண்ணிக்குயத்தியார் எழுதிவைத்தது உண்மையா?" என்றார் ரெனால்டு.

"வெண்ணி?" என்றார் மாறன்.

"மன்னிக்க வேண்டும். பயணம் எப்படியிருந்தது... தொல்லைகள் இல்லாமல் இருந்ததா?"

நாகரிகமாகத் தோளைக் குலுக்கிச் சிரித்தார் மாறன்.

"அவர் ஒரு பெண் கவிஞர். இரண்டாயிரம் ஆண்டுகளுக்கு முந்தையவர். முதன்முதலில் தமிழர்களின் வரலாற்றை எழுதினார்." அடுத்த கணமே விட்ட இடத்தில் இருந்து தொடங்கிவிட்டார் ரெனால்டு.

"அது பற்றி எனக்குத் தெரியவில்லை... நீங்கள் சொல்கிற ஒரு பெண் கவிஞர் பற்றி தேவ் ஒரு முறை தன் கனவின் மூலம் சொல்லியிருக்கிறான்."

"அவன் சொன்னது எல்லாம் கனவுகள் இல்லை... அதைப் பற்றிப் பிறகு சொல்கிறேன். அந்தப் பெண் கவிஞரைப் பற்றிச் சொல்லுங்கள். உண்மையா?"

"எழுதினார் எனச் சொன்னான். அப்படி எந்த வரலாறும் எங்களுக்குக் கிடைத்ததாகத் தெரியவில்லை."

"அது களவுபோயிருக்க வேண்டும். அதைத் தேடும் பயணம்தான் தேவ் மூலமாகத் தெரியவருகிறது."

மாறன் ஆர்வமே இல்லாமல், 'அதனால் இப்போது என்ன' எனப் பார்த்தார்.

"தமிழர் வரலாற்றுக்கு அது ஒரு ஆதாரம். ஒரு விஷயம் சொல்லட்டுமா? அதைத் திருடிச் சென்றது யார் எனத் தெரிந்துவிட்டது. ஆன்டானியஸ்!"

இந்தப் பெயர்களை எல்லாம் எங்கோ கேட்டது போலத்தான் இருந்தன. எல்லாமே தேவ் ஒருவன் மூலம் வேகமாகத் திணிக்கப் பட்டவை. நினைவில் நிறுத்த முடியவில்லை. "ஆல்டேபைப் பார்த்துச் சொல்லட்டுமா?"

"அவசரமில்லை... நாளைக்குச் சொல்லுங்கள்... நான் கேட்க வேண்டியவை அனைத்தையும் கேட்டுவிடுகிறேன்."

தமிழ் இலக்கியம் எத்தனைக் காலம் பழமையானவை?

தமிழை ஏன் எல்லோரும் உயிரைப் போல நேசிக்கிறீர்கள்?

தமிழுக்கு ஆபத்து ஏற்பட்டுள்ளதா?

ஏன், யாரால் ஏற்பட்டது?

- இந்தக் கேள்விகள் வேகமாக ஆல்டேபில் வந்து விழுந்தன. அவரிடம் கைக்கு அடக்கமான நவீன ஆல்டேப் இருந்தது. மாறன் அவற்றைப் பார்த்தார். முதல் கேள்விக்கான பதில் தயாராக இருப்பதாக ஆல்டேப் பதிலி மின்னியது. 'அனுப்பு' பட்டனை அழுத்தி ரெனால்டுக்கு அனுப்பிவைத்தார்.

'சில பல்லாயிரம் ஆண்டுகள் பழமையானவை என்று கூறப் படுகின்றன. இருந்தும், கண்டெடுக்கப்பட்டுள்ள தமிழ் ஆக்கங்கள் கி.மு. 300ஆம் ஆண்டைச் சேர்ந்த பிராமி எழுத்துகளில் எழுதப் பெற்றவைகளாகும். பனையோலைகளில் திரும்பத் திரும்ப எழுதப் பட்டும் அல்லது வாய்மொழி மூலம் கடத்தப்பட்டுப் பாதுகாக்கப்பட்டு வந்ததால், மிகப் பழைய ஆக்கங்களின் காலங்களைக்கூடக் கணிப்பது மிகவும் கடினமாக உள்ளது. எனினும் மொழியியல் சான்றுகள், மிகப் பழைய ஆக்கங்கள் கி.மு 2ஆம் நூற்றாண்டுக்கும், கி.பி 3ஆம் நூற்றாண்டுக்கும் இடைப்பட்ட காலத்தில் இயற்றப்பட்டிருக்கலாம் எனக் காட்டுகின்றன. இன்று கிடைக்கக்கூடிய மிகப்பழைய ஆக்கம் தொல்காப்பியம் ஆகும். இது பண்டைக்காலத் தமிழின் இலக்கணத்தை விளக்கும் ஒரு நூலாகும். இதன் சில பகுதிகள் கி.மு 200 அளவில் எழுதப்பட்டதாகக் கருதப்படுகின்றது. 2005இல் அகழ்ந்தெடுக்கப்பட்ட சான்றுகள், தமிழ் எழுத்து மொழியை கி.மு. 500 அளவுக்கு முன் தள்ளியுள்ளன. பண்டைத் தமிழில் எழுதப்பட்ட குறிப்பிடத்தக்க காப்பியம், கி.பி. 200-300 காலப்பகுதியைச் சேர்ந்த சிலப்பதிகாரம் ஆகும்.

உலகில் உள்ள தமிழ் அமைப்புகள், கலிபோர்னியாப் பல்கலைக் கழகத்தின் தமிழ்த் துறைத் தலைவரான ஜார்ஜ் எல் ஹார்ட் போன்ற வர்களுடைய முயற்சியினால் 2004ஆம் ஆண்டில், இந்திய அரசினால் தமிழ் ஒரு செம்மொழியாக அங்கீகரிக்கப்பட்டுள்ளது. இவ்வாறு

அங்கீகாரம் பெற்றுள்ள முதல் இந்திய மொழி தமிழாகும். அதற்கு அடுத்த ஆண்டே அந்தப் பெருமையைக் குலைப்பது போல ஆயிரம் ஆண்டு வயதுள்ள மொழிகள் பலவற்றை செம்மொழி ஆக்கியது இந்திய அரசு. தமிழர்களுக்கு இது ஏமாற்றம். தமிழுக்கு நேர்ந்த அவமானம் எனக் கருதினர்.

தமிழ், அதன் பல்வேறுபட்ட வட்டார வழக்குகளுக்கு மேலாக, இலக்கியங்களில் பயன்படும் முறையான செந்தமிழுக்கும் பேச்சுத் தமிழுக்கும் இடையே தெளிவான இருவடிவத் தன்மை (diglossia) காணப்படுகின்றது. இந்த இருவடிவத் தன்மை பண்டைக் காலம் முதலே தமிழில் இருந்து வருவதை, கோயில் கல்வெட்டுகளிற் காணப் படும் தமிழ், இலக்கியத் தமிழ் மூலம் அறிந்துகொள்ள முடியும். தற்போதைய தமிழ் எழுத்துகள் அசோக மன்னர் காலத்துப் பிராமி அரிச்சுவடியிலிருந்து வளர்ந்தது.'

ரெனால்டு கேட்ட முதல் கேள்விக்கு மட்டும் பழைய விக்கி பீடியாவில் இருந்து சில தகவல்களைத் திரட்டி, ஆங்கில மொழிக்கு மாற்றி ஆல்டேபில் போட்டுவிட்டு, மற்ற கேள்விக்கான பதில்களை நேரில் பேசுவோம் என வாய்ஸ் கொடுத்துவிட்டு மாறன் படுத்தார். அமெரிக்க நேரம் மணி ஒன்று.

இரவு தூங்கிக்கொண்டிருந்தபோதே ஆவிக்குளியல் செய்துவிட்டார் கள். மாறன் அதைச் சற்றும் எதிர்பார்க்கவில்லை. காலையில் எழுந்ததும் "நிர்வாணப்படுத்தியா?" என மாறன் கேட்டார்.

"குளிப்பாட்டி, துடைத்து மீண்டும் வேறு உடைக்கு மாற்றி விட்டார்கள். வெட்கப்படாதீர்கள்... நீராவிக் குளியலின்போது கேமிராக்கள் இயங்காது. விமானத்தில் வந்தபோது கொடுத்த ஒரு அட்டவணையில் இவற்றைக் கேட்டிருப்பீர்கள். நீங்கள் மொத்தமாக சரி என டிக் செய்திருப்பீர்கள்."

"உரிமைமீறல்."

"எங்கள் சட்டத்தில் அப்படியில்லை. எல்லாவற்றையும் அனுமதி யோடுதான் செய்கிறோம்." ரெனால்டு விஷயத்துக்கு வருவோம் என்பதாக அவரை டைனிங் டேபிளில் அமரவைத்து, அன்றைய காலைச் சிற்றுண்டியைக் கண்ணசைவில் காட்டினார்.

ரொட்டியை வைத்து இன்னும் என்னவெல்லாம் செய்வார்களோ? மாறன் கோழித் துண்டுடன் வாட்டி வைத்திருந்த இரண்டு ரொட்டித் துண்டுகளை எடுத்து மென்றுவிட்டு பிராந்தியில் நெஞ்சை நனைத்துக் கொண்டார்.

"ஆன்டானியஸ் யார் தெரியுமா? இங்கே கொலைக்குற்றத்தில் சீரழிக்கப்பட்டானே ஜான் வில்பர்... அவனுடைய 60ஆம் தலைமுறை தாத்தா!"

"ரூட் கிளியர். ஒரு ஜாடி பொன்னுக்கு ஆசைப்பட்டுத்தான் அந்தக்

காரியம் செய்திருக்கிறான். அவனுடைய மனைவி ஒரு தமிழச்சி. அந்த ஓலைச்சுவடிகளை மீட்கப் போராடியிருக்கிறாள். அந்த சுவடியை எங்கே மறைத்துவைத்திருக்கிறாள் என்பதை வேங்கை நங்கூரத்தில் செதுக்கிவைத்தாள். அந்தக் கப்பல் அந்த நாளில் எகிப்துக்குப் பயணப்பட்ட கப்பல். ஏதோ காரணத்தால் கொம்பை வளைகுடாவில் நிறுத்தப்பட்டிருக்கிறது. அங்கே ஏற்பட்ட பெரும் புயலில் அந்தக் கப்பல் சிதைந்து சின்னா பின்னமாகி கடலுக்குள் மூழ்கிவிட்டது.

"அந்தத் தமிழ்ப் பெண் வேறு ஒரு கப்பல் மூலமாக எகிப்துக்குப் போயிருக்கிறாள். ஓலைச்சுவடிக்காகத் தன்னைப் பின் தொடர்வார்கள் என்பதால்தான் தன் பயணத்தை மணிலாவுக்கு நேரெதிராக மாற்றியிருக்கிறாள். இது எல்லாமே தமிழர்களுக்குச் சம்பந்தமே இல்லாத வேறு ஒரு இடத்தில்... எகிப்தில் பதிவாகியிருக்கிறது. இதை எல்லாம் சரவணன் என்பவன் கண்டுபிடித்திருக்கிறான். சரவணனுக்கு வினை அங்குதான் தொடங்கியது. இந்தி திணிப்பு எதிர்ப்புப் போராட்ட ஆவணப்படம் அவனுடைய வாழ்க்கையில் எந்தவித விருப்பமும் இல்லாமல் நிகழ்ந்தது. எகிப்து ஆவணங்கள் அவனுடைய பத்திரிகை ஆர்வத்தில் நிகழ்ந்தது. கீழடி விவகாரத்தில் அவனுடைய தமிழ் ரத்தம் விழித்துக்கொண்டது. மொத்தத்தில் அவனைத் தீர்த்துக்கட்டி விட்டார்கள். அந்த வேங்கை நங்கூரம் கடலுக்குள் காணாமல் போனதுதான் அடுத்துவந்த தலைமுறையினருக்குப் பேரிடி. அந்த நங்கூரத்தில் ஓலைச்சுவடியைக் கண்டுபிடிப்பதற்கான குறிப்பு இருந்திருக்கிறது. மணிலாவுக்குப் பயணித்த ஒரு கப்பல் பற்றிய தகவல். கப்பலின் இலக்கம் அதிலே இருந்தது. மணிலாவுக்கு முத்துக்கள் ஏற்றி அனுப்பப்பட்ட ஒரு பேழையுனுள்தான் அந்த ஓலைச்சுவடிகள் இருந்தன.

"ஓ! ராஜேந்திர சோழன் மணிலாவிலே ஒரு கணக்கு பாக்கி யிருக்கிறது எனச் சொன்னதாக தேவ் சொன்னான்."

"மணிலாவுக்குப் போன அந்த பேழை என்ன ஆனது?" ரெனால்டு நெருங்கி வந்தார்.

மாறன் மௌனமாக இருந்தார். அவரிடம் விடை இல்லை. அந்தக் கேள்வியை நினைத்து ஆழ்ந்திருந்தார். ரெனால்டுக்கு மாறனின் நிலைமை புரிந்தது. மாறன் தமிழராகவும் இருப்பதால் ஒருவித சென்டிமென்ட் இருப்பதைக் கவனித்தார். ரெனால்டுக்குத் தேடும் ஆர்வம் தவிர வேறு எதுவும் இல்லை. மாறன் கேட்டார்: "முதலில் அந்த ஓலைச்சுவடியை ஆன்டானியஸ் மூலம் பெற நினைத்தவர்கள் யார்? சரவணனைக் கொன்றவர்கள் யார்?"

ரெனால்டு சொன்னார். "என்னுடைய ஆய்வின்படி தமிழ் வரலாற்றை விரும்பாத யாரோ வரலாறு முழுக்க அலைந்துதிரிந்தபடி இருக்கிறார்கள்... அவர்கள் யார் என நீங்கள்தான் சொல்ல வேண்டும்."

"இந்திரன்.... இந்திரன்கள்."

29வது குறிப்பு

கி.பி.2039, நியூயார்க்.

ஒருவன் இறந்து போனால் அதற்காக மகிழ்கிறவர்களை என்ன சொல்லலாம்? அது ஒரு மனநோய் குறி. ஒருவன் கொல்லப்பட்டால் அதற்காக மகிழ்கிறவர்கள்... முற்றிய நிலை! ஒரு பகையின் காரணமாக, ஒரு முரண்பாடு காரணமாக அவன் இல்லாமல் போய்விட வேண்டும் என்ற மனநோய், இருக்கும் மனவியாதிகளிலே மூத்த வயதுடையதாக இருக்கும். ஒருவனைக் கொன்றால்தான் அந்த இரை தனக்குக் கிடைக்கும் எனத் தொடங்கும் நோய் அது.

ரெனால்டு தீவிர யோசனையில் இருந்தார். மாறன், ஜவஹர் ஆகியோருடன் மானுடவியல் ஆராய்ச்சியாளர் ரிச்சர்ட் ஃபோர்டும் அங்கே இருந்தார். தேவுக்கு ஏற்பட்ட பிரச்சினை என்ன என்பதைக் கலந்தாலோசித்து மருத்துவக் கழகத்துக்கு அறிவிக்க வேண்டிய நாள் குறைவாகவே இருந்தது. இனியும் அவகாசம் வாங்க முடியாது என்பது அனைவருக்குமே தெரிந்திருந்தது.

"மாறன்... நீங்கள்தான் இதைத் தொடங்கினீர்கள். அதுவுமில்லாமல் தமிழர். பிரச்சினை தமிழ் பற்றியது." ஜவஹர் சொன்னார்.

ஏதோ சொல்ல வேண்டும் என நினைத்துத்தான் மாறன் தன் இருக்கையில் இருந்து சற்றே முன்னோக்கி வளைந்து, உதடுகளும்கூட சொல்லுக்குத் தயாராகின. ஆனால் அவர் பேசவில்லை. எல்லோரும் செவிசாய்க்க இருந்தபோது அவர் வார்த்தைகளற்று நின்றார்.

தமிழ்மகன் | 167

ஜவஹர் அவருக்கு உதவும்பொருட்டு, "ஆனாலும் இது மானுடவியல் சார்ந்த சிக்கல்கள் நிறைந்தது. ரிச்சர்ட் ஃபோர்டு தொடங்கி வைத்தாலும் சரிதான்" என்றார்.

அவர் தயாராக இருந்தார். "இந்தியாவின் தெற்கே மனித இனம் தோன்றியது என்பதில் மாற்றுக்கருத்து இல்லை. வெவ்வேறு காலகட்டங்களில் மனித இனம் இடப்பெயர்ச்சி செய்தது. ஐம்பதாயிரம் ஆண்டுகளுக்கு முன் மனிதன் தான் பேசுவதற்கு ஒரு மொழியைக் கண்டுபிடித்தான். அந்த மொழிதான் மொழிக்கு ஆதாரம். அதன் பிறகு ஒவ்வொரு கூட்டமாக மக்கள் இடம்பெயர்ந்தபோது மொழியும் அப்போது வளர்ந்திருந்த நிலையில் பயணப்பட்டது. ஆஸ்திரேலியா, அந்தமான் பகுதிகளுக்குச் சென்ற மக்கள் குறைவானவர்கள். அங்கே மொழி வளர்ச்சியில்லை. இங்கிருந்து சென்ற அளவிலேயே தங்கிவிட்டது. ஜப்பான், சீனம் பகுதிகளுக்கும் ஐரோப்பிய பகுதிகளுக்கும் சென்ற மொழி வேறு திசையில் வளர்ந்தது. ஓரளவுக்குத் தொடர்பில் இருந்தவை கடைசிப் பத்தாயிரம் ஆண்டுகளுக்கு முன் கிளைவிட்டன. அவை, திராவிட மொழிகள். அவை இந்தியா, பாகிஸ்தான், ஆப்கான், ஈரான், ஈராக் பகுதிகளில் தென்படுகின்றன. ஆயிரம் ஆண்டுகள் ஒரு சூழ்நிலையில் வாழ்ந்தால் அவன் நிறம், கண்கள், தலைமுடி போன்றவை பெரிய அளவில் மாறிவிடும். குஜராத்தில் இருப்பவன், ஈராக்கில் இருப்பவன், நாகாலாந்தில் இருப்பவன் என மாற்றங்களைப் பார்க்கலாம். ஆகவே திராவிட இனம் என்பதை நிலப்பகுதியை வைத்து முடிவு செய்ய முடியாது. அவர்கள் ஆசியா முழுக்கவே இருக்கிறார்கள். அவர்கள் மொழியும் நிறம்போல கிளைவிட்டிருக்கிறது. இனக்கலப்பும்கூட அதிகம் நிகழ்ந்திருக்கிறது. ஆரியன், திராவிடன் என்பதே ஒரு கட்டத்துக்குப் பிறகு அர்த்தம் இழந்துவிட்டது. அவர்கள் மொழிகளால் மட்டுமே ஒரு இனங்களாக மாறிவிட்டார்கள். உலகின் மூத்தமொழி என்பதில் சந்தேகம் இல்லை... நீண்ட பரிச்சயமும் இத்தனை நெடுங்காலம் சமுதாயத்துக்கு அழிவில்லாமல் காத்ததும் அந்தச் சந்ததியினரிடம் அதன்மீது ஓர் பாசத்தை ஏற்படுத்தியிருக்கக்கூடும் என்பது என் எண்ணம்" என மற்றவர்களின் முகக் குறிப்பைக் கவனித்தார்.

"நெடுங்காலம் தொட்டுத் தொடரும் பாசம் மட்டுமல்ல; அதை மனித இனத்தின் தொடர்பு சாதனமாகப் பார்த்தனர். உணவு இல்லாமல் அழிந்துபோய்விடுவோம் போல தொடர்பு இல்லாமல் அழிந்துவிடுவோம் என்பதும் மரபுத்தொடர்ச்சியாக மாறியிருக்கிறது." மாறன் இப்போது தான் முதலில் சொல்ல நினைத்ததைச் சொன்னார்.

"சிந்துசமவெளியில் ஆரியர் வருகைதான் திராவிடர்களின் குடியிருப்புகளை அழித்தது என்பதை நீங்கள் ஏற்றுக்கொள்கிறீர்களா?" ஜவஹர் கேட்டார்.

மாறன், "ஆரியர் வருகை... சிந்துசமவெளி நாகரிகம் அழிந்தது இரண்டையும் முடிச்சுப்போட வேண்டியது இல்லை. இரண்டும் ஒரே நேரத்தில் நிகழ்ந்திருக்கிறது என்பதுதான் என் கருத்து" என்றார்.

ஜவஹர் நேரடியாக விஷயத்தைத் தொடங்கினார். "ஆரியதிராவிட முரண்பாடு குறித்து என்ன நினைக்கிறீர்கள்?"

"அது... சொல்வதற்குத் தயக்கமாக இருந்தாலும் இருக்கத்தான் செய்கிறது. தமிழர்கள் பிரபாகரனை ஆதரித்தால் அவர்கள் எதிர்த்தார்கள்... ஜல்லிக்கட்டுக்கு இவர்கள் ஆதரவு என்றால் அவர்கள் எதிர்ப்பு. இவர்களுக்கு முருகன்... அவர்களுக்கு இந்திரன். இவர்களுக்குக் காளை... அவர்களுக்குக் குதிரை. இவர்களுக்கு கப்பல்... அவர்களுக்குத் தேர்... பொதுவாக தமிழர்கள் ஆதரிக்கிற பல விஷயங்களையும் அவர்கள் எதிர்த்தார்கள் அல்லது தமிழர்கள் எதிர்த்த பல விஷயங்களை அவர்கள் ஆதரித்தார்கள். அது ஓர் எதிர் மனநிலை. சாதாரணமாக இருந்தவர்கள் இருந்தார்கள். இப்படி எதிர்மனநிலை உள்ளவர்கள் மோதிக்கொண்டே இருந்தார்கள். உதாரணம், இந்தி. நவோதயா. மோடி."

"இந்த முரண்பாடுகள்தான் ஆரியர்-திராவிடர் என்ற பாகுபாட்டை வளர்த்தது என்கிறீர்களா?"

"இந்தப் பாகுபாடுகள் இருந்ததால்தான் முரண்பாடுகள் வளர்ந்தன எனவும் சொல்லலாம்."

ஜவஹர், "இரண்டு தரப்பினரும் ஒரே இடத்தில் வெகுகாலம் இருந்தாலும் ஒட்டாமலேயே இருப்பது ஏன்?" என்றார்.

"தாங்கள் தனித்துவம் மிக்கவர்கள் என பிராமணர்கள் நினைக்கிறார்கள். உலகம் எங்கும் தமிழ் பிராமணர்கள் இருக்கிறார்கள். அவர்களுக்கு என ஒரு தமிழ் பேசுகிறார்கள். அது ஆச்சர்யமாக இருக்கிறது. நேக்கு, நோக்கு, ஆத்துக்காரி, ஆம்படையான், ஜலம், அம்பி, தோப்பனார்... என சில வார்த்தைகளை அவர்கள் விடுவதே இல்லை. அமெரிக்காவிலோ, கல்கத்தாவிலோ, டெல்லியிலோ, லண்டனிலோ இருந்தாலும் ஏதோ வட்டார வழக்குபோல எந்த வட்டாரத்திலும் இல்லாத இந்தத் தமிழைப் பின்பற்றுகிறார்கள். அவர்கள் எங்கெல்லாம் இருக்கிறார்களோ... அங்கெல்லாம் இது இருக்கிறது. இது நாடோடி இனத்துக்கு மட்டுமே உள்ள வழக்கம். என்னை ஃபாசிஸ்ட் எனச் சொல்லிவிடாதீர்கள். நான் என் கண்ணால் கண்டதைச் சொல்கிறேன்" மாறன் வேண்டுகோள் வைத்தார்.

"அவர்கள் தங்கள் பூர்வீகமாக தற்காலிக குடியிருப்புகளைத்தான் சொல்கிறார்கள். இரண்டு ஆண்டுகள் டெல்லியில் இருந்துவிட்டு வந்தாலும் தங்கள் பெயரை டெல்லி கிருஷ்ணன் என்பார்கள்... கல்கத்தா சீனிவாசன் என்பார்கள்... பாம்பே ரஞ்சனி என்பார்கள்... அமெரிக்கா கோபாலன் என்பார்கள்... இது மற்றவர்களிடம் அவ்வளவாக இல்லை."

ஜவஹரும் தன்னுடைய அவதானிப்பை எடுத்துவைத்தார்.

"நாம் இப்போது பேசிக்கொண்டிருக்கும் விஷயம் எந்தவிதத்திலாவது தேவுடைய மனச் சிக்கலுக்கு உதவுகிறதா?" ரெனால்டு கேட்டார். பாதை மாறிப் போய்விடாமல் இருப்பதற்கான எச்சரிக்கை.

"நிச்சயமாக." மாறனுக்கு அதற்கான காரணங்களைத் தொடர விருப்பமில்லை. ரெனால்டு கேட்டதற்கு ஆமாம் எனச் சொல்வது மட்டுமே அவருடைய நோக்கமாக இருந்தது.

ஆனால் ரெனால்டு, "எப்படி?" எனவும் கேட்டார்.

"எப்படி என்றால்... ஆரியர், திராவிடர் என இரண்டாக இருக்கிறார்கள். சொல்லப்போனால் இனக்கலப்பு ஏற்பட்டு இரண்டும் ஒன்றான பின்னும் அவர்கள் இரண்டுபட்டுக் கிடப்பதற்கு மொழியின் வேற்றுமைதான் காரணமாக இருக்கிறது." ரிச்சர்ட் ஃபோர்டு பதில் சொன்னார்.

"இது வேறு எங்கும் இல்லைதான்." ரெனால்டு சிரித்தார்.

சிக்கலான பிரச்சினைதான். வேதகாலம் என்கிறார்கள். புத்தர் தோன்றி வேதங்களுக்கு மாற்றான வேறொன்றை முன்வைக்கிறார். இந்தியாவே புத்தம் தழுவி நிற்கிறது. 8ஆம் நூற்றாண்டுக்குப் பிறகு புதிய பக்திப் போக்கு. அத்வைதம், துவைதம், விசிஸ்டாத்வைதம் என கிளைகள். திடீரென தமிழகத்தில்... ஏன் இந்தியாவிலேயே புத்தம் காணாமல் போகிறது. அது எப்படி நிகழ்த்தப்பட்டது? மக்களை மாற்றும் முன் மன்னர்களின் மனங்கள் மாற்றப்பட்டன அல்லது மன்னர்களே மாற்றப்பட்டனர். சைவ, வைணவக் கருத்துகள், ஆகம விதிகள் மன்னர்களின் அரண்மனையில் தழைத்தோங்கியது. சேர மன்னர்கள், சோழ மன்னர்கள் பிற்காலங்களில் மணிப்பிரவாளத்துக்கு மாறியபோதே சதுர்வேத மங்கலங்கள், ராஜர்கள், ராஜா ராஜர்கள், அந்தணர் குடியிருப்புகள் எல்லாமே பெருகின. காலங்களை ஊடுருவிப் பார்த்துப் பழியை யார்மீது போடுவது? என்ன தேவைக்காக என்ன ஏற்பட்டது, ஏன் ஏற்பட்டது?

"என்ன டாக்டர் மாறன், என்ன யோசனை?"

"சிக்கலான மனப் பிரச்சினைதான். பங்காளிச் சண்டை.... நீ பெரியவன் நான் பெரியவன் சண்டை.... ஒரு மலையின் இரண்டு ஆறுகள் போல ஓடிக்கொண்டிருக்கின்றன."

"பங்காளிச் சண்டையில் குடும்பத்தோடு அழிப்பதெல்லாம் இந்தியாவில் இருக்குமே?"

"அது மதச் சண்டையாக மாறியபோதுதான் கொலைகள் நிகழ்ந்தன. அதுவும் ஒரு காலத்தில் இந்தியாவில் மதக் கட்சி கோலோச்சியது. அதாவது சரவணன் இறந்ததாகச் சொல்லப்படுகிற நேரம். அப்போது இந்தியாவில் பல மீடியா துறையினர் கொல்லப்பட்டனர்.

எழுத்தாளர்களுக்கும் சிக்கல் இருந்தது." மாறன் தெளிவுபடுத்தினார்.

"சேலத்தில் ஒரு கல்வி அதிகாரியின் ஊழலைக் கண்டுபிடிக்கிற விஷயத்தில்தான் சரவணன் கொல்லப்பட்டதாகச் சொல்லப்படுகிறதே? தேவ் சொன்ன சம்பவங்களில் ஒரு சேனல் அதிகாரி, இந்த ஊழல் விவகாரத்தை சேனலுக்குத் தராமல் விட்டதற்காக சரவணனைக் கண்டித்தது பதிவாகியிருக்கிறது." இந்த விளக்கத்தை யாரும் எதிர்பார்க்க வில்லை. அவர் விவாதத்துக்காக அழைக்கப்பட்டவர் இல்லை. ரிச்சர்ட் ஃபோர்டு தன் வீடியோ புரொஜக்ஷனுக்காக அழைத்து வந்திருந்த உதவியாளர். பெயர் கணபதி.

மாறன் அவனுடைய கருத்தை உதாசீனம் செய்யவில்லை. "அப்படிப் பார்த்தால் தேவ் சொன்ன எல்லா சம்பவங்களுக்கும் நாம் இன்னொரு கதையைச் சொல்ல முடியும்" என்றார்.

தேவ் சொன்னதில் இன்னமும் புரியாமல் இருப்பது ஏதாவது இருக்கிறதா என விவாதம் திரும்பியது. ஆனால் அதற்குள் ஒரு தாகசாந்தி நிகழ்வுக்கு ஏற்பாடு செய்யப்பட்டது. "வாங்க சாப்பிட்டுக்கிட்டே பேசுவோம்" ரெனால்டு ரொம்பத்தான் தாகத்தில் இருந்தது தெரிந்தது.

ஒரே ஒரு விஷயத்தை மட்டும் அவர், தேவிடம் சொல்ல மறந்துவிட்டார். சொல்ல விரும்பவில்லை எனவும் சொல்லலாம். 'இஸ்ரேல்காரன் ஒருவன் தேவ் எங்களுக்கு வேண்டும் எனக் கேட்டிருந்தான். அது பைத்தியக்காரத்தனமான மிரட்டலாக மாறனுக்கு இருந்தது. ஜவஹரிடம் மட்டுமே அந்த மிரட்டலைப் பற்றிச் சொன்னார். அவர் தீவிரமாக யோசிக்க ஆரம்பித்துவிட்டார். "சரித்திரத்தில் சில மரணங்கள் அமானுஷ்யமானவை. எப்படி இறந்தார்கள் என்பது

கடைசி வரை தெரியாமல் போய்விடும். மர்லின், கென்னடி மரணங்களுக்கு வேண்டுமானால் பணத்தையும் புகழையும் தாண்டி வேறு காரணங்கள் இல்லாமல் இருக்கலாம். ஆட்சியமைத்த அடுத்த ஆண்டே அண்ணாவுக்கு கேன்சர் வந்தது எப்படி? இந்தி எதிர்ப்புப் போராட்டத்தை ஆவணப்படமாக எடுத்த... ஜான் வில்பரின் பதிவுகளை ஆராய்ந்துகொண்டிருந்த... கீழடியில் இருந்து தாமரைக்கும் அவளுடைய சகோதரிகளுக்கும் திருமணம் செய்வதாகப் புறப்பட்ட சரவணன் காணாமல் போனது எப்படி? தேவ் ஒரு வரலாற்றுப் பொக்கிஷமாக இருக்கிறான். நாம் ஒரு முடிவுக்கு வரமுடியவில்லை என்றாலும் அவன் முக்கியமானவன் என்பது மட்டும் உறுதி. இஸ்ரேலியர்கள்தான் ஆரியர்கள். அறிவுத்திறனில் உலகிலேயே அந்த இனம்தான் சிறந்துவிளங்குகிறது. உலகுக்கு ஏராளமான பங்களிப்பு செய்திருக்கிறது என பத்து வருஷத்துக்கு முன்னாலேயே ஒருசலசலப்பு ஏற்பட்டது, நினைவிருக்கிறதா? அந்த மிரட்டலை சாதாரணமாக நினைக்க வேண்டாம்" என்றார்.

"எனக்கென்னவோ தேவ் விஷயத்திலும் கொஞ்சம் ஜாக்கிரதையாக இருப்பது நல்லது எனத் தோன்றுகிறது."

“நாம் எதற்கு ஜாக்கிரதையாக இருக்க வேண்டும் ஜவஹர்?”

“நாம் ஜாக்கிரதையாக இருப்பதற்குச் சொல்லவில்லை. தேவ் ஜாக்கிரதையாக இருக்க வேண்டும் என்பதைத்தான் அப்படிச் சொன்னேன்.”

மாறனுக்கு அந்த இஸ்ரேல் மனிதனின் குரல் நினைவுக்கு வந்தது. ஆல்டேபில் தேவ் எண்ணைக் குறிப்பிட்டு நிலவரம் கேட்டார். ஜவஹர் அச்சுறுத்திய தருணம் பார்த்து ‘நிலவரம் தெரியவில்லை’ என பதில் வந்தது. அதற்குள் ஆளாளுக்கு இரண்டு பியர்களைக் குடித்துவிட்டு மீண்டும் இருக்கைகளில் சாய்ந்து உட்கார்ந்தனர்.

“தேவ் சொன்னதில் புரியாத விஷயம் ஏதாவது?” என மீண்டும் ஜவஹர் ஆரம்பித்தார்.

“யெஸ்... எனக்குத் தெரிந்து சுவர்ண தீபத்துக்கு ராஜேந்திரசோழன் சென்றபோது அங்கே ஒரு கணக்கு பாக்கியிருக்கிறது எனப் பதிவு செய்திருந்தான். ஆன்டானியஸோடு போன ஒரு தமிழச்சி ஒரு ஓலைச் சுவடியைக் காப்பாற்றி சுவர்ண தீபத்துக்கு அனுப்பியதாகச் சொல்லப்பட்டது. இது இரண்டையும் சேர்த்து யோசிக்கும்போது...”

“சரியாகத்தான் சொன்னீர்கள் மாறன். கரிகால் சோழன் அரண்மனையில் வெண்ணிக்குயத்தியார் எழுதிய ஆசிரியப்பா... வரலாற்று நூல். அதையும் சேர்த்துக்கொள்ளுங்கள்.” ஜவஹர் சிலசமயங்களில் ஏ.டி.யை மிஞ்சினார்.

‘ஆதி பண்டையன் வாழி
ஆழி சூழ நாட்டினன் வாழி
மலைச் சேர வாழ்ந்தனன் வாழி
பண்டையன் பாண்டியன் ஆயினன் வாழி
சூழ நாட்டினன் சோழனாய் வாழி’

அந்த ஆசிரியப்பா இப்படித்தான் ஆரம்பித்திருந்தது

30வது குறிப்பு

கி.பி.2040, மிஷன் மார்ஸ்.

நெடுநாட்களுக்குப் பிறகு பொறுமையாக, முழுகவனத்துடன் படுக்கையில் ஈடுபட்டான் தேவ். சிறு மயக்கத்துடன் வள்ளி ஒருக்களித்துப் படுத்திருந்தாள். நீண்ட ஆசுவாசம். இருவருமே அமைதியாக இருந்தனர். மெல்ல மெல்ல தமிழ் நினைவோட்டங்களில் இருந்து மீண்டு வருவது சற்றே ஆறுதலாக இருந்தது. புயல் அடித்து ஓய்ந்ததுபோல இருந்தது மூளை. கார்டெக்ஸ் பகுதியில் ஒரு சிறு பகுதியை மட்டும் மாறன் அகற்றியிருந்தார். அவர் கணித்தது சரிதான்.

மொழியின் சரித்திர கேந்திரம் அதுதான் என அவர் யூகித்தார். துணிச்சலாகத்தான் அதை அகற்றும் முடிவுக்கு வந்தார். கடந்த நான்கு மாதங்களில் எந்தச் சரித்திரமும் தென்படவில்லை. தேவ் இயல்பாக இருந்தான். சிரித்தான். படித்தான். புணர்ந்தான். மகிழ்ந்தான்.

"ட்ச் ஷீட் கூட எடுத்துக்காம எங்க கிளம்பிட்டீங்க?" என்றாள் வள்ளி.

"தேவையில்லை. நானே காரை ஓட்டுவேன்." கண் சிமிட்டினான்.

"ஆபீஸுக்கா?"

"ஆமா."

வள்ளிக்குப் பெருமையாக இருந்தது. கொரியா சாலைகளில் கண்ணை மூடிக்கொண்டு ஓட்டலாம். தமிழ்நாட்டைவிட அது அவனுக்குப் பழகியிருந்தது. இன்னும் சில மாதங்களில் 'மிஷன் மார்ஸ்' ஆயத்தங்கள் இருந்தன. முதல்கட்டமாக

தமிழ்மகன் | 173

ரோபோடிக்ஸ் வேலைகள் முழுவதுமாக முடிக்கப்பட்டிருந்தன. மனிதர்களில் தலைமைப் பொறியாளர்கள் பத்து முறைக்குமேல் போய் சாத்தியங்கள், அசாத்தியங்களை ஆராய்ந்துவிட்டு வந்திருந்தனர். அதிபர் சென் அங்கிருக்கும் பவர் ஸ்டேஷனைப் பார்வையிட்டுத் திரும்பியிருந்தார். மக்களுக்கு நம்பிக்கையூட்டுவதற்கான ஆதார நிகழ்ச்சியது. உலகக்குழுமச் சேனலில் நேரலையாக ஒளிபரப்பானபோது உலகமே செவ்வாய்க்கு மாறிவிடத் துடித்தது. திட்டமிட்ட நகரம். திட்டமிட்ட குடியிருப்பு. திட்டமிட்ட போக்குவரத்து வசதி. மாசு இல்லாத பூமி. முதல் சில ஆண்டுகளுக்கு உணவு உத்தரவாதம். அடுத்த சில ஆண்டுகளில் விவசாயம், போதுமான மழை. நேனோ மெடிக்கல் பிராஸஸரில் செய்ய வேண்டிய அதிரடி மாற்றங்கள் நிறைய இருந்தன. இறக்கின்ற தருணம் வரை நினைவாற்றல் செயல்பாடுகள் ஒரு சதவிகிதமும் குறையாமல் இருக்க வேண்டும். தனக்கு ஏற்பட்ட பாதிப்பின் படிப்பினையில் தேவ் அதை இன்னும் சிறப்பாகவே யோசித்திருந்தான். மூளையை அடையும் நாளங்கள் எந்தவிதத்திலும் பழுதடையாமல் இருக்கவும் நியூரான் செயல்பாடுகள் எந்த வயதிலும் தடுமாறாமல் இருக்கவும் தேவ் செய்த உப காரியங்கள் மாறனையே மலைக்க வைத்தன. 'எப்படி தேவ்?' என்றார் பெருமிதமாக.

"மத்தவங்களுக்கு செய்றது ஈஸி" என்றான் ஒரு வரியில். உண்மையிலேயே அவன் பாதிக்கப்பட்டிருந்த நேரத்தில் அவனால் அவனுக்கு உதவி செய்துகொள்ள வாய்ப்பு இல்லைதான்.

காரை 12ஆவது மாடியில் அவனுடைய அறைவாசலில் நிறுத்தி விட்டு உள்ளே எத்தனிக்கையில் மிஷன் மார்ஸ் புராஜெக்ட் கன்ட்ரோலர் காத்திருப்பதாகச் சொன்னார்கள். அடுத்த மாடிதான். நான்கு தாவல்களில் எம்.எம்.பி.ஸி. வாசலில் நின்றான். உணர்வுக் கதவுகள் தேவை உணர்ந்து திறந்தன. சிவந்த உயரமான மனிதன், "ஹெர்மன்" என்றபடி கையைக் குலுக்கினான்.

"நான் இஸ்ரேல் வந்ததில்லை. அங்கு வந்தால் எந்தத் தெருவில் நின்று, 'ஹெர்மன்' என்றாலும் பத்து பேர் திரும்பிப் பார்ப்பார்கள் என நினைக்கிறேன்." அவன் சிரித்தபடியே, தேவ் தோளின் மீது கைபோட்டான்.

"சுவர்ண தீவில் ஒரு கணக்கு பாக்கியிருக்கிறது" என்றான் உள்ளார்ந்த பார்வையைச் செலுத்தியபடி. சொல்லப்போனால் தேவ் ஒன்றும் புரியாமல் விழித்தான். சோழர் கால மனநிலையே சுத்தமாக இல்லை. தமிழ் என்பது ஒரு மொழி என்பது மட்டும் அவனுக்குப் போதுமானதாக இருந்தது.

"என்ன சொல்றீங்க... புரியலை."

"இது தெரிகிறதா பார்." ஏ.டி.யில் அவன் காட்டிய படம் உடைந்த இரும்புச் சக்கரம் போல இருந்தது. எதிர்பார்த்த நேரத்தைவிட அதிகமாக அதையே கூர்ந்து பார்த்துக்கொண்டிருந்தான் தேவ். அவனுடைய டெம்ப்ரோல் லோப் ஆக்ஸான்கள் மெல்ல அசைந்து

தூண்டிக்கொண்டிருந்தன. "வேங்கை நங்கூரம்" என்றான் ஹெர்மென்.

"ஓ! நினைவிருக்கிறது. அதில் ஏதோ குறிப்பு இருப்பதாக... இதில் எதுவும் தெரியவில்லையே?"

"எட்டாயிரம் ஆண்டுகளாக நீரில் மூழ்கிக்கிடந்த நங்கூரம். சிந்து சமவெளி காலத்து எழுத்து... உடனே புரிந்துகொள்ள முடியாது. தெளிவாகவும் இல்லை."

"இது இப்போது எங்கே இருக்கிறது... பார்க்க முடியுமா?"

"நான் பார்த்திருக்கிறேன். உனக்கும் காட்டுகிறேன்" என்றான். பிரபலமான வாக்கியம்போல அதைச் சொன்னான் ஹெர்மென்.

அப்போதே காட்டுவான் போலச் சொன்னாலும் எங்கோ வெகுதூரம் போய்தான் பார்க்க முடியும்போல தோள் மீது போட்ட கையோடு தேவ்வை நகர்த்தினான்.

"பிறகு பார்த்துக்கொள்கிறேன். வேலையிருக்கிறது" என்றான்.

"சரி. உன் இஷ்டம்." அவன் முடிப்பதற்குள் தேவ் அங்கிருந்து புறப்பட்டான். "ஆனா நாம மார்ஸ் போக வேண்டியிருக்கும்" என்றான் ஹெர்மென். அவனுடைய முகத்தைப் பார்த்த விநாடியிலேயே தேவ், ஏ.டி.யைப் பார்த்தான்.

"மகிழ்ச்சி... போய் வருவோம். ஆனால், மூளையில் நடந்த சர்ஜரிக்குப் பிறகு எனக்கு தமிழ்ச் சரித்திர ஆர்வம் குறைந்துவிட்டது."

தேவ்மீது கடும் விரோதத்தோடு இருந்த ஹெர்மன், நிலைமை மாறிவிட்டதை உணர்ந்தான். திராவிட உணர்வு பேசுகிறவர்களுக்கு எதிராக ஐரோப்பாவில் ஓர் இயக்கமே அவனுடைய தலைமையில் இயங்கிவந்தது. உணர்ச்சிகரமாகப் பேசுகிறவர்களைவிட சிந்தாந்த ரீதியில் பேசுகிறவர்களைக் கண்காணிப்பதுதான் அவர்கள் வேலை. தேவ், வேகமாக அவனுடைய அறைக்குத் திரும்பினான். ஆல்டேப் பேச்சு பட்டனைத் தட்டினான்.

"என்ன டாக்டர்... இஸ்ரேல்காரன் யாராவது பேசினால் ஜாக்கிரதை எனப் போட்டிருந்தீர்களே?"

மாறன், "சில நாட்களுக்கு முன் ஒருவன் உன்னை எடுத்துக் கொள்வேன் எனச் சொல்லியிருந்தான். உன் உயிருக்கு ஏதாவது ஆபத்து வருமோ என்றுதான். ஏதோ நினைவு வந்தது... சொல்லிவிடலாம் என்றுதான்."

"ஒரு விநாடியில் தப்பித்தேன். ஹெர்மன் என்று ஒருவன் சந்திக்க வந்தான். சரி, பார்த்துக்கொள்கிறேன்."

"அவர்கள் ஓர் இயக்கம்போல செயல்படுகிறார்கள். ஃபாஸிஸ்ட் சிந்தனையாளர்களை ரகசியமாக ஒழித்துக் கட்டுவதுதான் அவர்கள் பணி."

"நாம் ஃபாசிஸ்ட் இல்லையே!"

"அவர்கள் பார்வையில் நாம் அப்படித்தான்... நம் பார்வையில் அவர்களை நாம் அப்படிச் சொல்வதை ஏற்றுக்கொள்ள மாட்டார்கள்."

"நன்றி டாக்டர். நானும் வள்ளியும் மார்ஸ் மெட்ரோவுக்குப் பயணமாகிறோம்."

"மகிழ்ச்சி."

"வேங்கை நங்கூரத்தில் பதிக்கப்பட்டிருந்த தகவல்கள் அங்குதான் பத்திரமாக இருக்கின்றன. அது கிடைத்தால்தான் வெண்ணிக்குயத்தியார் எழுதிவைத்த சரித்திரம் கிடைக்கும்... ஹெர்மனும் அதைத்தான் தேடிக்கொண்டிருக்கிறான்."

"என்ன சொல்கிறாய் தேவ்?"

"பூமியில் இருந்து சென்ற 33 வரலாற்று ஆவணங்கள் அங்கே பத்திரப்படுத்தப்பட்டுள்ளன அல்லது காட்சிக்கு வைக்கப்பட்டுள்ளன. வரலாற்று ஆவணங்களைச் சேகரிக்கும் ஒரு ஜெர்மானியனிடம் இருந்து அதை வாங்கி அங்கே வைத்திருக்கிறார்கள்."

"போதும் விட்டுவிடு" என்றார் மாறன். தேவ் ஆல்டேபை அணைத்தான்.

மார்ஸ் மிஷனில் பெயரைப் பதிவு செய்தான். தேவ், அடுத்த ஆட்டத்துக்குத் தயாரானான்.